LONG-ĐỒ CÔNG-ÁN

Nguyên tác Hán Văn

do

Nguyễn Ngọc Thơ

&

Nguyễn Chánh Sắt

dịch

với sự cộng tác của

Nguyễn Ngọc Quí

&

Đinh Thái Sơn

Hàng Thị tái bản
2024

Title: Long Đồ Công Án
Subtitle: Truyện Dịch
Author: Nguyễn Chánh Sắt et al.
Reprint edition 2024

ISBN-13: 978-1-949875-27-0
ISBN-10: 1-949875-27-X

Printed and bound in the United States of America

Published by
Hàng Thị
Henrico, Virginia, USA
www.hangthi.com

Edited and annotated by N.K. Tran
Cover designed by André Tran

Tựa

(đầu quyển I)

"Tôi xin tỏ bày, từ xưa đến nay, xét xem các tích, coi rồi có ích, duy bộ Long Đồ, suy người kim cổ, thiệt đấng cao minh, phân đoán sự tinh, ví sánh thần linh, công bình hai chữ, nắm giữ lẽ ngay, không phải bốn tai, hay là tám mắt, những việc thắt ngặt, nghe rõ thấy xa, người chết ra ma, oan hồn đến cáo, gian dữ cường bạo, chẳng khỏi tay người, đức hóa khắp nơi, muôn dân đều biết, việc chi chẳng quyết, kiện đến Bao Công, tức thì liền xong, mưu tà lẽ chánh, tội oan hữu hạnh, thì gặp Long Đồ, kẻ dữ tới số, trúng nhắm ngài xử, chánh trực mọi sự, bất luận công tư, quan dân một bậc, sang hèn đồng thể, giáng sanh tại thế, đáng mặt linh thần, ra tay cầm cân, lường đong tội phước, chẳng khác Diêm Vương, người thế khôn đương, lòng trong như nước, dạ sáng tợ sao, thương người nhơn đạo, ghét đứa gian tà, đến loài yêu ma, cũng đều kinh sợ."

Nguyên tích người là vì sao Văn Khúc tinh, trên thiên đình giáng sanh xuống cõi phàm, chánh tên là Bao Chuẩn, chức Tam Công. Thuở đời Tống vua Chơn Tôn, sanh Hoàng Tử ra, rồi cứ khóc hoài, chư y viện thuốc men, bùa chú ếm đối hết sức, mà không hết khóc. Khi ấy vua mới đăng bảng trong thiên hạ, ai trị đặng Hoàng Tử hết khóc, thì ủng thiên kim, áp vạn hộ. Lúc đó có ông già mặc đồ tu hành tới chịu, rồi vào giõ[1] miệng bên tai Hoàng Tử mà nói hai câu chữ rằng: "Văn hữu Văn Khúc, võ hữu Võ Khúc." Hoàng Tử nghe liền nín, rồi ông già ấy biến mất, nghĩa là "bên văn có sao Văn Khúc

---

[1] Giõ: kê sát vào, thường dùng trong giõ miệng (để nói nhỏ, để xen vào), giõ tai (để lắng nghe tiếng thì thầm) - "chuyện của người ta mà cũng giõ miệng vào!"

là Bao Chuẩn, còn võ có sao Võ Khúc là Địch Thanh. Còn ông già ấy
là Phước Thần Ngọc Hoàng sai xuống.

> *Nguyễn gia truyền nối đã lâu rồi,*
> *Ngọc tốt rày toan rán sức giồi;*
> *Thơ để khuyên rằng người lành phải,*
> *Diễn ra quốc ngữ đặng mấy hồi;*
> *Bao hàm điều luật nhờ mưu trí,*
> *Công chánh trung bình cứ lẽ thôi;*
> *Thẩm xét người ngay cùng kẻ vạy,*
> *Án treo ngàn thuở đáng khen ôi.*

Nguyễn Ngọc Thơ

Tiểu Tự

(đầu quyển III)

Nguyên bộ truyện nầy cũng có nhiều tích hay và hữu ích,
đáng để làm gương cho đời ; nhưng mà đã có người dịch
rồi hai cuốn : Năm 1906 ra cuốn thứ nhứt, qua năm 1907
ra cuốn thứ nhì, đến nay là năm 1910 mà chưa thấy ra cuốn
thứ ba, tưởng có khi liệc-vị khán-quan cũng đã mỏi lòng
trông đợi ; vậy nay tôi cùng Đinh-thái-Sơn, hiệp nhau kế
của người công đăng in ra đây mà giúp vui cho liệc-vị
khán-quan xem chơi cho toàn bộ.

Tân-châu, Nguyễn-chánh-Sát
Cần tự.

Mục Lục

Tài Liệu Tham Khảo

Việt Nam Tự Điển - Lê Văn Đức & Lê Ngọc Trụ

Khai Trí (Sài Gòn) 1970

Đại Nam Quấc Âm Tự Vị - Huình Tịnh Paulus Của

Rey, Curiol & Cie. (Sài Gòn) 1895

Từ Điển Tiếng Việt - Viện Ngôn Ngữ Học

Nhà xuất bản Đà Nẵng 1997

Từ Điển Nguồn Gốc Tiếng Việt - Nguyễn Hy Vọng

Nhà xuất bản Đất Việt 2014

Tiếng Nói Nôm Na - Lê Gia

Nhà xuất bản Văn Nghệ TP Hồ Chí Minh

Từ Điển Chính Tả Học Sinh - Nguyễn Như Ý

Đại Học Quốc Gia Hà Nội 2003

Hán Việt Từ Điển - Đào Duy Anh

Minh Tân (Paris) 1949

Hán Việt Tự Điển - Trần Trọng San & Trần Trọng Tuyên

Bắc Đẩu (Canada) 1997

Google Translate   *translate.google.com*

Nôm Lookup Tool   *nomfoundation.org*

Từ Điển Hán Nôm   *hvdic.thivien.net*

Larousse   *larousse.fr*

Wiktionary   *wiktionary.org*

Giới Thiệu

Lời Nhà Xuất Bản

Nhà xuất bản Hàng Thị hân hạnh tái bản tiểu thuyết *Long Đồ Công Án*, do sự hợp tác dịch thuật của hai tác gia Nguyễn Ngọc Thơ và Nguyễn Chánh Sắt.

Bản dịch tiếng Việt được in thành bốn quyển, hai quyển đầu do Nguyễn Ngọc Thơ dịch, ấn hành lần đầu năm 1906, hai quyển sau do Nguyễn Chánh Sắt dịch, ấn hành lần đầu năm 1910. Cả bốn quyển đều được in lại vài lần, do nhiều nhà in khác nhau. Quyển I có lần ghi là cùng dịch với Đinh Thái Sơn, quyển II thì ghi với sự cộng tác của Nguyễn Ngọc Quí. Riêng trong quyển III (có bài đã in trong *Nông Cổ Mín Đàm* từ số 418 ra ngày 29-03-1910 chỉ ký tên Vĩnh An Hà, Du Nhiên Tử - tức Nguyễn Chánh Sắt), ở đầu sách, ông Nguyễn Chánh Sắt đã viết trong phần Tiểu Tự "tôi cùng Đinh Thái Sơn, hiệp nhau kẻ của người công..." Quyển IV thì chỉ ghi Đinh Thái Sơn là người hiệu đính.

Qua những sự kiện này, chúng ta có thể suy luận rằng ông Nguyễn Ngọc Thơ dịch quyển I và II, với sự cộng tác của ông Nguyễn Ngọc Quí, và ông Nguyễn Chánh Sắt dịch quyển III và IV, còn ông Đinh Thái Sơn, chủ nhà in Phát Toán, là người tài trợ việc ấn hành những tác phẩm này. Trong nhiều tác phẩm khác, ông Đinh Thái Sơn cũng thường được ghi trên bìa sách là "người hiệu đính". Vì vậy, lần tổng hợp để tái bản này xin mạn phép chỉ ghi chung chung là do Nguyễn Ngọc Thơ và Nguyễn Chánh Sắt cùng dịch, với sự cộng tác của Nguyễn Ngọc Quí và Đinh Thái Sơn. Về số lượng, quyển I và II có 20 án, quyển III và IV có 26 án, tổng cộng 46 án. Ngoài những khác biệt về văn phong của hai dịch giả, quyển I và II còn giữ nguyên tựa Hán Việt (*người hiệu đính đã phỏng dịch cho độc giả tiện theo dõi*), còn trong quyển III và IV thì dịch giả đã chuyển hẳn tựa sang tiếng Việt.

Một cách chính xác hơn, bộ *Long Đồ Công Án* mà quí bạn đang đọc đã được tổng hợp từ phóng ảnh pdf của các bản in gốc, hiện lưu trữ tại thư viện quốc gia Pháp, gồm bốn quyển, với các năm xuất bản như sau: quyển I năm 1913, quyển II năm 1927, quyển III năm 1927, và quyển IV năm 1916.

Cũng như với những tác phẩm khác, phương châm khi tái bản là triệt để giữ đúng cách hành văn, chỉ sửa chánh tả theo lối viết miền Nam trước 1975 khi cần thiết. Như vậy, phần lớn những lối viết phổ thông đúng theo cách phát âm địa phương vào thời điểm sáng tác vẫn được giữ nguyên. Ngoài ra, lối viết tên họ người và các địa danh đều không đổi, chỉ sửa khi tác giả viết nhiều cách khác nhau, cho nhất quán trong từng án một. Phần chú thích không đặt riêng vào một mục ở cuối sách mà ghi thành cước chú, in ngay trong trang có từ ngữ hay đoạn văn được chú, cho dễ tham khảo. Phần này đã được soạn thảo kỹ lưỡng để giải thích và minh chứng những chữ, thành ngữ Hán học hoặc cổ xưa, hoặc rất "Nam Kỳ", trong tác phẩm. Người hiệu đính đã học hỏi được khá nhiều và có nhiều khoảnh khắc thích thú khi sưu tầm các tài liệu để soạn phần cước chú này, hy vọng bạn đọc cũng sẽ có những hứng thú bất ngờ khi lược qua phần đó.

Sau quyển này, Hàng Thị sẽ cố gắng tái bản thêm những tác phẩm khác của Nguyễn Chánh Sắt, khi tìm thấy đầy đủ nguyên tác.

Cuối cùng, xin ghi nhận sự khuyến khích quí báu của các anh ruột, Ngọc Sách và Trần Ngọc, cùng sự thông hiểu của Mỹ An, người bạn đời, để ấn phẩm này được hình thành như nguyện.

Henrico, vào xuân 2024
N.K.

Vài Nét Về Các Người Dịch

Ông Nguyễn Ngọc Thơ

Chưa biết đích xác về dịch giả Nguyễn Ngọc Thơ, chỉ biết rằng trong các bản in có ghi ông sinh quán *Bãi Xàu, làm nghề thầy thuốc (médecin indigène), cư ngụ tại Tân Định.*

Những chi tiết này có nhiều điểm trùng hợp với một chức sắc đạo Cao Đài (trong hình), là "*Đầu Sư Thái Thơ Thanh, thế danh Nguyễn Ngọc Thơ, tên thật Nguyễn Văn Tơ, sanh năm 1873 tại quận Bãi Xàu, tỉnh Sóc Trăng, thuở nhỏ theo Nho học. Về sau lên Sài Gòn lập nghiệp ở Tân Định, noi theo nghiệp cha, làm thầy hốt thuốc Bắc, lại cũng có phụ dịch nhựt trình cho nhựt báo tỉnh, mất năm 1950.*"

Ông Nguyễn Chánh Sắt

Nguyễn Chánh Sắt sinh khoảng năm 1871 tại Tân Châu và từ trần ngày 18 tháng 5 năm 1946, nhằm ngày 18 tháng 4 năm Bính Tuất. Phần mộ ông và phu nhân Văng Thị Yên ở thị xã Tân Châu hiện vẫn đang được con cháu thường xuyên trùng tu. Ông làm Phó Chủ Bút cho tờ *Nông Cổ Mín Đàm* (đúng ra phải viết là *Nông Cổ Mính Đàm* - uống đợt trà, bàn chuyện công nông) đến khoảng cuối năm 1911.

Tháng 2 năm 1917 ông trở lại với Nông Cổ Mín Đàm, lần này làm Tổng Lý kiêm Chánh Chủ Bút cho đến tháng 3 năm 1922. Với Tân

Châu, ông góp công gầy dựng làng Long Phú, xây đình thờ làng, rồi đi đường bộ từ Tân Châu ra Huế, xin được sắc phong của triều đình nhà Nguyễn, để ngôi đình chính thức có Thành Hoàng sở tại. Vì vậy, ông được thờ tại đình này như một *hậu hiền* của làng. Trong các tác phẩm, ông thường ký tên là **Nguyễn Chánh Sắt tự Bá Nghiêm**. Đôi khi ông cũng ký với bút hiệu **Du Nhiên Tử** tại **Vĩnh An Hà**. *Du Nhiên* (悠然) là nhàn nhã, thong dong tự tại, còn *Vĩnh An* là tên con kinh đào nối liền Tân Châu với Châu Đốc.

[Có thuyết cho rằng tên đúng của ông phải là *Sách*, viện dẫn tên các con của ông do ông đặt như *Truyện, Sử*, và Nguyệt (tự *Minh Nghĩa*.) Thuyết này nêu lên hai lý do có thể - một là giấy tờ hộ tịch viết sai, hai là ngày xưa chữ *sách* đôi khi cũng viết là *sắt*. Bài thơ Khóc Con, ức đoán ông viết khi bà Nguyệt qua đời, có hai câu

Trông vào tủ sắt lòng chua xót,
Đoái lại phòng văn dạ thiết tha.

Chữ *sắt* trong bài thơ này có thể là chữ *sách* mà người ta chép sai, hoặc do ông cố tình viết như vậy, nhưng cũng có thể là viết sai từ chữ *sắc*. Tuy nhiên, không thấy một tự điển nào thời đó có mục ghi chữ *sắt* với nghĩa phụ là *sách*. Như vậy, nếu thuyết về tên nói trên là đúng, thì chỉ có thể là do giấy tờ hộ tịch ghi sai *Sách* thành *Sắt*. Cũng nên lưu ý là cách phát âm vần *ách* của người miền Nam giống hệt cách phát âm vần *ắt* của người miền Bắc.]

Không ai có thể chối cãi Nguyễn Chánh Sắt là *nhà văn* tiền phong lỗi lạc của miền Nam - ông trước tác nhiều bộ tiểu thuyết lãng mạn, trinh thám có giá trị văn chương và luân lý, cùng dịch thuật nhiều bộ tiểu thuyết dã sử nổi tiếng của Trung Hoa. Ông có lối hành văn nhẹ nhàng, bình dị, viết như nói chuyện, nhưng luôn chừng mực như một thầy giáo, nhiều khi lại xem *khán quan* - người đọc - như những bạn thân đang thù tạc với ông để chen thêm vào truyện đôi lời bình luận hóm hỉnh về các nhân vật mà ông đang kể.

Nguyễn Chánh Sắt còn là một *học giả* tinh thông cả Hán học lẫn Pháp văn. Suốt đời, ông tận dụng kiến thức này để dạy học và góp phần vận động canh tân xã hội nước nhà. Nhưng trên hết, ông là một *nhà báo*, một nhà báo có lý tưởng và tâm huyết, luôn cổ võ, hô hào đồng bào chung sức làm cho dân tộc vươn lên, không cam lòng chịu số phận nô lệ chỉ tranh ăn với gà vịt, mà phải bay đua với phượng hoàng, chen vai thích cánh với các lân quốc có kinh tế phồn thịnh, có kỹ nghệ tân tiến, có đời sống nhân bản, văn minh...

Qua Nông Cổ Mín Đàm, ông đã viết nhiều bài biên khảo phổ thông có tính khoa học ứng dụng như cách trồng bắp, trồng lúa, trồng cao su, phép dưỡng nhi, vệ sinh thường thức... Ông cũng viết nhiều bài xã luận về kinh tế, dân sinh như bàn về các phương thức tranh thương, khuyến khích xuất dương du học, kêu gọi cải cách giáo dục cho phụ nữ được đi học, tham gia vận động mở trường Quốc gia Nữ học đường (kết quả là École des Jeunes Filles, sau này là trường Nữ Trung Học Gia Long, được khai giảng lần đầu năm 1915.)

Theo một tài liệu khó kiểm chứng, ông từng ngầm cộng tác với Trần Chánh Chiếu qua Minh Tân, một phong trào kháng Pháp bí mật ở miền Nam. Ngoài ra, một nhân vật lịch sử, thường gọi là ông Đạo Tưởng, với sự trợ giúp ngấm ngầm của cậu ruột là Nguyễn Chánh Sắt, đã dùng tôn giáo, bùa phép nhằm qua mắt nhà cầm quyền lập hội kín ở Tân Châu để kháng Pháp, nhưng việc không thành.

Nguyễn Chánh Sắt có chín người con, người con đầu lòng là bà Nguyễn Thị Truyện, được ông cho kết hôn với ký giả trụ cột của Nông Cổ Mín Đàm là ông Trần Thái Nguyên, tự Trọng Bổn, về sau được phong hàm Đốc Phủ Danh Dự. Con cháu của hai người này lập ra từ đường Trần Thái Nguyên, có trên 200 thành viên, hàng năm vẫn sinh hoạt chung nhiều lần ở Bà Chiểu, Gia Định.

> *Xưa ông Nông Cổ Mín Đàm*
> *Đồng Nai, Bến Nghé, Núi Sam tự về*
> *Lòng thành đất chở trời che*
> *Cháu con Bà Chiểu còn khoe nếp nhà.*

Trước Khi Vào Truyện

Long Đồ Công Án (龍圖公案), còn gọi Bao Công Kỳ Án (包公奇案), hay Bao Công Thẩm Án (包公審案), là một quyển tiểu thuyết Trung Hoa viết từ đời Minh, không rõ tác giả, gồm nhiều truyện ngắn xoay quanh (và thần thánh hóa) các vụ phá án của một viên quan thời Tống tên Bao Chửng (包拯), quen gọi là Bao Công. Chữ Chửng (拯) còn đọc là Chưng, ngày trước cũng

thường đọc là Chuẩn, và Công (公) có nghĩa là ông. Thành ngữ Bao Công ngày nay còn được dùng như một danh từ chung để chỉ một viên quan thanh liêm chánh trực. Cũng với ý nghĩa này, Bao Công còn có biệt hiệu là Bao Thanh Thiên (包青天). Sở dĩ quyển tiểu thuyết này được mang tên Long Đồ Công Án là do nhân vật chính, tức Bao Công, từng có thời gian giữ chức Học Sĩ (學士) ở Long Đồ Các (龍圖閣), trụ sở của Viện Hàn Lâm đời Tống.

Truyền thuyết về việc Bao Công được coi là anh minh, sáng suốt trong việc thẩm án có lẽ chỉ đúng theo ước lệ xưa, khó có thể chấp nhận với quan điểm ngày nay. Ngoài những án có quỉ thần "báo mộng" thuật rõ mọi việc đã xảy ra, nhiều án còn lại chỉ là kết quả của việc tra tấn tàn bạo mà người bị tình nghi, vì chịu đòn không nổi, phải cung nhận tất cả mọi tội lỗi. Tác giả còn tuyên dương, cổ võ một nền "đạo lý" thiên lệch, hà khắc với phụ nữ và hàng con cháu, do các nho gia đời Tống áp đặt lên xã hội thời trước - chủ đích này có thể thấy bàng bạc trong suốt bộ truyện.

Về văn học, nhân vật Bao Công cũng không lưu lại một di tích nào, trừ bài thơ dưới đây, theo một tài liệu cho rằng do Bao Công viết lên vách trong phòng tu tập ở quận Đoan Châu.

書端州郡齋壁   Written In Duanzhou *(from wikipedia)*

清心為治本   *The essence of governing is to have a cleansed heart,*
直道是身謀   *The strategy of life is to follow upright ways.*
秀幹終成棟   *An elegant stem will eventually turn into a pillar,*
精剛不作鉤   *Refined steel cannot be bent into a hook.*
倉充鼠雀喜   *Rats and sparrows overjoy when the granary is full,*
草盡兔狐愁   *Rabbits and foxes worry when the grassland dies.*
史冊有遺訓   *History books contain teachings by those deceased:*
毋貽來者羞   *Don't leave your descendants with only embarrassment!*

Chúng tôi mạo muội phiên âm và tạm dịch thoát như sau:

Thư Đoan Châu Quận Trai Bích   Viết Lên Vách ở Đoan Châu

Thanh tâm vi trị bản   *Lòng trong sạch để lo đời*
Trực đạo thị thân mưu   *Đường ngay thẳng đi thảnh thơi*
Tú cán chung thành đống   *Gốc vững mai thành cột cả*
Tinh cương bất tác câu   *Thép cứng bẻ chẳng cong rồi*
Thương sung thử tước hí   *Lắm lúa chuột chim ca múa*
Thảo tận thố hồ sầu   *Hết cỏ chồn thỏ lệ rơi*
Sử sách hữu di huấn   *Sách xưa còn lời dặn đó*
Vô di lai giả tu.   *Đừng làm thẹn cháu con ngươi!*

nhà xuất bản Hàng Thị

Long Đồ Công Án

Nguyên tác Hán Văn
do
Nguyễn Ngọc Thơ
&
Nguyễn Chánh Sắt
dịch
với sự cộng tác của
Nguyễn Ngọc Quí
&
Đinh Thái Sơn

Quyển I & II

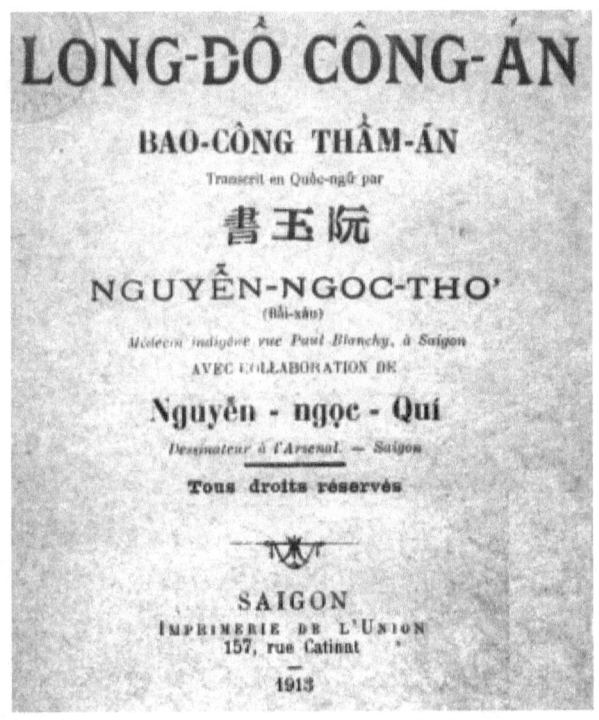

LONG-ĐỒ CÔNG-ÁN

BAO-CÔNG THẨM-ÁN

Transcrit en Quốc-ngữ par

書玉阮

NGUYỄN-NGOC-THƠ'
(Hải-xâu)

Médecin indigène rue Paul Blanchy, à Saigon

AVEC COLLABORATION DE

Nguyễn - ngọc - Quí

Dessinateur à l'Arsenal. — Saigon

SAIGON
IMPRIMERIE DE L'UNION
157, rue Catinat
1913

Trong bản in gốc của hai quyển I và II, ngoài những lỗi chánh tả thường gặp thời ấy, còn có nhiều lỗi do việc sắp chữ nhầm lẫn, lỗi do việc đặt một số dấu chấm phết sai chỗ, và đôi khi những câu nói của các nhân vật lại không được tách ra rõ ràng khỏi phần truyện kể.

Vì vậy, dù vẫn giữ nguyên tắc tôn trọng triệt để bản gốc để bảo tồn tinh túy của người xưa, khi hiệu đính hai quyển này, chúng tôi không chỉ sửa các lỗi in, mà đôi khi còn đổi, hay thêm, vài chữ cho hợp nghĩa, cũng như chấm câu lại, hay xuống hàng, cho lời văn được minh bạch hơn - chỉ khi nào thấy thật cần thiết. Nếu có gì sai phạm, đó là sơ xuất của chúng tôi.

1. A Di Đà Giảng Hòa[1]

Niệm A Di Đà để cầu hòa

Án này nói về phủ An Đức, huyện Hiếu Cảm, có một tên Tú Tài họ Hứa danh Hiếu Trung, tuổi vừa mười tám, hình tướng khôi ngô, tinh thần tuấn nhã, mặt mày tốt tươi, ở ngang nhà Tú Tài có một người làm nghề hàng heo, tên là Tiêu Phụ Hớn, vợ chồng sanh có một gái tên Tiêu Thục Ngọc[2], mới mười bảy tuổi, dung mạo yểu điệu thiệt rất lịch sự, bóng sắc hương hoa, cá trầm nhạn sa, mỗi ngày hằng ở trên lầu thêu bông, mà nhà thì ở khít bên đường; bữa ấy dòm thấy Hứa Hiếu Trung đi ngang qua, hai người thấy nhau rồi lấy mắt liếc đưa tình, đều có lòng ân ái như vậy cũng lâu; Hứa Trung thường lấy lời chọc ghẹo, Thục Ngọc gặc đầu[3] ưng chịu. Có đêm ấy Hứa Trung lén leo thang lên lầu cùng Thục Ngọc, nắm tay dắt nhau vào loan phòng hoan giao cuộc vui sướng cùng nhau, đến đầu canh năm Hứa Trung muốn xuống lầu mà về, thì hẹn cùng Thục Ngọc đêm thứ đến nữa, nàng ấy nói:

- Nếu tối nay chàng leo thang lên nữa, thì tôi e người đi đường qua lại gặp thấy ắt chẳng tiện cho đôi ta, vậy tôi tính cột một cái róc rách[4] trên này rồi thòng cây vải trắng xuống tới đất, như tối chàng có đến thì đeo mối vải ấy đặng tôi trên này rút lên, kế đó thì mới dễ cho đôi ta.

Hứa Trung nghe rồi rất vui mừng và đẹp lòng lắm, như vậy tới lui cùng nhau đã gần nửa năm, thì xóm giềng[5] đều biết, còn Tiêu Phụ Hớn chẳng hay, rủi đêm kia Hứa Trung mắc anh em bạn mời đi ăn

---

[1] Một ấn bản khác lại in tựa là *A Di Đà **Giải** Hòa*.

[2] Là ngọc tốt.   [*chú thích của dịch giả*]

[3] Gặc đầu: cúi đầu một hoặc nhiều lần, ngày nay thường nói và viết **sai** thành *gật đầu* - chữ *gật* chỉ đúng trong gật gù (cúi xuống và ngẩng lên nhiều lần.)

[4] Róc rách: còn gọi *rỏ rẽ* hay *ròng rọc*.

[5] Xóm giềng: những nhà ở xung quanh - đúng ra nên viết là *xóm diềng* (cũng như *láng diềng*), do *diềng* là chữ *diên* (延), nghĩa là "kéo dài", đọc trại ra (theo Lê Gia, *Tiếng Nói Nôm Na*.) Một thuyết khác (theo Nguyễn Hy Vọng, *Từ Điển Nguồn Gốc Tiếng Việt*) cho rằng *giềng* là tiếng mượn của Thái, Lào, có nghĩa là "ở gần".

tiệc canh khuya mà chưa đến; có một thầy sãi tên là Minh Tu, thường đêm hằng đi gõ mõ đọc kinh phú quyến[1] đường đó, đi vừa đến gần thấy bức vải trắng từ trên thả xuống tới đất, trong trí tưởng là vải chủ nhà phơi mà quên lấy vô, nên muốn ăn cắp đem về, liền để dùi mõ xuống đất, lén bước vào hai tay guộn[2] quấn mối vải giựt xuống, thì thấy trên lầu có người rút lên, ý sãi Minh Tu đã rõ biết chắc trên lầu có đờn bà con gái chi đây, nên thả bức vải này xuống đặng làm thang cầu đem trai lên, vậy để mình đeo lên thử coi, tới lầu thiệt có một người con gái, sãi Minh Tu thấy rất đẹp lòng và cả mầng mà nói rằng:

- *Vốn ta cùng nàng có duyên nợ, nên xin cho ta chung gối cùng một đêm thì phước nàng như biển rộng, ơn đức ví trời cao.*

Thục Ngọc giận mắng rằng:

- *Vì ta sánh đôi là những người bực loan phụng, chớ ngươi là thằng đầu trọc kẻ dã tăng[3], vậy thôi ta cho ngươi một cây trâm, ngươi khá mau xuống lầu.*

Sãi Minh Tu nói:

- *Bởi nàng kéo ta lên đến đây, nên đêm nay ta lên thì dễ, chớ muốn ta xuống thì khó.*

Rồi bước lại ôm bắt nựng nịu vò bóp cầu việc hoan vui ân ái; Tiêu Thục Ngọc cả giận la lớn lên rằng:

- *Có kẻ cường đạo đến đây.*

Lúc ấy cha mẹ ngủ mê đều chẳng ai nghe, sãi Minh Tu sợ động có người tiếp cứu, vậy anh ta lật đật lấy dao nhỏ trong mình siết đứt họng Thục Ngọc, rồi lấy cây trâm và lột đôi bông với cà rá nàng ấy, mà leo xuống lầu đi mất, đến sáng ngày trời đã trưa, đúng bữa cơm mà vợ chồng Tiêu Phụ Hớn chẳng thấy con gái mình xuống ăn,

---

[1] Phú quyến: chữ nhà Phật - *phú quyến* còn gọi là *hóa duyên* (化緣), nghĩa là nói lời đạo nghĩa để khiến cho người sinh lòng từ thiện mà giúp cho.

[2] Guộn: vo, cuốn lên, cũng gần nghĩa như *cuộn* (quấn từ ngoài vào trong.)

[3] Dã tăng (野僧): nhà sư man trá, ác độc, không thật sự là kẻ tu hành.

người mẹ mới chạy lên thăm coi, thì thấy máu chảy lai láng thây chết đà cứng, bèn tri hô lên mà chẳng biết ai giết.

Trong xóm đó có người chẳng ưa tên Hứa Hiếu Trung, nên nói cùng

Tiêu Phụ Hớn rằng:

- Nàng Tiêu Thục Ngọc trai gái cùng Hứa Hiếu Trung tới lui với nhau đã hơn nửa năm, lại đêm ấy Hứa Hiếu Trung ăn tiệc nhà anh em bạn uống rượu say, nên chắc về giết lầm Tiêu Thục Ngọc đó chớ chẳng ai.

Tiêu Phụ Hớn nghe lời mấy người ấy, nên biết ông Bao Công đoán việc như thần, bèn làm đơn đến kêu oan.

Đơn rằng:

"Vì lập tờ cáo bẩm lịnh thượng quan, có kẻ cường gian sát nhơn, tên Hứa Hiếu Trung, tiếng là học trò chớ lòng dữ tợn tánh hạnh dâm ô, thấy con gái tôi là Tiêu Thục Ngọc có bóng sắc, trăm điều chọc ghẹo mà chẳng đặng, mới muốn việc dâm ô, ban đêm uống rượu say, cắp dao trong mình, trốn lên lầu vào trong phòng ép hãm dâm ô, vì con tôi lòng trinh tiết chẳng chịu, nên nó rút dao cắt đứt họng; và trong mình con tôi có đeo đôi bông tai, cà rá, và giặt một cây trâm, nhơn khi ấy đoạt lấy luôn, đều có chứng bàng cận, kế *cận[1], vậy tôi xin khống cáo[2] đến chốn công môn, vì nó là giả tiếng học trò thiệt lòng tích những gươm đao, bộ dạng hiền lương chớ làm chuyện ác nghịch, chẳng kiêng phép luật nhà nước, mới dám giết oan con tôi, nên tôi kíp cáo bẩm cùng lịnh thượng quan, xin phán đoán việc oan ức cho chúng dân nhờ.*

Khấu bẩm."

Thuở ấy ông Bao Công làm quan rất thanh liêm, xử phân hình luật ngay thẳng như mực tàu, luận đoán lý sự như thần minh. Ngày ấy đã chấp[3] thâu cáo trạng Tiêu Phụ Hớn, liền cho người đến bắt tên Hứa Hiếu Trung, và đòi các chứng đều vào chốn công môn[4]. Bao Công trước hỏi chứng bàng cận là Tiêu Mỹ cùng kế cận là Ngô Phạm đều khai rằng:

- *Tiêu Thục Ngọc nhà gần bên đường, một mình ở trên lầu, trai gái cùng Hứa Hiếu Trung, đã hơn nửa năm, cha mẹ thiệt chẳng hay việc ấy, chúng tôi rõ biết chắc; còn chuyện cường gian sát tử Tiêu Thục Ngọc đó, vì đêm khuya nên chúng tôi không hiểu là ai giết.*

Còn Hứa Hiếu Trung thì khai rằng:
- *Việc thông gian cùng Tiêu Thục Ngọc vậy tôi cam chịu, bằng trị tội ấy thì tôi chẳng nài hà chi, còn sự giết chết đó thiệt tôi không có.*

Tiêu Phụ Hớn thưa rằng:
- *Bẩm thượng quan vì đó chịu tội nhẹ mà chối tội nặng tình đã rõ thấy, huống chi một mình nó đặng vào phòng con tôi, như nó không giết vậy ai vô đó, vì bởi con tôi không cho nó tới lui, nên nó oán giận mà cố ý giết con tôi, bởi tánh nó còn nhỏ, nên hay thù oán giận con tôi chẳng cho tới lui mà gây ra chuyện lớn như vậy, nếu lịnh thượng quan chẳng lấy nghiêm hình mà tra nó, ắt nó chẳng chịu khai đâu.*

---

[1] Bàng cận, kế cận: *bàng cận* là ở gần bên, như các nhà xung quanh, *kế cận* là ở sát bên, như nhà chung vách - *kế* gần hơn *bàng*.

[2] Khống cáo (控告): kiện cáo, tố cáo, thưa ra tòa, kết tội.

[3] Chấp (執): cầm, nắm, giữ, làm - như *chấp chánh* (lên nắm chánh quyền), *chấp đơn* (thâu nhận đơn), *chấp pháp* (thi hành luật pháp.)

[4] Chỗ nhà hầu xử kiện.   *[chú thích của dịch giả]*

Bao Công xem thấy Hứa Hiếu Trung, tướng mạo đầm thắm tánh khí hòa huỡn, bộ dạng chẳng phải là đứa hung bạo, nên hỏi rằng:
- *Ngươi cùng Tiêu Thục Ngọc trong lúc tới lui ân ái cùng nhau, mà có ai đi ngang qua lầu thấy không?*

Hứa Hiếu Trung thưa rằng:
- *Bẩm thượng quan chẳng có ai thấy, song trong tháng đó có gặp một thầy sãi đi gõ mõ đọc kinh ngoài đường ban đêm mà thôi.*

Bao Công nổi giận vỗ án nói rằng:
- *Ấy đã rõ chắc ngươi giết Tiêu Thục Ngọc đó chớ ai, nay tội ngươi phải xử tử, ngươi bằng lòng không?*

Hứa Hiếu Trung khi ấy còn nhỏ nên nhát sợ, thấy Bao Bông oai nghiêm như vậy, liền chịu tội chết chém, Bao Công truyền đánh hai chục côn, rồi giam vào cấm cố. Khi ấy Bao Công lén kêu hai tên lính tâm phúc là Vương Trung với Lý Nghĩa mà hỏi:
- *Tên thầy sãi đọc kinh ban đêm ấy ở tại đâu?*

Vương Trung nói:
- *Ở tại Nguyệt Kiều Viện¹ gần Quan Âm Các.*

Bao Công liền khiến hai tên lính ấy khá lén đi làm như vậy ... như vậy ..., chừng nào ra việc rồi ta sẽ thưởng hai ngươi.

Đêm đó sãi Minh Tu cũng đi gõ mõ đọc kinh ngoài đường như thường; chừng canh ba mới trở về tới cầu ngồi nghỉ. Trực xảy nghe tiếng hai bên đầu cầu có ba con quỉ; con rên đầu này, con la đầu kia, con thì ở giữa kêu khóc rất nên ghê góc thảm thiết, sãi Minh Tu ngồi giữa cầu, miệng niệm kinh Di Đà chẳng dứt, phía sau lưng có một con quỉ, giống tiếng đờn bà, và khóc và kêu mà nói rằng:
- *Bớ sãi Minh Tu, vì ngươi muốn hãm hiếp ta mà ta chẳng chịu, lại phần số ta chưa tới mà ngươi giết ta, rồi còn đoạt bông tai cà rá và cây trâm nữa, nên ta kêu oan cùng vua Diêm Vương mới cho hai quỉ sứ theo đặng mà bắt ngươi, vậy chớ khá đọc kinh Di Đà, mà giải*

_____

¹ Cái am cất giữa cầu như cái lầu, dưới người ta đi.   *[chú thích của dịch giả]*

sao cho khỏi tội! Ngươi phải giao trả đồ nữ trang lại thì ta mới thôi, bằng chẳng chịu, ắt ta kêu oan lên thiên đình, chắc ngươi phải chết, dẫu có các phương Phật, cũng không cứu đặng mạng ngươi.

Lúc ấy sãi Minh Tu tay thì lần chuỗi bồ đề, còn miệng đọc kinh Di Đà, tai nghe rồi, mới đáp lại rằng:
- Vì ta là kẻ tu hành, thèm lạc[1] đã lâu, nên muốn dâm nàng mà chẳng đặng, nàng lại tri hô lên, ta sợ động thì ta phải bị bắt, nên ta một buổi chậm tính giết lỡ nàng đi rồi, bây giờ ăn năn chẳng kịp. Còn trâm cùng bông tai của nàng hãy còn đây, vậy để ta trả lại cho nàng, và tụng kinh siêu độ linh hồn nàng mau tái sanh, xin nàng chớ tâu với thiên tào tội nghiệp.

Nữ quỉ ấy lại khóc, còn hai quỉ sứ hai đầu đi lại than van thêm ghê góc. Khi đó sãi Minh Tu miệng càng đọc kinh lia; xảy đâu hai tên lính nhảy tới thộp, bắt trói lại rồi. Sãi Minh Tu tưởng là thiệt quỉ sứ.
Vương Trung nói:
- Ta đây là vưng lịnh Bao lão gia mà bắt ngươi chớ chẳng phải quỉ sứ đâu.

Sãi nghe rồi mặt xanh như chàm, chừng ấy mới năn nỉ xin tưởng tình người tu hành mà tha tội! Vương Trung nói:
- Ngươi thiệt là giả đạo Phật, dối màu tăng, còn nói cái chi đặng.

Bèn lấy dây sắt xiềng lại chắc chắn. Lý Nghĩa mới lấy các món đồ chuông mõ rồi dẫn về.

Nguyên là kế Bao Công dạy hai tên công sai[2] ấy, mướn một con điếm ở nơi cầu mà giả làm nữ quỉ, đặng mà nhát sãi Minh Tu mới ra việc ấy.

Ngày thứ giải sãi Minh Tu vào, cùng con điếm ấy thuật đọc hết những lời sãi Minh Tu nói đêm khi hôm. Bao Công dạy lấy bạc trong kho thưởng con điếm cùng hai tên công sai ấy, lại khiến xét

---

[1] Lạc: chuyện vui vẻ, sung sướng.
[2] Là lính hầu.

[chú thích của dịch giả]

Nguyễn Ngọc Thơ & Nguyễn Chánh Sắt   Trang 18

trong mình sãi Minh Tu, thì thấy trong ruột ngựa buộc lưng, đều có bông tai cà rá với cây trâm; bèn đòi Tiêu Phụ Hớn lại, thì nhìn quả thiệt đồ nữ trang của con mình, nên sãi Minh Tu chẳng chối từ chi đặng, đành chịu tử tội. Bao Công lại nói cùng Hứa Hiếu Trung rằng:

- *Vụ giết chết Tiêu Thục Ngọc đó là sãi Minh Tu, thì thường mạng đã xong rồi; còn phận ngươi, mình đậu đặng bậc Tú Tài, mà lại gian dâm con gái người, như vậy thì tội ấy phải lột bâu áo xanh[1] cách khoa[2] Tú Tài, song có một điều này; vì ngươi chưa cưới vợ, còn Tiêu Thục Ngọc cũng chưa chồng, tuy việc trai gái dã hiệp[3] cùng nhau, ấy là cũng tiền duyên tơ tóc, vợ chồng hội ngộ ngày sau, huống chi Thục Ngọc vì ngươi nên thả cầu mà kéo lầm sãi Minh Tu, lại giữ tiết cho đến đỗi chết oan thì danh trinh liệt càng thơm, vậy chẳng xấu tiếng làm vợ của ngươi; nếu như nay muốn cưới vợ khác thì phải mất chức Tú Tài, bằng tưởng ân tình trước mà lấy Thục Ngọc làm vợ chánh, thì ngươi phải giữ lễ, lo chôn cất từng tự[4] thờ phượng, lại chẳng đặng cưới vợ khác nữa, vậy mới phải đạo làm làm trai, hễ một đêm chung gối, thì ngàn năm phải thương nhau. Ấy là hai lẽ vậy ngươi tính thể nào?*

Hứa Hiếu Trung nói:

- *Vì tôi biết Thục Ngọc tánh trinh liệt, bởi giữ tiết cùng tôi mà phải chết, còn trong lúc tôi tới lui với nảng[5], thì hằng giao kết biểu tôi ngày sau, sao cũng phải cưới nảng làm vợ, vậy tôi hứa chừng thi đậu rồi, sẽ sắm lễ nghinh thú[6] chẳng dè bị sãi ác tăng giết, nảng lại thủ tiết mà chết, thì đã minh bạch lòng trinh liệt của nảng, nên tôi nỡ nào mà cưới vợ khác cho đành, nay tôi xin chôn cất thờ phượng nàng và nhận làm chánh thê, đặng chẳng phụ lòng nảng vì tôi mà*

---

[1] Hễ thi đậu bực Tú Tài thì mặc áo bâu xanh.   [*chú thích của dịch giả*]

[2] Cách khoa (革科): tước bỏ bằng cấp đã đậu, coi như thi rớt, hoặc chưa thi - thi đậu thì gọi là *đăng khoa* (登科)

[3] Dã hiệp: lấy nhau, ăn ở với nhau một cách lén lút.

[4] Từng tự: không rõ là gì. Có thể là *tuần tự* (旬祀), đoán là cúng giỗ đều đặn.

[5] Nảng: nàng ấy.

[6] Là đám cưới.   [*chú thích của dịch giả*]

         Long Đồ Công Án

tử tiết; ý tôi thiệt chắc chẳng dám cưới vợ khác, như vậy mà có cách khoa Tú Tài không? Xin lệnh bề trên định phân.

Bao Công nghe nói rất đẹp lòng mà rằng:

- *Nếu tấm lòng ngươi được như vậy, thì hiệp theo lẽ trời, vậy ta sẽ giúp đỡ việc thân danh ngày sau cho ngươi. Thôi, để ta gởi thơ cho quan Giám Đốc Học xin tội ấy cho ngươi, thì đặng khỏi mất khoa Tú Tài vậy.*

Thơ gởi cho quan Đốc Học rằng:

"Ta xét lại đặng tên Tú Tài, là Hứa Hiếu Trung, tuổi nhỏ chưa có vợ, ở ngang nhà có một gái, tên là Tiêu Thục Ngọc, cũng chưa chồng, hai trẻ thuận tình, trong đêm vắng thông gian cùng nhau; dưới bóng trăng hiệp lòng ân ái, thâm duyên đã đặng nửa thu, âm thầm giao kết việc trăm năm, ở trên lầu cha mẹ chẳng hay, không dè một buổi biến sanh tai họa, vì có một sãi dã tăng tên Minh Tu, tánh ý trâu ngựa, đêm khuya lên lầu, lòng muông dạ thú, đam bùn đất bôi vào châu ngọc, thấy việc chẳng êm nên lấy dao mà giết Thục Ngọc, rồi thừa dịp ấy đoạt trâm, cà rá và bông tai. Cám thương thay nàng Thục Ngọc, bị dã tăng mà thác oan, thì linh hồn cũng được tiết nghĩa, vậy còn Hứa Hiếu Trung tình nguyện chẳng cưới vợ khác. Nay định tội ác tăng phải thường mạng, đặng trả thù cho oan hồn tiết phụ. Còn Hứa Hiếu Trung chẳng mất chức Tú Tài, vì lòng nghĩa phụ. Vậy tôi chưa dám đoán chắc nên chờ lịnh ngài phân xử.

Nay tin."

Quan Giám Đốc Học xem thơ rồi, cũng vâng theo lời nghị định của Bao Công. Đến sau Hứa Hiếu Trung thi đậu nơi trường Hương rồi, về tạ ơn Bao Công mà nói rằng:

- *Nếu chẳng có lịnh lão sư phân đoán minh bạch thì tôi đã làm quỉ không đầu trong khám ngục rồi, há sống đặng ngày nay mà vinh hiển như vầy sao?*

Bao Công hỏi:

- *Vậy bây giờ muốn cưới vợ không?*

Hứa Hiếu Trung thưa rằng:

- *Dẫu đến chết tôi cũng không dám.*

Bao Công nói:

- *Làm người trên đời tội bất hiếu có ba điều: mà thứ nhứt là không con nối dòng.*

Hứa Hiếu Trung thưa rằng:

- *Nay tôi giữ chữ nghĩa, thì chẳng trọn chữ hiếu.*

Bao Công nói:

- *Hiền khiết[1] ngày nay đã nên danh rồi, thì linh hồn Tiêu phu nhơn ở trên thiên đài cũng vui mừng không cùng; phải như còn sống thì cũng khiến hiền khiết, sính lễ cưới thứ thiếp. Thôi để Tiêu phu nhơn làm vợ chánh, còn phải cưới một người thứ hai cho ngôi tiểu thất thì cũng không hề chi đâu.*

Hứa Hiếu Trung quyết lòng chẳng chịu. Bao Công khiến người Cử Nhơn, đồng niên làm mai dong, rồi ép Hiếu Trung cưới con họ Hoát làm thứ thiếp. Hứa Hiếu Trung mới lập lễ cưới vợ bé, vậy ngôi chánh thê thì kiến phần cho Tiêu thị, còn Hoát thị thì làm thứ thất, ấy mới gọi rằng vợ được chữ tiết, chồng giữ chữ nghĩa, hai đàng đều trọn đạo cang thường. Ấy cũng nhờ chưng đức ông Bao Công xét rõ oan hồn, ra ơn cho cưới vợ nối dòng, âm chất ví như núi cao biển sâu vậy.

2. Quan Âm Bồ Đề Thác Mộng

Phật Quan Âm báo mộng

Nói về Quí Châu, Trình Phong Phủ, có một Tú Tài, tên Đinh Nhựt Trung, hằng bữa đến chùa An Phước đọc sách cho vắng vẻ, lại làm

---

[1] Người hiền lành tử tế.   *[chú thích của dịch giả]*

quen với một hòa thượng tên là Tánh Huệ, thường bữa sớm tối lân la rất thiết nghĩa.

Có một ngày kia, sãi Tánh Huệ qua nhà Đinh Nhựt Trung mà chơi, rủi Đinh Tú Tài đi khỏi chẳng có ở nhà, còn vợ là Đặng thị, thường nghe chồng mình khoe nói ở chùa đọc sách, đều nhờ sãi Tánh Huệ thết đãi trà nước tử tế, nên vì ơn ấy mới ra tiếp rước, cầm ở lại đặng đãi một bữa cơm; sãi Tánh Huệ xem thấy nàng Đặng thị, dung mạo dịu dàng, ăn nói đằm thắm, thiệt có bóng sắc, nên trong lòng rất đẹp, và thương muốn lắm. Khi ấy trở về cách ít ngày sau Đinh Nhựt Trung cũng qua ở chùa đọc sách, đã hơn một tháng mà chưa về, nên sãi Tánh Huệ mới tính quỉ kế, bèn lấy bạc mướn một cái kiệu, khiến hai thằng đạo giả làm kiệu phu¹, khiêng kiệu không đến nhà Đặng thị, thì trời vừa đang trưa, hai kiệu phu ấy nói với nàng Đặng thị rằng:

- Chồng thím ở nơi chùa đọc sách mệt nhọc quá chừng, rủi lại cảm gió mà chết, may nhờ hòa thượng thuốc men cứu tỉnh dậy, bây giờ còn đương hoi hóp nằm trên giường, sống chết chưa biết, nên khiến hai tôi đam kiệu rước thím đến, đặng cho Tú Tài thấy mặt trối trăng ít điều.

Đặng thị nói rằng:

- Sao chẳng mướn kiệu rộng cho Tú Tài nằm đặng đam về đây?

Kiệu phu nói:

- Hòa thượng cũng tính muốn mướn kiệu mà đưa về, ngặt vì đường xa cách hơn 10 dặm, nên sợ e dọc đàng cảm mạo² lại, bịnh thêm nặng thì chắc là khó cứu sống lại đó; vậy xin thím khá nhơn công đến thăm rồi sẽ tính đem về hay không, đặng lo thuốc thang điều trị thì họa may chăng, bởi vì thím là vợ, hết lòng săn sóc vậy mới mau mạnh đặng.

---

¹ Quân khiêng kiệu.   [chú thích của dịch giả]
² Cảm gió đau lại.   [chú thích của dịch giả]

Nàng Đặng thị nghe nói rồi lên kiệu đi liền, đến chiều mới tới chùa, kiệu phu khiêng thẳng vào trong liêu[1] Tánh Huệ, thì đã thấy dọn yến sẵn rồi.

Ấy là Tánh Huệ có ý chờ nàng Đặng thị tới mà đãi ăn uống. Đặng thị mới đến liền hỏi:

- *Vậy chớ lang quân tôi nằm nơi nào, xin dắt đến thăm.*

Sãi Tánh Huệ bèn bước ra nói:

- *Chồng thím nghe lời anh em chúng bạn dắt đi dạo chơi nơi thành thị, và coi cái chùa mới cất, rồi sai người về nói với tôi rằng chồng thím bị trúng phong, tôi có đến thăm, thì đã khá nhẹ rồi; vậy từ đây đến đó đường xa hơn năm dặm, mà bây giờ trời đã chiều tối, thím khá tạm nghỉ ở đây một đêm, rồi mai sớm sẽ đi cũng chẳng muộn chi, bằng muốn đi gấp thì phải chờ kiệu phu nó dùng cơm đã, và thím ăn ít miếng lót lòng rồi sẽ thắp đèn mà đi.*

Nàng Đặng thị trong lòng đã sanh nghi, ngặt nhắm bề không nẻo tới lui, mới dằn lòng ăn ít miếng và uống vài chén rượu, rồi lại thúc hối kiệu phu sắm sửa đi. Sãi Tánh Huệ nói:

- *Quân kiệu phu ấy nó không chịu đi ban đêm, đều về nhà hết rồi, vậy thì thím uống thêm vài chén không hề chi xin đừng lo sợ.*

Lại khiến kẻ hầu đãi ấy ân cần khuyên mời Đặng thị ăn uống, rồi biểu dắt vào phòng an nghỉ. Đặng thị xem thấy màn thêu trướng gấm, nệm gối thảy đều tốt mới, thì lòng đã sanh nghi, nên chong đèn để quần áo nai nịt vậy mà ngủ. Song vì lòng nghi sợ nên ngủ chẳng đặng, trống đà trở canh ba rồi. Lúc đó sãi Tánh Huệ mới lần mò đi thầm mà vô đến bên giường, rồi thò tay mà ôm. Nàng Đặng thị liền la lên. Sãi Tánh Huệ nói:

- *Dẫu nàng la đến sáng cũng không người tới bắt ta, mà ta cũng chẳng buông ra nữa; vì thương nhớ nàng, nên chua xót tấm lòng chẳng biết bao nhiêu. Ngày nay nàng đã đến đây rồi, thì cùng ta ấy*

---

[1] Cái phòng của thầy chùa ở.   *[chú thích của dịch giả]*

thiệt là căn nợ kiếp trước đó, nguyệt lão đà phân định chẳng cần là nàng ưng không.

Đặng thị vụt ngồi dậy nói:

- Đồ dã tăng sao chẳng biết xấu hổ, thà ta liều chết, quyết chẳng chịu nhục.

Sãi Tánh Huệ nói:

- *Xin nàng chịu ân ái cùng ta một đêm, rồi ngày mai ta sẽ dắt nàng đến mà gặp chồng, nếu chẳng nghe lời thuận tình cùng ta, tức thì ta giết nàng đam thây chôn trong nhà xí trọn đời chẳng đặng tái sanh.*

Khi đó Đặng thị sỉ nhục mắng nhiếc hết sức, song đã bị sãi Tánh Huệ làm ngang lột tuốt hết áo quần, rồi buộc tay chơn lại mà lung tánh dâm ô.

Rạng ngày đến trưa mới dậy, sãi Tánh Huệ nói với Đặng thị rằng:

- *Nàng đã bị ta thiết kế gạt đến đây, việc đà dĩ lỡ như vậy rồi, vậy khá cạo đầu đặng làm cô ni[1], ở trong liêu ta, quần áo ăn mặc chẳng thiếu món chi, khuyên nàng khá bằng lòng, nếu nghịch mạng thì phải chết, vì ta đã sắm sẵn một sợi dây với cây đao và ve thuốc độc đều có đủ tại đây, tự ý nàng muốn chết thể nào.*

Đặng thị nghĩ mình đã chịu nhơ nhuốc rồi, nếu chết bây giờ thì không thấy mặt chồng, lại biết ngày nào trả đặng đại cừu này; chi bằng ép lòng mà chịu xấu hổ, chờ ngày gặp chồng ta rửa hết oán thù, rồi chết mới đành bụng, nên y theo lời cạo trọc đầu mặc đồ thuyền tăng[2] ở đó đã hơn một tháng.

Ngày kia Đinh Nhựt Trung đến chùa thăm sãi Tánh Huệ. Nàng Đặng thị nghe tiếng chồng mình nói, bèn lật đật chạy ra trước. Sãi Tánh Huệ mới hay rồi liền chạy theo ra, thì Đinh Nhựt Trung vợ chồng đương phân trần, nàng Đặng thị khóc mà nói:

---

[1] Cô ni: là phụ nữ mà xuất gia tu theo đạo Phật - ngày nay thường viết là *ni cô.*
[2] Áo già quần già đồ bà vãi. *[chú thích của dịch giả]*

- *Phu quân chẳng nhìn đặng thiếp sao? Vì tôi bị sãi Tánh Huệ thiết kế gạt đến đây, nên ngày đêm trông chàng đến giải cứu.*

Đinh Nhựt Trung nghe rồi cả giận lướt vô mà đánh, thì bị sãi Tánh Huệ hô chúng ác tăng áp bắt trói Nhựt Trung lại, rồi lấy đao ra đặng mà giết. Nàng Đặng thị giựt đao nói rằng:

- *Vậy bây khá giết tao trước rồi sau sẽ giết chồng tao.*

Sãi Tánh Huệ bèn giựt đao ôm Đặng thị vào phòng đóng cửa nhốt lại, rồi trở ra đặng giết Đinh Nhựt Trung; Nhựt Trung nói:

- *Vợ thì bị hãm hiếp, chồng lại phải chém giết, ta dầu xuống âm phủ, thiệt chắc chẳng dung ngươi; vậy ngươi muốn giết thì khá cho vợ chồng ta thấy mặt nhau rồi giết chết hết một lượt mới ưng lòng.*

Sãi Tánh Huệ nói rằng:

- *Nếu ngươi chết rồi thì nàng Đặng thị là vợ của ta, dễ khẳng[1] cho đồng chết với ngươi sao?*

Đinh Nhựt Trung nói:

- *Vậy thì xin để cho ta chết đặng toàn thân thể.*

Sãi Tánh Huệ nói:

- *Thôi ta cũng làm phước cho ngươi, vậy sau phương trượng đây có một cái chuông lớn, để ta đem ngươi nhốt trong chuông ấy cho nhịn đói mà chết.*

Từ nhốt Đinh Nhựt Trung vào trong cái chuông lớn ấy rồi, thì ngày đêm nàng Đặng thị hằng than khóc, lại vái đức Phật Quan Âm Bồ Tát, xin hiển linh khiến người đến cứu chồng mình.

Cách ba ngày may có Bao Công đi qua tới xứ ấy. Ban đêm thấy chiêm bao Phật Quan Âm dắt Bao Công tới chùa An Phước trong chỗ phương trượng, thì thấy úp một cái lồng đèn. Đêm đầu cũng chẳng lấy làm tin, thấy luôn ba đêm như vậy, nên trong lòng sanh nghi lấy làm lạ, bèn dạy kiệu phu khiêng đến chùa An Phước coi thể nào. Đi vừa tới Bao Công vào chùa rồi, thiệt thấy sau phương

---

[1] Khẳng: đành lòng, ưng chịu, đồng ý - ngày nay thường viết là *khứng*.

trượng có một cái chuông lớn. Bao Công bèn dạy kẻ công sai dở chuông ra coi thử, thì thấy có một người đói gần chết mà hơi thở chưa dứt hãy còn hoi hóp. Bao Công biết thiệt người bị hại, bèn dạy lấy nước cháo lần lần cho uống, một chặp tỉnh lại mới khai rằng:

- *Sãi Tánh Huệ đã bắt vợ tôi mà hãm hiếp và cạo đầu cho làm sãi, lại đem tôi mà nhốt vô trong chuông này đặng đói mà chết.*

Bao Công dạy kíp mau bắt Tánh Huệ đến, rồi sai người khắp nơi kiếm xét đều không có đờn bà. Bao Công lại quở, dạy phải xét lại cho kỹ, thì nơi trong bên vách có lót ván trên mặt đất. Lính công sai cạy dở ván ấy lên, thì có thang xuống dưới đất: các lính công sai bèn theo thang ấy mà xuống, thiệt có nhà dưới đất thắp đèn tỏ sáng lắm, lại có một hòa thượng nhỏ ngồi đó. Lính công sai bèn bắt hòa thượng ấy đem lên mà ra mắt Bao Công.

Người hòa thượng ấy thiệt là nàng Đặng thị. Khi ấy thấy chồng mình đã khỏi họa rồi, còn sãi Tánh Huệ thì bị xiềng lại, Đặng thị mới tỏ bày mọi việc trước sau:

- *Vì đã bị sãi Tánh Huệ thiết kế quỉ gạt đến chùa, sanh lòng tà nó ép việc dâm ô, rồi bắt cạo đầu làm sãi, nên ngày đêm tôi than khóc cầu khẩn hoài.*

Các việc rõ ràng thưa hết. Sãi Tánh Huệ chẳng đôi chối đặng một điều, cúi đầu nói đành chịu tội chết, nhờ lượng quan trên giảm bớt.

Lời án rằng:

"Vì kết nên án, tra xét ra đặng, quân sãi dâm ô, tên là Tánh Huệ, tấm lòng dữ tợn, lương tâm chẳng có, cùng kẻ sanh viễn, là Đinh Nhựt Trung, thiết nghĩa với nhau, hằng dùng rượu cơm, khuyên mời lân la, Tánh Huệ xem thấy, người vợ Nhựt Trung, là nàng Đặng thị, bóng sắc xinh tốt, bèn thiết quyệt kế[1], dối gạt Đặng thị, vào chùa thăm chồng, ép hãm dâm ô, lại bắt cạo đầu, mặc đồ thuyền tăng, giả làm hòa thượng, thiệt nên oan uất, chẳng dám hở mai[2], mong thuở trả thù, lại có ngày kia, chàng Đinh Nhựt Trung, vào thăm Tánh Huệ, Đặng thị nghe nói, quả tiếng chồng mình, lật đật chạy ra khóc kể chẳng xiết, bị lũ ác tăng, bắt trói Nhựt Trung, lấy đao giết hại, tên Đinh Nhựt Trung, năn nỉ khóc lóc, xin đừng chém giết, để cho tự tử[3], rồi đam Nhựt Trung, nhốt vào chuông lớn, tôi thấy chiêm bao, Quan Âm mách bảo, luôn đã ba đêm, tấm lòng mới tin, tôi bèn đến chùa, vào sau phương trượng, cạy dở chuông ra, thấy một người đói, đã gần dứt hơi, người Đinh Nhựt Trung, số mạng nhặt[4] nghèo, gặp tôi cứu sống, còn sãi Tánh Huệ, tấm lòng ác thú, hãm dâm vợ người, rồi đến giết chồng, lên án bêu đầu, răn lòng muôn chúng, còn lũ ác tăng, đồng lõa hại người, phạt đày sung quân, cách xa biên địa.

Nay án."

Rồi Bao Công lại quở nàng Đặng thị rằng:

- Còn ngươi ngày ấy bị nó bắt hãm, sao chẳng liều mình chết luôn đi, thì danh chẳng nhơ nhuốc, tiết lại thơm tho, lại chẳng hại đến chồng ngươi bị nhốt trong chuông mà chết đói, bằng ta chẳng thấy Phật Quan Âm mách bảo, thì chồng ngươi phải tại ngươi mà thành ma chết đói rồi sao?

---

[1] Quyệt kế (譎): mưu kế lừa lọc, xảo trá. *Quyệt* ít dùng một mình, thường đi chung với *quỉ* (詭 - dối trá) như "*quỉ quyệt*" (khôn ngoan gian xảo.)

[2] Hở mai: có lẽ là do thành ngữ *hàm mai*, nghĩa là ngậm tăm, trong đó *mai* là cái thẻ, cái tăm, *hàm mai* là ngậm miệng để giữ im không nói.

[3] Để nhịn đói mà chết. *[chú thích của dịch giả]*

[4] Nhặt: gắt gao, gấp rút - ngày nay thường nói *ngặt nghèo*, nghĩa là hiểm nguy, cùng đường, trong đó *nghèo* là khó khăn, nguy hiểm.

Đặng thị thưa rằng:

- *Vì tôi ngày trước chưa chịu chết, là bởi chẳng thấy mặt chồng, lại không trả đặng thù ác tăng; vậy ý tôi chờ ngày sau thấy mặt chồng và trả đặng thù rồi chết mới ưng bụng. Nay chồng tôi khỏi họa, ác tăng ấy bêu đầu đặng rồi; còn tôi đã chịu nhơ nhuốc, hổ thẹn phận thất tiết, chẳng còn mặt mũi nào mà làm người với thiên hạ, nên tôi có một điều chết mà thôi!*

Nói rồi liền đập đầu vào trong cột gạch mà hủy mình, máu ra lai láng. Bao Công xem thấy khiến người cản bắt, vì máu ra nhiều nên phải chết giấc; liền dùng thuốc men cứu sống lại đặng. Bao Công lại nói cùng Đinh Nhựt Trung rằng:

- *Vì là Đặng thị ngày trước thuận theo ác tăng ấy, thế cùng chẳng đã nên không liều chết, bởi lòng muốn trả đặng thù. Vậy nay đã đập đầu liều chết, thì rõ lòng trinh tiết với chàng, thôi ngươi khá đam về hòa hiệp nuôi dưỡng đó.*

Đinh Nhựt Trung thưa rằng:

- *Tôi khi trước thiệt giận, chẳng liều chết, nàng nói chưa chịu là muốn trả đặng thù, nên tôi chẳng tin. Nay thiệt thấy liều mình như vậy, thì rõ biết lòng chẳng phải sợ chết, mà không biết xấu hổ vậy. May mà không chết thì tôi cũng ăn ở tử tế như khi trước, đặng chờ kiếp sau mà gặp nhau.*

Vợ chồng Đinh Nhựt Trung đều lạy tạ ơn mà về, rồi lấy cây tượng hình ông Bao Công sớm tối thờ phượng.

Đến sau tên Đinh Nhựt Trung thi đậu làm quan đến chức Đồng Tri, vợ chồng đặng vinh hiển cũng nhờ ơn đức ông Bao Công.

3. Tước Thiệt Thổ Huyết

Cắn lưỡi đổ máu

Nói về phủ Tây An có tên Sung Quí, nhà giàu có bậc vạn hộ, người vợ là Thang thị sanh ra bốn trai: người trưởng nam tên Khắc Hiếu, người thứ hai tên Khắc Để, người áp út tên Khắc Trung, còn người út tên Khắc Tín. Tên Khắc Hiếu cai quản việc gia sự, người Khắc Để đi buôn bán các châu quận, còn Khắc Trung thì lo học hành, đã thi đậu bậc Tú Tài rồi, rất có danh tiếng việc văn chương, lòng hằng ao ước mong chiếm khoa đặng bậc quan quyền, nên hết lòng dạy dỗ em út mình việc chữ nghĩa. Còn Khắc Tín tánh hạnh siêng năng, thảo thuận, hết lòng, hiếu để cha mẹ, kính nhường cô bác. Anh em thương nhau không lìa nửa khắc. Chẳng may đến kỳ Khắc Trung vào thi mà không đậu, nên về nhà thất tình nhuốm bịnh đau trầm trầm, mê man chẳng dậy nổi. Còn Khắc Tín thì luôn luôn vào thăm viếng anh mình, bèn xem thấy chị dâu là nàng Tương Thục Trinh, dung mạo thanh tân yểu điệu, cũng trang sắc nước hương trời, sợ bịnh thể anh mình chẳng an, hoặc thấy bóng sắc động tình hoa nguyệt mà hao tổn tinh thần, thì chắc bịnh càng thêm chớ không mạnh đặng. Ý tính muốn dời anh mình qua nơi thơ phòng[1] một mình cho vắng vẻ mà dưỡng khí thể cho an khỏe, thì họa may giảm thuyên chứng bịnh chăng. Còn nàng Thục Trinh lòng thiệt rất thương chồng, chẳng nỡ cho chồng ra khỏi buồng the, nên mới nói:
- *Kẻ đau chẳng nên dời dạc[2], mà chốn thơ phòng không ai săn sóc, chớ ở đây thì có tôi hết tình nuôi dưỡng cơm thuốc.*

Ấy là nàng Thục Trinh nói như vậy vì lòng thiệt thương chồng, chớ không có ý riêng chi. Còn Khắc Tín nghe rồi rất giận mà chẳng nói ra; có những anh em bạn đến thăm thì nói:
- *Bởi Khắc Trung lo lắng học hành quá, nên hao tổn tinh thần mà thôi.*

---

[1] Trong phòng vắng vẻ phòng sách.   [*chú thích của dịch giả*]
[2] Dời dạc: tiếng cổ, nay không dùng nữa, nghĩa là đem đi, đổi chỗ.

Khắc Tín nói:

- Vì anh tôi bịnh không dậy nổi, chẳng phải tại rán học mà bịnh đến như vậy, từ xưa đến nay những anh hùng hào kiệt đều bị hại nơi tay đờn bà, chớ phải một mình anh tôi đâu!

Nói rồi hai hàng nước mắt đều nhỏ sa. Các anh em bạn nghe đều than van, rồi ai về nhà nấy.

Ngày thứ Khắc Trung bịnh trở nặng, nàng Thục Trinh cho người kêu em chồng qua cho có mặt. Khắc Tín giận mà nói rằng:

- Hôm trước chẳng nghe lời tôi, đến nay bịnh gần chết còn kêu làm chi.

Nàng Thục Trinh nghe rồi làm thinh; Khắc Tín bước lại bên giường mà thăm anh mình, thì Khắc Trung khóc trối nói rằng:

- Anh dầu một mai rồi, vậy em ở lại rán lo học hành thi cử, đặng kiếm chức quan quyền với thiên hạ em chớ quên lời anh dặn dò; còn chị dâu em phận góa bụa tánh hạnh thiệt thà, tuổi tác còn nhỏ, vậy em phải cấp dưỡng cho tử tế.

Trối hết lời rồi liền dứt hơi.

Khắc Tín khóc than thương xót chẳng xiết, giữ làm theo trong lễ việc tẩn liệm tống táng, trọn đạo thờ phượng hết lòng, và phụng dưỡng chị dâu rất khiêm nhường chẳng dám dể duôi[1].

Từ ngày Khắc Trung chết rồi, thì trong nhà lớn nhỏ đều nhớ thương; ngày đêm trải qua đã đến kỳ tuần thất thất[2]. Khắc Trung lo sắm cuộc làm chay, mời rước hết các thầy đến mà tụng kinh siêu độ. Nàng Thục Trinh lại càng ủ dột sầu dung, ruột thắt gan teo, huyết lụy tuôn dầm, kể than thảm thiết, cơm cháo chẳng ăn, có hơn nửa tháng, máu thịt tiêu mòn, còn da bọc xương, vì lòng thương nhớ.

---

[1] Dể duôi: xem thường, coi việc không đáng chú ý.
[2] Tuần thất thất (thất là 7): theo phong tục, người mới chết thì cúng 7 ngày một lần, gọi là cúng *thất*, hay làm *tuần* - cúng 7 lần thì dứt - lần thứ 7 gọi là *thất thất*.

Đã khỏi tuần trăm ngày rồi, cha mẹ chồng mới an ủi la dức[1]; vì gia đình đơn chiếc, một mình nàng là dâu lớn, nên vâng lời mà giảm bớt buồn thương. Cơm cháo đều tiếp, lần phục da thịt, diện mạo đỏ thắm, dung nhan như cũ, tuy là chẳng điểm son túy[2], không giồi phấn hồng, mà da như phù dung, tóc tợ mây đen, tướng ví Hằng Nga, yếu điệu thanh tân, người thấy cảm động, cất tiếng khóc than, ai cũng lưu tình, thấy mắt rơi lụy, người đều xót dạ, tánh lại đoan trang, giữ gìn tiết hạnh, ăn nói dịu dàng, đi đứng khoan thai.

Ngày qua tháng lại, đến tuần giáp năm, thì có cha Thục Trinh là Tương Quang Quấc, sắm sanh lễ vật đam đến tế chàng rể, bèn sai người cháu là Tương Gia Ngôn, đến chùa Tử Vân rước các đạo, là người trong thân tộc, đến giúp việc kinh kệ, thì có ba thầy là: Tương Thái Hanh, Tương Thời Hóa, với thầy Nghiêm Huê Nguơn, cũng đồng đến. Khắc Tín xem thấy chẳng đẹp lòng, nên mới nói cùng Tương Quang Quấc rằng:

- Đội ơn lịnh lão thân có lòng tốt, mà tôi tưởng như vậy là vô ích.

Quang Quấc nghe rồi tánh hờn, nên vào nhà trong mà nói cùng Thục Trinh rằng:

- Cha đem lễ vật đến cúng chồng của con, ấy là lòng thương con rể, mà sao em chồng con nó không bằng lòng cho cúng anh nó.

Thục Trinh nói:

- Bởi vì ngày trước anh va đương đau, thì va muốn dời vào chốn thơ phòng mà tôi không chịu, cản lại để nhà tôi săn sóc. Đến khi anh va chết rồi, thì nhơn dịp ấy giận tôi, đến bây giờ là một năm, không cho tôi thấy mặt; còn chồng tôi khi sống trối lại với em, biểu phải cấp dưỡng điều hộ[3], nay nó ở như vậy thiệt chẳng có lòng tử tế gì.

---

[1] La dức: la rầy, quở trách, thường chỉ dùng trong "cha mẹ *la dức* con cái".

[2] Son túy: không rõ son gì, đoán từ nguyên là *túy* - 眸 (trong sáng, mượt mà.)

[3] Điều hộ: không rõ là gì; *điều* là làm cho vừa, cho yên ổn, *hộ* là giúp đỡ, binh vực.

Tương Quang Quấc nghe con mình nói, càng thêm giận Khắc Tín, sắm sửa đủ cuộc chay rồi, khi vào đám thỉnh vong, Tương Quang Quấc kêu Thục Trinh mà nói rằng:

- *Những các thầy đây là người trong dòng thân thuộc; vậy con khá ra trước bàn vong linh mà lạy không hề chi.*

Thục Trinh tấm lòng rất thương tiếc chồng, nên nghe cha nói như vậy, mới đến linh sàng[1], khóc kể thảm thiết, người người đều mũi lòng duy có một thầy Nghiêm Huê Nguơn xem thấy nàng Thục Trinh, trong lòng suy tưởng, thiên hạ đồn nàng Thục Trinh thiệt trang bóng sắc tốt bậc, nay đương lúc buồn rầu, mặc đồ tang chế, mà xem dung nhan như vậy, nếu không lo rầu diện mạo vui vẻ, ắt chánh bậc quốc sắc thiên hương[2]. Bèn mong lòng dâm ô chờ đến chiều tối, xong cuộc làm chay rồi, các thầy đều từ tạ mà về. Tương Quang Quấc nói:

- *Tương Gia Ngôn, Tương Đại Hanh, Tương Thời Hóa, ba thầy ấy đều là người thân thuộc, thôi chẳng cần công đức. Còn một thầy Nghiêm Huê Nguơn là người khác họ, vậy phải sắm lễ mà huờn công.*

Nàng Thục Trinh mới lấy bạc phong lại một gói mà làm lễ hậu tạ. Há[3] biết sãi Huê Nguơn lòng toan chẳng lành, lấy bạc rồi xin từ về trước, mà lại ẩn hình leo trên trính[4] nhà, chờ người ngủ hết, mới giả bộ làm chuột phá đồ. Nàng Thục Trinh thắp đèn rọi xem. Vậy sãi Huê Nguơn bèn lấy thuốc dương cấu hiệp tà dược[5] rưới vào mình nàng Thục Trinh. Khi thấm thuốc tà ấy rồi, thì trong lòng liền muốn việc dâm dục, bèn ôm sãi Huê Nguơn, hun hít giao hoan, dấy việc mây mưa, giỡn hớt không cùng, mơn trớn chẳng thôi, ôm hót

---

[1] Linh sàng (靈牀): giường thờ, cái bàn nhỏ thờ người chết (thường chưa chôn.)
[2] Sắc nước hương trời, người lịch sự.   [*chú thích của dịch giả*]
[3] Há: lẽ đâu, chẳng có lý nào mà...
[4] Trính: đúng ra là *trếnh*, là những thanh gỗ lớn bắc ngang trên đầu các cây cột cả trong nhà, giữ cho sườn nhà vững chắc.
[5] Là thuốc tráng dương hễ ngấm vào mình thì mống (*nảy ra, phát sanh*) điều dâm dục.   [*chú thích của dịch giả*]

bững trợn[1]. Trời gần sáng, đã dã hết hơi thuốc, mới biết mình mắc thuốc mê bị người gian dâm, thì thất tiết với chồng; liền cắn lưỡi mà chết. Còn sãi Huê Nguơn, đặng toại chí dâm dục rồi, mới ẩn bóng ra về, gói bạc công đức ấy thì bỏ lại trên bụng Thục Trinh, ý chờ nàng sống lại mà làm vật tạ ơn, trời đã trưa rồi đến bữa cơm; có con cháu tên là Cúc Hương bưng nước vào phòng kêu Thục Trinh dậy rửa mặt, chẳng thấy bóng dạng chi, mới lên lầu vào buồng, chỉn[2] thấy Thục Trinh đã chết trên giường. Cúc Hương cả kinh kíp báo cùng Khắc Hiếu với Khắc Tín rằng:

- *Tam nương đã chết trên lầu.*

Thì Khắc Hiếu và Khắc Tín lên lầu mà xem, quả thiệt hơi thở đã dứt.

Khi ấy cả nhà đều giận chẳng biết ý gì vậy, mới kêu chúng tỉ tất xúm lại khiêng thây Thục Trinh đam xuống lầu. Trong lúc khiêng thì gói bạc trên bụng rớt lại, Cúc Hương ở sau thấy bèn lượm giấu đi.

Khi ấy Tương Quang Quấc ngủ trong phòng rể mình, nghe Thục Trinh chết thì nói rằng:

- *Ấy là Khắc Tín giết chớ ai!*

Liền vào nơi hậu đường khóc than rất thảm thiết và nói lớn rằng:

- *Con gái ta tánh hạnh trinh tiết, mình không đau ốm, chết tức nửa đêm, vậy có cớ chi, nên cắn lưỡi mà hủy mình, chắc bị hãm hiếp, mới giận lẫy mà làm như vậy. Nếu ta không cáo quan thì chẳng tỏ việc oan uất.*

Rồi về nói với vợ con rằng:

- *Khắc Tín nó oán con mình chẳng cho nó dời anh nó, nên mới phải chết, lại giận ta sao rước thầy đam qua làm chay cho rể mình, nhơn dịp ấy mà hãm dâm, vì con ta giận lẫy mới cắn lưỡi mà liều mình, nên phải lập trạng đặng khống cáo.*

---

[1] Ôm hót bững trợn: đúng ra là *ôm hót bởn trợn*, trong đó *ôm hót* là ôm choàng lấy cổ, *bởn trợn* là đùa cợt chơi giỡn.
[2] Chỉn: vốn thiệt, vẫn.

Bèn đầu đơn vào đến Bao Công.

Đơn rằng:

"Vì lập trạng cáo bẩm lịnh thượng quan, kẻ cường bạo gian dâm, hãm hiếp chị dâu, thì trái phong tục, bỏ đạo nhơn luân, người sanh trên đời, thứ lớp làm trọng, trai với gái chẳng đặng gần nhau, chị dâu em chồng không phép nói chuyện, vì con gái tôi, gả cho viên sanh, tên là Khắc Trung, chẳng may qua đời, con tôi cam lòng, giữ chữ trinh tiết, có một em chồng, tên là Khắc Tín, lòng thú dạ lang, xem thấy chị dâu, thiệt có bóng sắc, lung tánh dâm ô, tuần chay vừa rồi, nhơn khi mỏi mệt, chị dâu ngủ mê, vào phòng gian hãm, con tôi giữ tiết, cắn lưỡi liều mình, máu ra hơi dứt, xưa con tôi sống, có lòng thù giận, nay sanh chó trâu, làm điều ô nhục, cả loạn nhơn luân, nhơ nhớp gia đình, ngoài chẳng khỏi thiên hạ chê cười, trong lại mắc chúng dân đồn tiếu, nếu con tôi chẳng liều mình sao tròn tiết hạnh, còn Khắc Tín không thường mạng chẳng gọi minh oan, dám vào đến cửa công, vì ô uế đức gái, dẫu đam nước sông Huỳnh Hà mà rửa, cũng không sạch hết đặng tiếng nhơ nhuốc, dùng giấy viết chép biên chẳng hết lòng khẩn cáo gươm ba thước sớm định mới chánh phép ngũ hình.

Nay lời khẩn cáo!"

Khi ấy Khắc Tín nghe Tương Quang Quấc đầu đơn khống cáo mình hãm hiếp chị dâu, tấm lòng rất nên xấu hổ; mới vô bàn thờ anh mà than khóc chí thiết, lòng tức tối, nên máu trào ra vài vịm[1], giây phút liền chết, hồn về âm phủ, xảy gặp Khắc Trung, tỏ bày oan ức. Khắc Trung khóc mà nói rằng:

- Gian hại chết chị dâu em đó là sãi Nghiêm Huê Nguơn, vậy có bỏ lại gói bạc về tay con Cúc Hương, lấy đó làm chứng, và chị em có biên vào sổ, vậy em đam sổ trình với thượng quan, thì rõ ràng việc oan ức; còn phận em chẳng hề chi, vong hồn anh sẽ đến nha môn[2]

---

[1] Vịm: đồ đựng bằng sành hay đất nung, như cái chậu, nhưng cạn, miệng rộng, không nắp.

[2] Cửa công chỗ xử đoán. [chú thích của dịch giả]

mà giúp em, vậy em mau trở về dương trần, rồi khá lo tuần tự cho chị dâu em, xin phải nhớ chớ quên.

Khắc Tín sống lại đã hơn một ngày rồi. Bao Công vội vàng cho bắt, nên mới làm đơn vào kêu oan.

Lời kêu oan rằng:

"Cáo bẩm thượng quan, vì việc oan ức, tôi là Khắc Tín, tức mình chết đi, số mạng chưa tới, mới đặng sống lại, sống lại chẳng hổ, còn chị dâu tôi, bị hãm mà chết, lẽ phải liều mình, ngặt chết rất sớm, cha thấy con chết, nên phải kêu oan, chẳng lẽ không cáo, mà cáo chẳng nhằm, lẽ thì chị dâu tôi bị dâm ô, vậy phải khai nói minh bạch, rồi liều mình cũng chẳng muộn chi, còn người cha muốn kêu oan, thì phải dọ hỏi, cho cặn kẽ người nào, vậy thì tôi mới khỏi điều oan ức, vì tôi kiến[1] anh tôi là thầy, thờ chị dâu như mẹ, lời nói chẳng giáp mặt, ra vào không gần nhau, chút chẳng dám dễ duôi, huống chi lại dám hãm, việc gian hại chết ấy, là sãi Nghiêm Huê Nguơn, người cha chẳng suy xét kẻ ngay gian trong đục, nên đổ tội cho tôi, ví như: bắt ngựa ra cày, thế trâu mà cỡi, lờ đặt cá chim lại chun vào, việc thiệt oan ức mới dám trình bày, mông ơn[2] minh quan, nghiệm phân ngay thẳng.

Minh oan."

Bao Công xem đơn Khắc Tín kêu oan rồi, bèn đòi tiên cáo là Tương Quang Quấc vào đối diện. Quang Quấc nói:

- Khi rể tôi đau thì Khắc Tín muốn dời vào chốn thơ phòng; đặng thuốc thang điều trị. Con tôi chẳng chịu, để lại ở nhà mà nuôi dưỡng, sau rể tôi chẳng may bỏ mình thì Khắc Tín ghi giận con tôi, vì ỷ anh chết rồi, nên hãm hiếp chị dâu, muốn bức hại cho chết, đặng rửa hờn khi trước.

Khắc Tín nói:

---

[1] Kiến: đúng ra là *kính*, như dùng trong *kiến biểu, trượng kiến* ("kính trọng".)

[2] Mông ơn (蒙恩): chịu ơn.

- *Dâm ô chị dâu tôi, hãm hại đến bỏ mình, là sãi Nghiêm Huê Nguơn.*

Quang Quấc nói:

- *Nghiêm đạo nhơn đến tụng kinh có một ngày, lạ lùng biết ai mà sanh lòng gian hãm, sao biết phòng con tôi ở trên lầu mà dám vào làm chuyện như vậy. Trong lúc mãn cuộc chay rồi, Nghiêm đạo nhơn ra cửa về, thì những người trong nhà đều thấy nên thiệt lời khai ấy dối quá.*

Bao Công nói:

- *Ngươi khai nói sãi Nghiêm Huê Nguơn lấy chi làm bằng cớ.*

Khắc Tín khóc thưa rằng:

- *Vì ngày Quang Quấc vào đơn cáo oan, tôi nghe đặng chuyện ấy thì xấu hổ không cùng, mới vô bàn thờ anh tôi, mà than khóc, tức tối nên máu trào lai láng, hồn xuống đến âm ty xảy gặp anh tôi, bèn khóc bày việc oan khúc. Anh tôi an ủi rồi nói, gian hại chị dâu tôi đó là sãi Nghiêm Huê Nguơn, còn bạc của sãi Nghiêm Huê Nguơn, thì tại tay Cúc Hương lượm được; vậy chị dâu tôi có biên vào sổ, biểu lấy đó mà làm chứng, xin thượng quan thẩm[1] xét.*

Bao Công giận hét lớn rằng:

- *Ấy việc ma quỉ huyễn hoặc sao dám khai nói giữa quan.*

Bèn khiến quân đánh Khắc Tín ba chục côn. Khắc Tín chịu đòn đau đớn rên khóc mà nói rằng:

- *Vong hồn anh có linh thì về phò hộ em, sao anh nói đến giữa quan mà cứu tôi, nay đã quên lời sao?*

Bao Công nói:

- *Hồn anh ngươi có linh hiển về giúp ngươi, sao chẳng mách bảo cùng ta.*

---

[1] Thẩm (審): xét hỏi, xét đoán, nghiên cứu kỹ lưỡng, tỉ mỉ, như trong *thẩm* xét, *thẩm* tra, *thẩm* phán (n. judge), bồi *thẩm* (n. juror)

Bao Công nói rồi thì mỏi mê tâm thần, mới dựa ngang bên ghế. Liền hiện một điềm, thấy tên viên sanh Khắc Trung quì khóc mà nói rằng:

- *Bao đại nhơn, vì ông xử nghiệm mọi việc như thần, nay sao lại tối tăm vậy. Việc dâm hãm vợ tôi mà hại đến chết, ấy là sãi Nghiêm Huê Nguơn, còn em tôi thiệt vô can, con Cúc Hương có lượm gói bạc của vợ tôi đi công đức cho sãi Huê Nguơn, lại dấu chữ vợ tôi còn biên trong sổ rõ ràng, ngày ấy tháng ấy lấy bạc đó mà hườn công cho sãi. Vậy muôn ơn thượng quan tỏ xét kíp trị tội sãi Huê Nguơn, lại mau thả em tôi vì nó không can chi.*

Bao Công tỉnh dậy than rằng:
- *Thiệt có quỉ thần đến đây.*

Liền đòi Khắc Tín vào mà nói rằng:
- *Lời khai của ngươi thiệt không dối vậy, vì anh ngươi có phân nói cùng ta rõ ràng; thôi để ta tra minh việc oan của ngươi cho, còn ngươi có giữ sổ bộ, và sai khiến tỉ tất của chị dâu ngươi không?*

Khắc Tín nói:
- *Sổ chị dâu tôi biên rồi thì cất, còn tỉ tất cũng chị dâu tôi sai khiến chớ tôi chẳng biết tới.*

Bao Công liền khiến người bắt Cúc Hương xét trong mình, thiệt có gói bạc hườn công cho sãi. Bao Công hỏi Cúc Hương rằng:
- *Làm sao mầy có bạc ấy?*

Cúc Hương thưa:
- *Bạc này là ở trên mình Tam nương. Trong lúc khiêng thây xuống lầu, tôi đi sau mới lượm được.*

Bao Công liền sai Cúc Hương về phòng, mà lấy sổ của nàng Thục Trinh biên mỗi ngày theo việc chi dụng, mới đam đến bèn lật kiếm, thiệt có biên rõ ràng ngày ấy tháng ấy, có lấy năm chỉ bạc mà hườn công cho sãi Huê Nguơn. Bao Công kíp bắt sãi Huê Nguơn đến, dạy tra khảo một hiệp, sãi ta liền chịu thiệt có dùng thuốc mê mà gian dâm Thục Trinh.

- Chừng nàng liều mình chết, tôi có để gói bạc lại trên bụng, tình thiệt khai ngay, xin chịu thường mạng.

Lời án rằng:

"Xét rõ đặng tội, sãi Nghiêm Huê Nguơn, ẩn Vương nương Phật, giả dối màu tăng, chẳng tưởng non thần, lòng sa biển dục, chúng rước làm chay, đến tụng kinh cầu, lấy bạc công đức, dối rằng về trước, ẩn lại trong nhà, sanh lòng trâu ngựa, toan dự thuốc mê, rưới vào mình gái, lung thói dâm ô, giết hại đờn bà, tâm tánh cường bạo, khó đến thiên đình, tội oan nghiệt ấy, chẳng khỏi địa ngục, Thục Trinh chết oan, uổng trang tiết hạnh, Khắc Trung hiện hồn, bày nói minh oan, chỉ ra gói bạc, chữ biên trong sổ, đủ tang rõ chứng, vậy nên chánh pháp, há dung đặng sao những quân háo sắc, y phép luật vua, thì sãi Huê Nguơn, chẳng khỏi bêu đầu, Khắc Tín không tội, nên mau thả về, còn Tương Quang Quấc, định tội vu cáo.

Nay án."

4. Ngọc Diện Miêu

Mèo mặt ngọc

Nơi huyện Thanh Hà, có một Tú Tài, tên gọi Thi Tuấn, vợ là Hà Kiển, dung mạo phương phi, tư dung bóng sắc. Ngày kia Tú Tài muốn ra đế kinh, ứng khoa Hội thí, ba thu một kỳ, mười năm công học, há lại chẳng đi, bèn từ biệt thiếp, đặng chàng lên đường, cùng thằng gia tướng, tên là Tiểu Nhị, thầy trò toại chí [1], ngày đi đêm nghỉ, khát uống đói ăn, trẩy hơn vài bữa, đến một dải núi, thì trời đã tối, tớ thầy vào quán, tiện bề nghỉ ngơi, vốn thiệt xứ ấy, có dải núi dài, hơn

---

[1] Toại chí (遂志): thỏa lòng mong ước - bản gốc viết sai thành *thoại chí*, có lẽ do cách phát âm không rõ.

sáu trăm dặm; phía sau núi đó, liên[1] nước Thiên Trước[2], rừng cao núi sâu, thiệt chốn u nhàn, không ai đến đó, cho nên tàng tụ[3], nhiều loài yêu mị, có năm con chuột, bên Tây Thiên Trước, qua ở núi ấy, tu luyện đã lâu; biến hóa vô cùng, nhiễu[4] hại nhơn dân, khi biến làm ông già, đón khách qua lại, mà giựt tài vật, lúc hóa hình gái lịch, mà hại mấy trai dê, hoặc làm đờn ông đặng mê gạt đờn bà, biến hóa nhiều cách, muốn sao đặng vậy cũng bởi bầy chuột ấy, tàng tụ núi đó.

Ngày kia con chuột thứ năm, biến ra một cái tiệm dưới chơn núi, đón khách qua lại đặng nhiễu hại. Rủi thầy trò Tú Tài, vào tiệm đó mà nghỉ, chuột yêu ấy xem thấy Tú Tài lịch sự người, bèn hỏi quê quán xứ nào. Tú Tài nói:

- *Tôi ở Thanh Hà Huyện, muốn qua thi Hội nơi Đông Kinh.*

Chuột yêu mầng mới bày rượu cơm mà đãi; đêm ấy Tú Tài ăn uống cùng chuột yêu, bàn luận việc chữ nghĩa, tích xưa chuyện nay, thì chuột yêu nói xuôi như nước chảy; Tú Tài lấy làm lạ nghĩ là: "*Một người chủ tiệm, lẽ đâu trong bụng chứa đầy chữ nghĩa vậy*", nên hỏi người học nhiều ít. Chuột yêu cười mà nói rằng:

- *Cách ba bốn năm trước tôi xuống thi hai phen không đậu, nên đến đây bỏ việc văn chương, lập tiệm này đặng cho qua ngày tháng mà thôi.*

---

[1] Liên: tiếp theo, kế tiếp, liền với.

[2] Thiên Trước (天竺): tên cổ của nước mà ngày nay là Ấn Độ hay Nepal, nơi phát xuất Phật giáo.

[3] Tàng tụ: hội họp, tụ tập cách bí mật.

[4] Nhiễu: bản gốc viết sai thành *diễu*, có lẽ do cách phát âm không rõ.

Long Đồ Công Án

Chừng ăn uống đến khuya, chuột yêu bèn hà khí độc vào trong rượu, cho Tú Tài uống rồi, liền mê man té xuống; thằng tiểu đồng đỡ dậy, cõng vào phòng an nghỉ. Tú Tài đau bụng quá, còn Tiểu Nhị chạy kiếm thuốc mà chỗ đó không có thầy chờ đến trời sáng, thì cái tiệm khi hôm đâu mất; thầy trò đều nằm ngoài đồng, nên tớ cõng chủ đi hơn vài dặm, tới một cái tiệm khác, bèn vào dưỡng bịnh, mới biết lầm nhằm yêu khí. Còn chuột yêu ấy bèn biến ra giống tạc hình Tú Tài, chẳng khác chút nào, rồi đến huyện Thanh Hà vào nhà Tú Tài; nàng Hà Kiển đương gỡ đầu, thấy chồng mình về, lật đật chạy ra rước vào mừng rỡ; hỏi chồng cớ sao mới đi hơn hai mươi ngày mà lại trở về, chuột yêu nói:

- Ta đi gần tới đế kinh thì gặp những học trò thi về nói đã bãi hội rồi, các nho sĩ đều về hết; ta nghe tin ấy nên chẳng đi bèn trở về đây.

Hà thị hỏi:
- Còn thằng Tiểu Nhị đâu mà chẳng về?

Chuột yêu nói:
- Mắc đồ nang thác[1] đem theo nhiều quá nó quảy không nổi, nên ta gởi cho anh em bạn, nó phải theo đặng về sau.

Nàng Hà thị tin thiệt, liền dọn rượu cơm cho chồng mình ăn uống, trò chuyện cùng nhau, thì chàng nói việc gia đạo, chẳng sái chút nào. Khi ấy chuột yêu cùng Hà thị toại lòng vui sướng cùng nhau; há biết chồng thiệt mình mắc đau đớn mà ở nơi tiệm sao.

Cách hơn nửa tháng, Tú Tài gặp Đổng chơn nhơn[2] cho thuốc linh đơn cứu mạnh đặng, thì nghe đã bãi hội thi rồi, nên thầy trò trở về, hơn hai mươi ngày mới tới nhà. Tiểu Nhị chạy trước vào cửa gặp Hà thị cùng chuột yêu đương ăn uống; Hà thị nghe Tiểu Nhị về đứng dậy bước ra nói:
- Sao mà ngươi về trễ vậy?

---

[1] Nang thác (囊橐): bao, túi, nói chung là vật đựng hành lý mang đi đường.
[2] Là ông tiên.   [chú thích của dịch giả]

Tiểu Nhị nói:

- *Tưởng là cậu tôi không xong rồi.*

Hà thị hỏi:

- *Cậu nào nữa?*

Tiểu Nhị nói:

- *Là Tú Tài chủ tôi đi thi chớ cậu nào.*

Hà thị nói:

- *Ngươi dọc đường làm biếng chẳng lo về, cậu ngươi về trước hơn hai mươi ngày rồi.*

Tiểu nhị cả kinh nói rằng:

- *Cô nói cái gì vậy, vì tôi đi với cậu một lượt, ăn ngủ một chỗ, chẳng lìa nhau nửa khắc, cớ sao cô nói ai đâu về trước?*

Hà thị nghe rồi lòng sanh nghi, chẳng biết thể nào; xảy đâu Tú Tài bước vào, vợ chồng ôm nhau mà khóc, còn chuột yêu đương ăn uống bỏ chạy ra hét lớn rằng:

- *Thằng nào dám chọc vợ tao vậy?*

Tú Tài cả giận nhảy lại đánh lộn với chuột yêu, bị chuột yêu đánh đuổi ra khỏi cửa; xóm giềng nghe chuyện ấy đều giởn ốc[1]. Tú Tài chẳng biết tính làm sao, bèn đến nói với cha vợ. Nhạc trượng nghe như vậy lòng rất lo sợ, bèn khiến Tú Tài lập trạng và cáo với Vương Thừa Tướng. Thừa Tướng xem trạng thấy việc lạ quá, bèn khiến quân hỏa bài bắt chuột yêu cùng Hà thị đến hỏi. Vương Thừa Tướng xem thiệt quả hai anh Tú Tài giống nhau một khuôn; khi ấy ai cũng nói Bao Công tra xét những việc như vậy rất hay, mà nay đi vãng[2] các tỉnh chưa về. Thừa Tướng bèn kêu Hà thị vào hỏi, thì Hà thị thưa hết các việc trước. Thừa Tướng hỏi:

- *Nàng biết trong mình chồng có vít tích chi kín không?*

---

[1] Giởn ốc: nổi da gà (nổi gai trên da) do sợ hay lạnh - nay thường viết là *rởn ốc*.

[2] Đi vãng: đi tuần (thường nói đi *tuần vãng*, và chỉ dành khi nói về quan chức); *vãng* ở đây dùng với nghĩa đi qua đi lại, như *vãng lai* (lui tới), *quá vãng* (đã chết.)

Hà thị thưa:

- *Chồng tôi có một nút ruồi đen phía vai bên tả.*

Thừa Tướng đòi tên Tú Tài giả vào xét trên vai thì chẳng có. Thừa Tướng nói:

- *Ấy nó là thiệt yêu quỉ.*

Bèn đòi Tú Tài thiệt, vào xem quả có nút ruồi. Thừa Tướng khiến Tú Tài thiệt quì bên tả, còn chồng giả quì bên hữu, dạy quân công sai đam tên nào không có nút ruồi ấy ra tấn tra; chừng coi lại thì hai người trên vai đều có nút ruồi hết, nên không biết ai thiệt ai giả.
Thừa Tướng hãi kinh nói rằng:

- *Mới đây thì nó không có, bây giờ nó biến giống in; thôi nay phải giam vào cấm cố, đến mai sẽ nghiệm.*

Còn chuột yêu ấy vào ngục rồi bèn hà yêu khí ra thấu đến trên núi ấy, nên bốn con ở lại biết, bèn bàn luận cùng nhau đặng xuống mà giải cứu.

Chuột thứ tư hóa ra hình Vương Thừa Tướng.

Ngày thứ Thừa Tướng ra khách đòi hết nội vụ, bèn khiến đem đánh tên giả ấy một trăm côn, mà chẳng dè đánh lầm Tú Tài thiệt. Thi Tuấn chịu oan kêu trời vang đất chẳng biết chừng nào; rồi Thừa Tướng trở vào dinh trong, thì thấy có một Thừa Tướng giả ngồi trên ván, nên cả kinh bèn khiến quân bắt trói lại. Thừa Tướng giả cũng hét rân; lính áp lại bắt, thì chuột yêu ấy nhảy xuống đứng lộn với Thừa Tướng thiệt, rồi xoang[1] qua lại lộn xộn; vậy các quân lính chẳng biết ai thiệt giả, nên không dám bắt ai hết. Khi ấy hai Thừa Tướng cãi lẫy với nhau om sòm nơi chốn dinh trung những quân lính đều chẳng biết tính sao; may có tên thơ lại già bước lại nói rằng:

---

[1] Xoang: chạm phải, đụng nhằm - *xoang qua* là đi gần một bên, đi phớt qua.

- Hai ông không biết vị nào thiệt vị nào giả, dầu cãi lẫy tối ngày cũng vô ích, chi bằng để tôi vào triều tâu cùng Hoàng Thượng mới xong.

Vua Nhơn Tôn nghe tâu, bèn vời hết hai Thừa Tướng vào chầu, chừng đến trước mặt Nhơn Tôn rồi, chuột yêu hà khí độc ra chóa mắt vua, chẳng phân đặng thiệt giả, nên truyền chỉ:

- Giam hết vào Thông Thiên Lao, đặng chờ tối đến canh ba ta coi, thì biết người nào thiệt kẻ nào giả.

(Nguyên bởi vua Nhơn Tôn là vì Xích Khước[1] đại tiên trên thiên đình xuống phàm, thường khi đến giờ Tí thì hào quang chói ra coi biết đặng thiệt giả.)

Còn hai Thừa Tướng bị giam, chuột yêu sợ vua biết đặng, nên thổi yêu khí về tới núi. Mấy chuột kia hay đặng, mới sai chuột thứ ba xuống cứu, bèn hóa ra giống tạc hình vua Nhơn Tôn, trời chưa sáng thì đã ngồi trên ngai trước rồi, đặng hội bá quan bàn luận việc ấy. Chừng vua Nhơn Tôn thiệt ngự ra, thì trăm quan văn võ ngó lên thấy hai vua ngồi một ngai, các quan thảy đều thất sắc, bèn nghị luận với nhau kéo vào tâu cùng bà Quấc Mẫu. Quấc Mẫu nghe tâu cả kinh, liền theo các quan ngự ra Cần Chánh Điện đặng tra xét. Quấc Mẫu phán rằng:

---

[1] Xích Khước (赤腳): thường viết và đọc là *Xích Cước*, tên một vị tiên, chơn không mang giày dép (*xích* là trần trụi, trống không; *cước* là bàn chơn.)

- Bá quan chớ sợ, vì thiệt Hoàng Thượng thì chỉ trong bàn tay bên tả có chữ Giang Hà, bên hữu chữ Xã Tắc[1]. Phải coi đó, như vị nào không có, thì đó là giả.

Bá quan vâng lịnh xét đó thiệt vua Nhơn Tôn có, còn một người không. Quấc Mẫu giáng chỉ giam vua giả vào ngục Thiên Lao; chuột yêu bị giam, kinh hoảng bèn thổi khí về núi cho hai chuột nọ biết. Con thứ nhì nói rằng:

- Tôi phải xuống thì mới cứu đặng ba anh kia.

Nói rồi bèn xuống biến hình giống bà Quấc Mẫu ngồi trên ngai, hạ chỉ dạy tha hết ra. Còn Quấc Mẫu thiệt, thì truyền lịnh canh giờ[2] nghiêm nhặt, chớ cho ai ra khỏi ngục. Chừng các quan nghe nói có hai Quấc Mẫu, một bà khiến tha ra, một bà lại dạy nghiêm cầm; nên không hiểu ai thiệt ai giả. Còn vua Nhơn Tôn chẳng biết tính làm sao, lo rầu ngày đêm không ăn ngủ. Các quan đều tâu rằng:

- Xin Hoàng Thượng sai sứ ra biên đình, vời Bao Thừa Tướng về tra việc này mới đặng.

Vua nghe tâu, liền tả[3] chiếu khiến sứ đam đến biên đình, Bao Công lãnh chiếu kíp hồi triều, vào tâu xin để nghiệm lễ tra xét minh bạch. Bao Công lui chầu trở về phủ rồi lựa hai mươi bốn tên lính và lấy ra ba mươi sáu món phép để tra tội, sắp bày dưới thềm bèn dạy dẫn hết ra; hai vị Thừa Tướng, hai tên Tú Tài, hai bà Quấc Mẫu, một vua Nhơn Tôn. Bao Công nói:

- Hai Thừa Tướng cùng hai Tú Tài chưa biết ai chơn giả, chớ Quấc Mẫu cùng vua này là giả, phải giam hết vào cấm cố, đặng đến ngày mai ta làm sớ hỏi thần Thành Hoàng rồi sẽ định phân.

Bốn chuột yêu bị giam một ngục, đều nhìn mặt nhau mà nói rằng:

---

[1] Giang hà xã tắc: chỉ đất nước, quốc gia - đúng ra là *san hà xã tắc* (山河社稷) trong đó *san hà* là núi sông, còn *xã tắc* nguyên thủy là chỗ đất cao để thờ thần đất và thần lúa, về sau dùng để chỉ đất nước.

[2] Canh giờ: cũng như *canh giữ*, nghĩa là xem xét, canh chừng, coi giữ.

[3] Tả (寫): viết, bản gốc in sai thành *tỏa*, có lẽ do cách phát âm không rõ.

- Nếu Bao Công hỏi Thành Hoàng làm chứng, thì chỉ rõ chúng ta ra, tuy làm gì mình không đặng, e sợ mắc tội với thiên đình, vậy phải thổi khí về núi.

Chuột thứ nhứt hay liền đến Khai Phong Phủ đặng thám thính, nghe Bao Công tra hỏi bèn nghĩ rằng: "*Thôi để ta giả Bao Công coi ai xử chuyện này cho biết.*" Nói rồi liền hóa hình Bao Công vào ngồi trên bàn án. Bao Công thiệt lên miếu Thành Hoàng trở về, xảy có quân báo nói đã có một Bao Công ngồi trên bàn án rồi. Bao Công thiệt cười mà rằng:

- Quân nào dám loạn phép như vậy?

Bèn đi thẳng vào trong, tay chỉ Bao Công giả khiến quân hỏa bài kíp bắt thằng yêu ấy. Chuột yêu nghe nói liền nhảy a xuống xoang qua lại đứng chung với Bao Công một chỗ, còn các quân lính chẳng biết ai thiệt giả, nên không dám bắt người nào hết. Bao Công thiệt giận quá mà không biết làm sao, bèn khiến quân lính phải đóng cửa dinh cho chắc, đừng cho ai ra vào, rồi bỏ đi thẳng vô dinh sau; còn Bao Công giả, ngồi trên bàn án đoán việc mà sai khiến thì các quân lính chẳng ai vâng lịnh hết. Bao Công thiệt vào nói với vợ là Lý phu nhơn[1] rằng:

- Chuyện này cả lạ quá, khó phân ra đặng, thôi để ta thiếp lên thiên đình tâu cùng Ngọc Đế, vậy phu nhơn phải canh giờ cái xác ta cho kỹ cang đừng động phạm tới, như lâu thì trong hai ngày ta sẽ tỉnh.

Dặn rồi bèn lấy máu khô con công bỏ vào miệng nhai nuốt, rồi lên nằm trên âm sàng, thì hồn đi thẳng đến cửa trời, có thiên sứ dắt vào ra mắt Ngọc Hoàng tâu bày việc ấy. Ngọc Đế nghe tâu, dạy quan Kiểm Soát Tư Tào tra xét coi loài yêu khí ở đâu mà làm loạn cõi trung giái vậy. Quan Tư Tào tâu rằng:

- Ấy là bầy chuột bên Thiên Trước nơi chùa Lôi Âm xuống thế gian nhiễu hại.

---

[1] Giữ theo bản in gốc là *Lý* phu nhơn. Tuy nhiên, theo sử sách thì Bao Công chỉ có hai người vợ, một họ *Trương* (張), một họ *Đổng* (董).

Ngọc Hoàng nghe tâu muốn khiến thiên binh bắt đó, quan Tư Tào tâu rằng:

- Thiên binh chẳng bắt đặng đâu, bằng làm dữ rượt đuổi thì nó chạy vào chốn khác mà hại nhơn dân, muốn giết trừ đặng nó thì phải đến chùa Lôi Âm Tự chỗ bàn Phật Thế Tôn có Ngọc Diện Miêu[1] trừ phục đặng chuột yêu ấy, một vật báu đó thì hơn 10 muôn thiên binh.

Ngọc Đế liền khiến thiên sứ đến Lôi Âm Tự cầu mượn Ngọc Diện Miêu. Thiên sứ lãnh chiếu đến, vào ra mắt Phật Thế Tôn, Thế Tôn xem chiếu rồi bàn luận cùng Phật Quản Pháp Đại Sư. Quản Pháp bạch rằng:

- Chẳng nên cho mượn mèo ấy, vì chùa nhiều kinh kệ, nếu không có Ngọc Miêu thì chuột cắn phá hết.

Phật Thế Tôn phán:

- Vì có chỉ của Ngọc Đế há dám chẳng cho sao.

Quản Pháp Đại Sư nói:

- Vậy khá thế con Kim Tinh Sư Tử, bằng Ngọc Đế có quở thì nói để thần miêu lại giữ kinh kệ, không can chi.

Phật Thế Tôn nghe lời bèn giao Kim Tinh Thú cho thiên sứ đam về dưng cho Ngọc Đế, quan Tư Tào tâu rằng:

- Vì cõi trung giái có nạn lớn nên Văn Khúc Tinh[2] mới đến đây, mà con này chẳng phải Ngọc Diện Miêu đam về thì uổng công, xin Thượng Đế sắc chỉ biểu cho mượn thiệt Ngọc Diện Miêu.

Ngọc Hoàng liền sai thiên sứ cùng Văn Khúc Tinh đến Lôi Âm Tự vào ra mắt Thế Tôn khẩn cầu mượn thần miêu. Phật Thế Tôn chưa chịu cho, có Đại Thừa La Hớn bạch rằng:

- Văn Khúc Tinh vì việc muôn dân, chịu trăm ngàn điều khổ cực mới đến đây, xin Thế Tôn lấy lòng từ bi mà cho đó mượn.

---

[1] Con mèo mặt ngọc. [chú thích của dịch giả]
[2] Sao Văn Khúc tên tộc của Bao Công. [chú thích của dịch giả]

Thế Tôn nghe lời khiến đồng tử vào trong Bửu Các đam linh miêu ra, bèn đọc một câu kệ, linh miêu tàng hình lại nhỏ chun vào tay áo Văn Khúc Tinh. Bao Công từ giã Phật Thế Tôn trở về. Ngọc Đế cả đẹp khiến Thái Ất Thiên Tôn lấy nước dương liễu cho Văn Khúc Tinh uống, rồi dạy thiên sứ đưa ra khỏi cửa trời, thì xác Bao Công trên giường tỉnh dậy đã hơn năm ngày; Lý phu nhơn rất mầng pha trà cho Bao Công uống, rồi thuật hết chuyện lên thiên đình; phu nhơn hỏi bây giờ tính sao, Bao Công nói:

- Đến mai phu nhơn khá vào cung tâu cùng Quấc Mẫu, hạ chỉ lựa ngày sai quân ra phía Nam cất lên một cái đài cao, đặng làm việc như vầy ... như vầy ...

Phu nhơn vâng lịnh. Ngày thứ đi kiệu thẳng vào thâm cung tâu cùng Quấc Mẫu, liền vời Địch Khu Mật[1] khiến ra phía Nam cất đài, Địch Thanh[2] vâng lịnh đam quân ra Nam Giao cất cao đài, còn Bao Công trong phủ lựa hai mươi bốn tên mạnh bạo, đặng đến cao đài tra xét. Ngày ấy tại đế kinh hoàng thành, thiên hạ quan dân thảy đều đến coi, thì đã đủ hai vị Hoàng Thượng, hai bà Quấc Mẫu, hai ông Thừa Tướng và hai tên Tú Tài, còn các quan văn võ đều hầu hai hàng. Bao Công thiệt, thì lên ngồi trên đài, còn Bao Công giả, ở dưới đài cãi lẫy om sòm, vừa đến giờ Ngọ, Bao Công trên đài ngay tay áo ra, miệng niệm câu kệ của đức Phật Thế Tôn; khi ấy

Ngọc Diện Miêu trong áo nhảy ra, chẳng khác như hùm dữ gặp thịt,

---

[1] Chức quan của Địch Thanh.
[2] Địch Thanh: danh tướng Trung Hoa đời Tống. Địch Thanh từng đánh bại Nùng Trí Cao, thủ lãnh người Tày hùng cứ vùng Quảng Đông, sát biên giới Việt - Hoa.

bước xuống dưới đài kêu một tiếng lớn, hào quang xẹt ra, bắt cắn ngang cổ vua Nhơn Tôn giả, còn Quấc Mẫu giả hoảng kinh, ló đuôi chuột ra mà chạy chẳng khỏi, bị thần miêu cắn ngang bụng, rồi nhảy tuốt xuống đất, các quan dân đều vỡ chạy, còn Thừa Tướng với Tú Tài giả muốn xuất hình bay chẳng kịp, bị thần miêu giết hết; sót lại Bao Công giả tàng hình bay lên trên mây, Ngọc Diện Miêu liền hóa đạo kim quang rượt theo cắn tha về bỏ một đống dưới đài, thiên hạ quan dân thấy trừ đặng lũ yêu ấy rồi đều khen ngợi; Bao Công xuống đài xem thấy năm chuột yêu, bề dài hơn trượng dư, cẳng chơn giống người, còn mấy chỗ bị thần miêu cắn đó, thì chảy mỡ ra nươm[1]. Bao Công tâu với vua rằng:

- *Ấy là nó ăn những máu thịt người mới lớn mạnh như vậy.*

Liền khiến quân hổ vệ[2] xẻ thịt nó mà ăn đặng giúp thêm sức mạnh. Tống Nhơn Tôn truyền cải giá hồi triều, các quan đều vào chầu; Nhơn Tôn cả vui bèn vời Bao Công vào ngai mà khen thưởng, truyền thiết yến đãi Bao Công và các quan văn võ; bãi tiệc rồi, Bao Công về dinh dạy Tú Tài phải đam Hà thị về, vợ chồng sum hiệp như xưa. Nàng Hà thị bị yêu khí thâm nhập cốt chỉ[3], nên đau bụng hoài. Tú Tài lấy thuốc linh đơn của Đổng chơn nhơn cho Hà thị uống rồi mửa hết khí độc ra, mạnh lại như trước. Thấy án này thì rất lạ trong thiên hạ.

---

[1] Nươm: dầm dề, có nhiều, luôn luôn - như tiền *nươm* trong túi, hay khách *nươm* (khách đầy nhà) - có lẽ *nườm nượp* (đông đảo, rộn rịp) là từ chữ *nươm* mà ra.
[2] Hổ vệ (虎衛): một đội quân có thể lực dũng mãnh.
[3] Cốt chỉ: có lẽ là *cốt tủy* (xương và tủy), do chữ *tủy* (髓) có phát âm giọng Quảng giống như "chủy".

5. Giảo Thiệt Khấu Hầu

Cắn lưỡi bóp cổ

Nơi tỉnh Sơn Đông, Cổn Châu Phủ, Khúc Phụ Huyện, có họ Lữ tên Duật Nhơn, sanh một trai gọi Như Phương mới vừa mười tuổi, vào trường học tập, trí huệ sáng láng, tánh hạnh thông minh. Trong ấp có một Phó Sứ tên Trần Bang Mô, nghe tiếng Như Phương, nên khiến con mình là Văn Mạng cũng đồng học một trường, bèn làm mai đặng gả con gái là nàng Nguyệt Anh. Văn Mạng nói rồi, cha con Duật Nhơn ưng chịu, sắm đủ sáu lễ.

Cách vài ngày Duật Nhơn nói với Văn Mạng, thưa cùng anh chị định ngày sính lễ nghinh hôn. Bà sui gái là Trần Cúc sắm sửa đồ đạc đưa con về nhà chồng, thiệt nàng Nguyệt Anh bóng sắc xinh tốt người người đều khen. Khi đó cũng có những anh em bạn học, đều đi lễ khánh hạ mà chúc mừng cho vợ chồng mới, lại có con quan Lại Bộ Thượng Thơ, tên là Châu Hoảng Sử, thiệt tay ăn chơi, dạo quán dựa lều, rượu trà say sưa, chọc gái ve vặt, cũng đến đi hồ[1] trong đó; lúc đám cưới đã xong rồi, vợ chồng ăn ở rất hòa thuận cùng nhau. Nguyệt Anh làm dâu với cha mẹ chồng thiệt chí hiếu, không trái ý chút nào, chẳng dè trong cuộc vui mầng mà biến sanh tai họa. Là vợ chồng Duật Nhơn nhuốm bịnh đều chết hết, Như Phương chẳng xiết chi than khóc, thủ hiếu ba năm, mãn tang rồi, vào thi đã đậu trường hương, vợ lại sanh đặng một trai; đến kỳ vua mở Hội thí, Như Phương sắm sửa ra kinh kỳ, dặn vợ nhà lo nuôi con, đặng mình lập chữ công danh. Ngày ấy tớ thầy quảy gói xuống thi, đi giữa đường Như Phương bị bắt[2], thằng đầy tớ tên Trình Nhị trốn về đặng, nói cho nàng Nguyệt Anh hay. Nguyệt Anh nghe rồi nhào lăn xuống khóc, nhờ có cha mẹ anh em khuyên dức[3] mới thôi. Trần Bang Mô nói rằng:

---

[1] Hồ: tiền mừng đám cưới - dùng với "đi", như trong "đây là tiền bà con *đi hồ*."

[2] Truyện không hề nói bị ai bắt, vì lý do gì, và số phận về sau ra sao.

[3] Khuyên dức: can ngăn ôn tồn nhưng cương quyết và luôn luôn theo dõi để sự can ngăn có hiệu quả.

- Thôi để cha đến đó lo mưu giải cứu, vậy một mình con ở nhà khó lòng, chi bằng để cha đem thằng cháu ngoại theo luôn thể.

Nguyệt Anh nói:

- Lời cha dạy con chẳng dám cãi, nhưng mà cha nó bị bắt còn mất chưa biết, để lại một chút dòng giống, nên đam con tôi đi, e giữa đường có rủi ro, thì chẳng ai nối dòng cho họ Lữ, tôi ở nhà một mình rất nhớ thương.

Trần Bang Mô nói:

- Con nói như vậy cũng phải, vậy cha với hai anh con đồng đi, còn hai chị dâu con ở nhà, thì phải qua lại chơi bời với nhau cho giải khuây, chớ đam bụng lo rầu mà sanh bịnh.

Bang Mô dặn rồi liền đi, còn Nguyệt Anh thì nhứt thiết việc nhà đều phú thác cho Trình Nhị cai quản, còn bên mình thì có con đầy tớ bảy tuổi tên là Thu Quế[1] theo hầu hạ mà thôi, đóng cửa không tới lui nhà nào hết, chẳng dè vợ Trình Nhị tên là Xuân Hương, trai gái với một thằng bợm bãi[2] ở xóm đó tên là Trương Mậu Thất. Ngày đêm ân ái giao hoan đã lâu, bữa nọ Trương Mậu Thất nói cùng Xuân Hương rằng:

- Chủ nàng tuổi còn nhỏ mà chồng đi khỏi đã lâu, chắc lòng nhớ tưởng việc tình dục, vậy nàng khá làm mai cho ta.

Xuân Hương nói:

- Cô tôi lòng dạ ngay thẳng, không chịu tà vạy chút nào. Chẳng phải chuyện đại sự thì không ra đến nhà trước, việc ấy chắc chẳng đặng đâu.

Mậu Thất lại nói chơi rằng:

- Nàng thiệt lòng xấu sợ ta có trai gái, ý ghen nên không chịu nói.

Xuân Hương nói:

_____

[1] Bản in gốc khi thì gọi cô gái này là Quế Anh, khi thì Thu Hương, Thu Quế, hoặc Cúc Hương, nên sửa tất cả lại là Thu Quế, để không trùng chữ nào với tên ai khác.
[2] Bợm bãi: người xảo quyệt, chuyên môn lường gạt, lừa bịp người khác.

- Thiệt việc khó tính chớ chẳng phải tôi ghen tương chi.

Không dè lòng người đều giống nhau lại toan mưu kín hơn Mậu Thất nữa. Là công tử tên Châu Hoẳng Sử từ ngày đi lễ đám cưới, thấy bóng sắc Nguyệt Anh rồi đam lòng ao ước, đến chừng nghe Như Phương bị bắt, nên tới quán rượu gần nhà Như Phương vào ăn uống mà dọ thám những kẻ quen biết việc nhà Nguyệt Anh đặng hỏi thăm; xảy đâu gặp một người hiểu việc vợ chồng Như Phương, nên công tử làm quen mà hỏi dọ, người ấy tình thiệt nói hết rằng:

- Lữ Như Phương là dòng dõi con nhà nhơn đức , đến nay lại bị bắt, thiệt trời chẳng có con mắt, còn người dâu là Nguyệt Anh thờ cha mẹ chồng rất chí hiếu, ăn ở thuận hòa, chồng bị bắt, ở nhà một mình cùng con đầy tớ nhỏ nội trong phòng mà thôi, còn nhứt thiết gia sự giao cho vợ chồng Trình Nhị quản suất, không sai một mảy. Ấy bởi người chủ có phước đức nên đầy tớ được hiểu nghĩa, vậy đáng khen đó.

Công tử nghe tên khách nói việc Trình Nhị như vậy, mới hỏi gạy[1] đầu người ấy rằng:

- Tôi nghe vợ Trình Nhị tánh nết lang dâm[2], nhờ có đức hạnh chủ nhà sửa trị phải chăng?

Người ấy nói:

- Sao mà công tử biết việc ấy, tôi cũng hiểu việc đó là có tên Trương Mậu Thất cũng tay buôn ngựa bán người, trai gái với vợ Trình Nhị, mà nhà va kế bên vách Như Phương, tới lui cùng vợ Trình Nhị, ăn ngã nằm ngồi tại đó, khi có chồng nó về thì thôi.

Châu Hoẳng Sử nghe rồi, trong lòng nghĩ rằng: "*Năm trước ta đến đi hồ, nên còn nhớ trong nhà buồng the chỗ nào thì phía sau, lại có một đường nhỏ vô nhà, vậy thừa dịp Trình Nhị đi khỏi rồi mình trốn*

---

[1] Gạy: gợi, khêu ra, nhắc một cách khéo léo, như "*gạy* chuyện", "*gạy* cho nó nói".

[2] Lang dâm: nhiều tình dục và ham thích việc trai gái, cũng viết là *lang vân* (狼雲), trong đó *lang* là bừa bãi, *vân* là việc ngoại tình.

vào ẩn trong nhà tắm, chờ nàng vào mà gian hãm chơi." Toan mưu xong rồi.

Ngày thứ nghe Trình Nhị đi khỏi, trời đã xế chiều, mới theo đường phía sau vào núp trong nhà chánh. Còn Nguyệt Anh thì kêu con Thu Quế coi con mình đặng đi tắm, rồi vào phòng đóng cửa cổi áo quần, thay chăn, thì nhớ lại cái cửa sổ còn mở, bèn lật đật bước ra mà đóng. Khi ấy Châu Hoằng Sử thấy nàng mình trần, vận chăn bày màu da trắng, thì dương vật[1] đã cử dậy tinh khí đã xuất ra. Nguyệt Anh tắm rồi mới bước vào phòng, thì Hoằng Sử nom theo đến giường, bèn ôm đè Nguyệt Anh xuống, phần thì tắm chưa kịp lau, âm hộ[2] còn ướt, nên bị Hoằng Sử hãm đặng, bèn le lưỡi ra đút vào miệng Nguyệt Anh cho nàng chẳng la được. Nằm trên phỉ tình bươn chải[3]. Còn Nguyệt Anh thình lình xảy gặp như vậy, nghĩ mình đã chịu nhơ nhuốc rồi, chi bằng cắn đứt lưỡi nó rồi mình chết sau cũng chẳng muộn chi, nên mới cắn răng lại cho đứt chót lưỡi. Châu Hoằng Sử rút lưỡi ra chẳng đặng, mới lấy tay bóp riết họng mà cũng không nhả đến chết rồi, Hoằng Sử lén chạy ra về không ai thấy hết, chặp lâu khiến thằng con nhỏ khóc, thì con Thu Quế chạy kêu mà chẳng nghe lên tiếng, cửa buồng đóng xô không đặng, mới chạy xuống nhà dưới kêu Xuân Hương liền thắp đèn lên xem, đến nơi cửa còn đóng, thò tay lần mở đặng, vào trong đã thấy Nguyệt Anh chết mà trong miệng có ra máu, nơi yết hầu còn bầm đỏ, mình mấy trần truồng, chỗ âm hộ còn ướt, nên chẳng biết ai, bèn tri hô xóm giềng chạy tới đều thấy như vậy, chẳng cớ chi. Có mấy người lân tộc là Lữ Dục Thập và Triệu Thập[4] đều nói rằng:

- Việc này là bị quân hoang vào hãm hại, nên Nguyệt Anh muốn la, mà nó bóp họng đến chết, chúng ta tưởng chẳng có ai, nghi Xuân

---

[1] Đồ kín của đờn ông.   *[chú thích của dịch giả]*
[2] Đồ kín của đờn bà là cửa mình.   *[chú thích của dịch giả]*
[3] Bươn chải: tranh đua, cố gắng làm việc - *bươn* là mau lẹ, lật đật, *chải* là chạy nhảy vội vã, hấp tấp.
[4] Bản in gốc thường viết lẫn lộn tên các người này, khi thì kể là ba người, khi thì hai người, nên ở đây sửa lại, chỉ dùng hai tên đã xuất hiện nhiều lần.

Hương trai gái cùng Mậu Thất, thì chắc hai đứa nó đồng mưu gian hại.

Bèn trói Xuân Hương lại, rồi đắp điếm thây nàng Nguyệt Anh. Còn đứa nhỏ thì mướn vú nuôi.

Ngày thứ Trình Nhị về nhà thấy việc đại biến mới hỏi căn do, thì mấy người ấy nói:
- *Xuân Hương thông gian cùng Mậu Thất nên đồng mưu hãm hại.*

Trình Nhị bèn làm đơn vào cáo với huyện quan.

Đơn rằng:

> *"Vì lập cáo bẩm kẻ dữ giết người, là Trương Mậu Thất, thiệt tay điếm đàng, xảo quyệt dâm ô, chẳng lo sanh nghiệp, nó lấy vợ tôi, tên là Xuân Hương, khi vắng mặt tôi, ăn nằm cùng nhau, tới lui không sợ, ra vào chẳng kiêng, lấy tớ đã xong, muốn đến chủ gia, tôi mắc đi xa, chủ tôi ở nhà với con Thu Quế, thừa dịp đi tắm, ôm đè hãm hại, chủ tôi muốn la, bị nó bóp họng, nghẹt hơi đến chết, xóm giềng đều tới, đồng thấy tang tích, cúi xin thượng quan, tra minh tội ác, đặng yên oan hồn, còn lấy vợ tôi, ví như một ngựa, mà hai người cỡi, chẳng khác chén canh, hai miệng giành húp, còn hãm chủ tôi, lòng muốn một chình[1], mà sắm hai gáo, ý quyết một bếp, muốn nấu hai nồi, lấy vợ tôi việc nhỏ, giết chủ tôi tội lớn, xin định phép vua, giết trừ quân dữ, bày tỏ kêu oan.*
>
> *Nay bẩm."*

Quan Huyện xem cáo trạng rồi, liền đến lấy luật nghiệm, cũng thấy nơi yết hầu đỏ bầm, trong miệng thì máu chảy, mình mẩy trần truồng. Bèn khiến Trình Nhị lo hòm rương tẩn liệm chôn cất, rồi đam Xuân Hương, Mậu Thất với một bọn chứng về nha môn đặng tra khảo. Khi đó mới hỏi Trình Nhị rằng:

---

[1] Chình: cũng viết là chĩnh, là vật để đựng gạo, tương, mắm, ..., giống như cái hũ, nhưng rộng bụng và rộng miệng hơn.

- Chủ ngươi bị gian hãm đến chết, còn vợ thì trai gái với Trương Mậu Thất, cớ sao ngươi không hay?

Trình Nhị nói:

- Tôi mắc đi đòi nợ tới hai ngày mới về tới nhà, thì thấy việc cả biến như vậy, nên hỏi những người xóm giềng là Lữ Dục Thập và Triệu Thập đều nói rằng: "Ở nhà vợ tôi trai gái với Trương Mậu Thất hai đứa thông gian, nên mới toan mưu hãm dâm, rồi chủ tôi la lên thì bị nó bóp họng đến chết", nên tôi liền lập trạng vào cáo bẩm thượng quan, thiệt tôi chẳng rõ biết việc ở nhà, cúi xin thượng quan tra hỏi vợ tôi thì ra mối manh[1].

Quan Huyện hạch hỏi Xuân Hương rằng:

- Ngươi cùng Mậu Thất đồng mưu gian hại Nguyệt Anh, quyết phải tỏ thiệt.

Xuân Hương nói:

- Vốn tôi thiệt có tư tình cùng Mậu Thất, song việc đồng mưu mà giết chủ thiệt chẳng biết ai.

Quan Huyện lại hỏi:

- Vậy chớ ai giết Nguyệt Anh?

Xuân Hương thưa rằng:

- Thiệt tôi không biết ai!

Quan Huyện liền dạy đam Xuân Hương ra khảo kẹp. Xuân Hương mắc đau chơn quá, nên phải hả miệng[2] bèn khai rằng:

- Việc giết chết thì tôi không biết ai, còn Trương Mậu Thất có nói với tôi rằng cô tôi tuổi còn nhỏ, mà lại có bóng sắc, biểu tôi làm mai dong cho va, thì tôi nói cô tôi chẳng phải như ai, vì tánh hạnh ngay

---

[1] Mối manh: *mối* là vật từ đó mà ra, *manh* là mầm mống, chỗ bắt đầu phát sanh - bản gốc luôn viết sai *manh* thành *mang*, có lẽ do cách phát âm không rõ.
[2] Do thành ngữ *đau chơn hả miệng*, nghĩa là khi đến đường cùng, dầu tốn hao bao nhiêu để có lối ra cũng phải chịu, hoặc gặp lúc nguy nan thì việc thoát hiểm dù khó mấy cũng phải làm.

thẳng trung trinh, việc ấy chẳng nên, vậy ý tôi tưởng chắc là Trương Mậu Thất lén tôi mà làm như vậy.

Quan Huyện dạy đam Mậu Thất ra tấn hỏi:
- *Ngươi khá nói thiệt thì khỏi chịu khổ hình.*

Mậu Thất khai nói chẳng biết việc ấy. Quan Huyện nói:
- *Như chẳng có, sao ngươi biểu Xuân Hương làm mai cho ngươi?*

Khi ấy Lữ Dục Thập và Triệu Thập nói:
- *Vì một việc có thì trăm chuyện cũng đó, xin lịnh thượng quan thẩm xét.*

Mậu Thất nói:
- *Ấy là kế phản cho tôi, chớ vốn thiệt 2 người đồng mưu giết Nguyệt Anh mà lại đổ thừa cho tôi với Xuân Hương, vậy xin thượng quan tra khảo hai người ấy thì ra mối manh.*

Quan Huyện hỏi Xuân Hương rằng:
- *Vậy trong lúc chủ ngươi chết ngươi ở tại đâu?*

Xuân Hương nói:
- *Tôi ở dưới nhà trù[1] đang làm công việc, thì có con Thu Quế chạy xuống kêu tôi nói em khóc, mà nó kêu cô tôi chẳng lên tiếng, phần cửa buồng mắc đóng nó mở không đặng, vậy tôi liền cầm đèn lên coi, thì thấy cô tôi đã chết trên giường, rồi tôi kíp tri hô lên, lúc ấy có Lữ Dục Thập và Triệu Thập chạy đến, hai người bèn bắt tôi mà trói lại, nên tôi tưởng chắc hai người đồng mưu hãm hại rồi về, chừng nghe hô hoán mới chạy lại mau mà vu tội cho tôi.*

Quan Huyện dạy giam hết lại sáng mai sẽ hay. Ngày thứ bắt con Thu Quế đam vào dinh trong. Quan Huyện mới hỏi ngọt nó rằng:
- *Con biết chủ con ai giết không?*

Thu Quế nói:

---

[1] Là nhà bếp chỗ nấu ăn.   *[chú thích của dịch giả]*

- Chẳng biết ai, còn bữa đó chủ tôi biểu xách nước tắm, thì tôi múc nước rồi; chủ tôi biểu coi em đặng đi tắm rồi vô đóng cửa buồng lại. Một chặp tôi nghe giãy độp độp trong phòng cả canh, lại nghe tiếng ú ở muốn nói mà chẳng nói đặng, rồi thì nín mất; kế em nhỏ khóc, tôi chạy kêu, cô tôi không lên tiếng, mà cửa buồng đóng lại; tôi liền kêu chị Xuân Hương vội vàng cầm đèn lên, thì thấy mới tắm mình còn ướt chưa mặc áo quần mà chết trên giường.

Quan Huyện hỏi:
- Mày thấy tên Lữ Dục Thập và Triệu Thập, thường có lại nhà chủ mày không?

Thu Quế nói:
- Không có đến lần nào hết.

Quan Huyện lại hỏi:
- Trương Mậu Thất có lại không?

Thu Quế nói:
- Thường bữa đến dưới nhà trù mà giỡn hớt với chị Xuân Hương.

Quan Huyện nghe rồi mới thẩm xét rõ ràng, liền dạy đòi hết ra mà nói rằng:
- Hai người chứng thì vô can, còn Trương Mậu Thất trước khi ngươi biểu Xuân Hương cột xách[1] chẳng đặng, vậy hằng ngày ngươi ở nhà đó đã hiểu tình ý, mỗi bữa chiều thì Nguyệt Anh tắm rửa, nên ngươi ẩn vào núp trong phòng, chừng Nguyệt Anh tắm rồi vô thay đồ, bị ngươi đè hãm hiếp. Nguyệt Anh muốn la lên, bị ngươi bóp họng đến chết, huống chi nhà đó không ai tới lui. Còn Xuân Hương thấy việc chẳng nhẹm nên mới tri hô lên, ý muốn lấp tai che mắt người; chắc hai đứa bay phải định tử tội.

---

[1] Cột xách: dụ dỗ, giao kết (thường dùng với nghĩa xấu) - cột ở đây có nghĩa là làm mai, ghép cặp trai gái.

Bèn khiến Trình Nhị cùng các chứng trở về, đặng làm sớ giải về Thượng Ty. Còn Trình Nhị lòng trung nghĩa lo săn sóc nuôi dưỡng con của chủ mình rất kỹ cang.

Cách đến ba năm, xảy gặp Bao Công tuần tra đến huyện ấy, nên người cha Trương Mậu Thất tên là Học Lục, đội trạng vào kêu oan.

Bao Công thâu đơn xem rồi, đêm ấy mới lục coi những tờ luật nghiệm khai báo, xem tới chỗ Nguyệt Anh chết oan đó thì tinh thần mê man, đôi mắt lim dim, xảy thấy một người con gái tuồng như đến kêu oan. Bao Công hỏi:
- *Nàng có việc oan ức chi thì khá tỏ bày.*

Người ấy chẳng nói chi, mà miệng lại đọc mấy câu chữ rằng:
- *Nhứt sử lập khẩu phụ, bát ma thông khoa nhứt liễu, cư thiệt đầu lưu khẩu hàm tru oán, tri thù hoành tử phương tiêu hận[1].*

Bao Công giựt mình mới biết là chiêm bao, trong lòng khiến nghi; lại thấy một con tri thù[2] chết nằm trên tờ trạng cáo, lại hả miệng đứt hết nửa khúc lưỡi. Bao Công bàn luận nghiệm nghĩ mà không hiểu ý đặng lại bàn như vầy: "*Tên hãm giết Nguyệt Anh đó chắc là họ Lại hoặc họ Châu đây.*"

Rạng ngày thẩm tra các án khác đã rồi, chừng xét đến vụ đó Bao Công nói cùng Mậu Thất rằng:
- *Ta xem lời khai con Thu Quế nói nhà ấy không có ai tới lui hết, có một mình ngươi lân la, huống chi ngươi lại biểu Xuân Hương làm*

---

[1] Trong bản in gốc câu này có vài chỗ sai, sửa lại cho hợp nghĩa.
[2] Là con nhện nhện.

[*chú thích của dịch giả*]

Long Đồ Công Án

mai cho người thì đã ló mòi gian rồi, đến nay mà còn tới kêu oan chi đặng.

Mậu Thất nói:

- Tôi thiệt không có, vì khi trước quan Huyện định quyết cho tôi, có miệng mà cãi chối không đặng; đến nay đã bị giam cầm ba năm rồi, thì tôi chắc chết, sao tôi không khai một tiếng, cha tôi thấy việc oan ức như vậy, nên phải kêu oan, may trời có mắt mới gặp tôn quan đặng phân đoán minh bạch.

Bao Công lại hỏi Xuân Hương cũng khai chẳng biết và nói rằng:

- Bây giờ chủ tôi chết rồi thì tôi xin chịu chết theo mà thôi.

Bao Công khiến đem Mậu Thất tra cật hỏi:

- Trong lúc ngươi vô phòng hãm dâm Nguyệt Anh, ngươi thấy những đồ trong buồng món gì, phải kể hết ra.

Mậu Thất nói:

- Tôi không biết mà khai sao đặng.

Bao Công nói:

- Tội ngươi chắc chết, sao chẳng chịu khai.

Mậu Thất nghe nói, nghĩ tưởng số mình phải chịu oan khiên nên mới khai dối rằng:

- Trong phòng có màn thêu trướng gấm, nệm gối bông hoa.

Bao Công đòi Xuân Hương mà hỏi:

- Trong phòng chủ ngươi có những món chi, phải khai cho thiệt.

Xuân Hương khai rằng:

- Chủ tôi tuy nhà giàu có mà tánh chẳng chịu huê mỹ, nên trong phòng sắm mùng vải chiếu lác vậy mà thôi, chớ chẳng có món chi quí hết.

Bao Công nghe khai không y như lời Trương Mậu Thất thì biết chẳng phải Mậu Thất, nên mới hỏi Xuân Hương rằng:

- Anh em bạn của chủ ngươi có người nào họ Châu tên Sử không?

Xuân Hương nói:

- *Chủ tôi khi ở nhà thì có công tử của Châu Lại Bộ Thượng Thơ thiết nghĩa tới lui, từ ngày chủ tôi bị bắt rồi, thì chẳng đến nhà nữa; bây giờ học hành tại nhà Huỳnh Quấc Tài.*

Bao Công khiến giam hết lại, đêm ấy cũng lấy án đó ra xem, thì cũng chiêm bao như trước vậy. Khi thức dậy mới bàn chiết tự rằng: "*Chữ nhứt sử ráp lại thì là chữ lại, chữ lập khẩu phụ ráp lại là chữ bộ, chữ bát ma ráp lại là chữ công, chữ nhứt liễu ráp lại là chữ tử[1], thì rõ ràng là Lại Bộ công tử. Còn hai câu "thiệt đầu lưu khẩu hàm oan, tri thù hoành tử phương tiêu hận." Tri thù bàn ra họ Châu; hoành tử bàn ra tên Hoẳng Sử.*"

Ngày thứ mời hết các công tử đến đặng hạch chữ. Bao Công nói:
- *Hiền khiết học hành thể nào?*

Hoẳng Sử đáp lại tiếng nói ngọng ú ớ rồi từ tạ ra về. Bao Công đã sanh nghi; rồi kế năm tên công tử khác đến. Bao Công hỏi rằng:
- *Các công tử học hành khá không? Còn Châu công tử tướng mạo được hết mà sao tiếng nói không rõ ràng, nên tôi tiếc người vậy mà mang tật uổng quá, chẳng biết hồi mới sanh ra như vậy, hay là lớn lên mới có?*

Các công tử nói:
- *Cách bốn năm trước Châu công tử ở học tại làng Sùng Phong, đến ngày mồng tám tháng Sáu, ngủ quên nửa đêm cắn đứt chót lưỡi, nên bây giờ tiếng nói ngọng đớt như vậy.*

Rồi các công tử đều từ tạ về hết. Bao Công nghĩ tưởng rằng: "*Ta xem trong trạng cáo, đêm mồng tám tháng Sáu, mà Châu Hoẳng Sử cũng đứt lưỡi ngày đó, còn Nguyệt Anh khi chết miệng có máu. Ấy chắc là Hoẳng Sử khi trước ở đồng ở một làng thiết nghĩa với Như Phương thì trong lúc đám cưới sao cũng đi hồ, nên xem biết buồng the, đường đi nẻo bước trong nhà chỗ nào, vậy thừa dịp nhà không*

---

[1] Nhứt sử (一史) = lại (吏); lập khẩu phụ (立口阝) = bộ (部); bát ma (八厶) = công (公); nhứt liễu (一了) = tử (子)

ai, ẩn vào trong phòng chờ Nguyệt Anh tắm vô rồi ép hãm dâm ô, tính đút lưỡi vào miệng cho không la đặng. Còn Nguyệt Anh mình bị nhục hãm lỡ rồi, sợ nó chạy khỏi nên mới cắn răng lại cho đứt lưỡi; Hoẳng Sử rút ra chẳng đặng bèn bóp họng đến chết rồi trốn không ai hay; xét lại ngày Hoẳng Sử đứt lưỡi với bữa Nguyệt Anh chết thì trùng nhau, mà lại trúng nhằm câu chữ trong điềm chiêm bao (thiệt đầu lưu khẩu hàm tru oán, nghĩa là: miệng ngậm chót lưỡi trả việc u oán), đã chắc rồi thiệt không nghi vậy."

Mới cho mời Châu Hoẳng Sử đến, bèn lấy trọng hình tấn tra đó, thảy thảy đều khai nói rõ ràng xin chịu thường mạng. Bao Công kết án đặng xử tử.

Lời án rằng:

"Tra đặng nhơn mạng, là một công tử, tên Châu Hoẳng Sử, mình con nhà quan, sao chẳng giữ phép, làm điều ô nhục, không khác chó trâu, giao nghĩa bậu bạn, cùng tên Như Phương gặp dịp cưới vợ, chàng bèn đi hồ, xem thấy Nguyệt Anh, mới sanh lòng tà, dọ biết trong nhà, rủi tên Như Phương, đi thi bị bắt, nhơn lúc ngặt nghèo, mồng tám tháng Sáu, công tử Hoẳng Sử, ẩn bóng vô phòng, chờ nàng Nguyệt Anh, tắm vào hãm hại, lại sợ tri hô, bóp hầu đến chết, Mậu Thất mang họa, oan hồn Nguyệt Anh, miệng ngậm khúc lưỡi, và mách chiêm bao, tra ra thiệt quả, là Châu Hoẳng Sử, vào hình đại tịch[1], chẳng khỏi gươm linh, còn Trương Mậu Thất, cùng gã Xuân Hương, việc đó thì oan, hai đứa gian dâm, chẳng khỏi bị đày, lưu qua xứ khác, bia danh ngày sau, làm gương thiên hạ.

Nay án."

---

[1] Đại tịch (大辟): tội xử tử, hình phạt tử hình (capital punishment.)

6. Giang Ngạn Hắc Long

Con rồng đen bên bờ sông

Nói về đất Tây Hộ, có họ Trình tên Vĩnh, lập một cái tiệm ngủ, để cho kẻ qua lại lỡ đường an nghỉ đặng thâu tiền; bèn cho tên Trương Vạn làm tài phú, coi sóc trong tiệm, và biên chép tên họ những khách đến ngủ.

Ngày kia có một sãi nhỏ, họ Giang tên Long, muốn qua Đông Kinh đặng hội trường kỳ, đi đến đó trời đã chiều tối, nên mới vào tiệm Trình Vĩnh mà ngủ. Đêm ấy sãi Giang Long ở trong phòng một mình, bèn xếp vuốt quần áo, và lận bạc đam theo trong lưng ra để trên giường; xảy có tên Trình Vĩnh đi uống rượu nhà anh em bạn rồi về tiệm xem thấy trong buồng ấy có thắp đèn sáng, vậy bước tới dòm coi thấy bạc rồi nói với Giang Long rằng:
- *Chẳng biết thầy ở đâu mà đến đây, đam tiền bạc theo nhiều ít, tục thường nói: hễ việc vàng bạc hay động lòng người, nên phải phòng điều rủi ro.*

Giang Long nghe nói thì cám ơn Trình Vĩnh, chẳng dè anh ta miệng thì nói tử tế hiền lành, mà trong lòng sanh gian hiểm độc dữ. Bèn vào trong lấy một cây đao bén, chờ tới canh khuya, đến cửa buồng sãi Giang Long nhảy vào hét lớn rằng:
- *Tiền bạc đâu phải đưa cho ta, không thì bị chết.*

Giang Long đương ngủ, xảy nghe như vậy, cả sợ mà chưa kịp trở tay, thì đã bị Trình Vĩnh đâm một đao chết rồi, chôn thây tại trong buồng ấy; lục lấy hết bạc, rồi vào phòng trong ngủ êm chẳng ai hay.

Sáng ngày đam bạc ấy ra mua bán, hơn vài năm đã nên nghiệp lớn giàu to, lại cưới con gái Hứa Nhị về sanh đặng một trai tên là Trình Tích, hình tướng khôi ngô, tư dung lịch sự, thương cưng như ngọc quí, nưng niu trên tay, Trình Tích lớn lên thì chẳng chịu học hành, lòng ưa chơi bời du đãng, mà Trình Vĩnh vì con một, nên cưng quá không răn dạy, thường khi la nói, thì Trình Tích bỏ nhà đi.

Ngày kia Trình Tích đến thợ mướn rèn một cây đao bén sắc rồi cách ít bữa đến nhà người anh em bạn của cha nó tên là Nghiêm Chánh. Nghiêm Chánh thấy Trình Tích đến cả mừng, bèn hối vợ dọn rượu cơm, rồi biểu Trình Tích lên ăn uống. Nghiêm Chánh hỏi:

- *Ngày nay cháu đến nhà chú đây, vậy anh chị có nhắn hỏi chi không?*

Trình Tích nghe nói nổi giận trợn mắt rằng:

- *Tôi muốn nói mà khó mở miệng quá.*

Nghiêm Chánh lấy làm lạ bèn hạch hỏi:

- *Cháu có việc gì nói đi, không can chi.*

Trình Tích nói:

- *Cha tôi thiệt là thằng ăn cướp, nên cháu muốn giết đó, đã sắm đao bén rồi; vậy cháu nói cho chú hay, ngày mai thì ra tay.*

Nghiêm Chánh nghe nói như vậy, thì hồn bay khỏi xác, phách tan nửa lừng, bèn nói rằng:

- *Cháu ôi! Tình cha con rất thân, khuyên cháu chớ làm chuyện đại nghịch, lời nói ấy nếu người ngoài hay đặng, thì rất cười chê lắm.*

Trình Tích nói:

- *Sao tôi cũng giết cho đặng, tối sớm nội ngày mai đây.*

Nói rồi đứng dậy quày đi liền. Nghiêm Chánh sảng sốt lòng hồi hộp, bèn nói lại với vợ là Huỳnh thị. Nàng ấy nói rằng:

- *Việc này chẳng phải dễ, như nó chẳng đến nói với mình thì thôi, chớ nay nó đã cho ta hay, như đến việc rồi nói sao đặng.*

Nghiêm Chánh nói:

- *Như vậy thì tính sao?*

Huỳnh thị nói:

- *Chàng phải đến cáo quan thì mới khỏi họa.*

Nghiêm Chánh nghe lời vợ; ngày thứ đâm đơn vào Bao Công thưa cáo việc ấy. Bao Công xem đơn rồi, thấy chuyện đại nghịch như vậy bèn nói rằng:

- Con nhà dân dã mà dám loạn luân như vậy.

Liền đòi cha mẹ đến hỏi, thì Trình Vĩnh cũng khai thiệt rằng:
- Con tôi có lòng muốn giết tôi.

Người vợ khai rằng:
- Thằng con tôi thường hăm giết cha nó trước mặt tôi, bởi bị tôi la rầy mà nó cũng chẳng chịu thôi.

Bao Công khiến bắt Trình Tích đến hỏi, thì cúi đầu làm thinh mà chẳng chối cãi chi hết, lại đòi những người ở xóm đó đến hỏi thì cũng đều nói Trình Tích có lòng giết cha, thường khi hằng giấu cây đao trong lưng. Bao Công dạy xét trong mình thì không có; người cha nói:
- Nó hăm ngày mai giết tôi, nên nó còn để trong phòng.

Bao Công kíp sai Trương Long đến buồng Trình Tích xét thiệt có lưỡi đao sáng ngời, ló trên đầu giường, bèn đam về nạp. Bao Công tra hỏi Trình Tích cũng làm thinh không nói chi, nên chưa quyết lẽ nào bèn giam hết nội vụ rồi lui vào dinh trong suy nghĩ rằng: *"Tình cha con rất thân, không có cớ chi, lẽ nào nó làm chuyện đại nghịch như vậy, việc này lòng cả nghi."* Bèn ngẫm nghĩ giây lâu rồi nói rằng: *"Hay là cha con nó có oan khiên kiếp trước chăng."* Bàn luận rồi vào ngủ liền chiêm bao, thấy giữa trung giang[1] có nổi lên một con hắc long[2], trên lưng có vị thần cỡi, tay cầm cây hốt[3], mình mặc áo hồng bào, đến mà nói rằng:
- Xin bao đại nhơn đừng trách nó là thằng con bất tiếu[4], ấy bởi việc hai mươi năm trước.

Nói rồi cỡi rồng bay mất. Bao Công giựt mình thức dậy bàn điềm ấy mới hiểu ý; sáng ngày ra khách dạy đem hết nội vụ, bèn kêu Trình Vĩnh đến gần hỏi:

---

[1] Giữa sông.   *[chú thích của dịch giả]*
[2] Con rồng đen.   *[chú thích của dịch giả]*
[3] Cây thẻ bằng ngà để che mặt tâu bày nói chuyện.   *[chú thích của dịch giả]*
[4] Hoang đàng hung dữ không tưởng cha mẹ.   *[chú thích của dịch giả]*

- Gia nghiệp của ngươi ông bà để lại, hay là một mình tạo lập ra?

Trình Vĩnh thưa:

- Khi trước tôi nghèo, có lập tiệm cho bộ hành qua lại nghỉ ngơi, đặng lời nhiều mới trở nên giàu có.

Bao Công hỏi:

- Ai coi sổ biên chép trong tiệm?

Trình Vĩnh thưa:

- Có tên Trương Vạn làm tài phú ký biên sổ bộ.

Bao Công cho đòi Trương Vạn, biểu đem hết sổ bộ biên tên những khách vào ngủ tiệm ấy đến, bèn xét coi thiệt trong sổ có biên rõ một sãi, họ Giang tên Long, ngày ấy tháng ấy đến ngủ tiệm đó. Bao Công bàn rằng: *"Khi hôm chiêm bao thấy trung giang có con hắc long, chắc là sãi này họ Giang tên Long đây."* Bèn đòi Trình Vĩnh vào trong bình phong hỏi rằng:

- Nay tra đã rõ ràng con ngươi phải bị chém, còn tội ngươi chẳng khỏi; vậy chuyện kín của ngươi phải khai thiệt ra.

Trình Vĩnh thưa:

- Con tôi hung hoang, mông ơn thượng quan xử tử tôi cũng cam lòng.

Bao Công nói:

- *Ta biết việc ngươi rồi, còn giấu làm chi; có tên sãi Giang Long cáo ngươi việc hai mươi năm trước, nhớ không?*

Trình Vĩnh nghe vậy, tóc tai đều dửng[1], mình mẩy nổi ốc, lập cập giây lâu mà không nói đặng, lại bị quở nạt nên khai thiệt hết. Bao Công khiến quân đến tiệm ấy, vào phòng đào dưới giường coi thì về báo, thiệt có một thầy chôn, xương cốt đã rã hết, duy cái mặt da thịt còn tươi. Bao Công khiến đam Trình Vĩnh vào ngục tối, các chứng cớ đều thả về hết; bèn nghĩ Trình Tích, ấy là sãi Giang Long đầu thai lại, đặng đền oan khi trước, nên đòi thằng con hỏi:

- *Ý gì ngươi muốn giết cha ngươi?*

Trình Tích cũng không nói chi hết. Bao Công nói:

- *Thôi để ta tha ngươi đi xứ khác lo làm ăn, chẳng cho gặp cha, ngươi chịu không?*

Trình Tích nói:

- *Tôi không có tiền bạc, mà làm nghề chi cho được.*

Bao Công nói:

- *Ngươi muốn làm nghề gì, để ta cho một trăm quan tiền làm vốn.*

Trình Tích nói:

- *Như tôi đặng trăm quan tiền, thì tôi mua độ điệp[2], sắm đồ tu hành làm sãi mà thôi.*

Bao Công mới tin chắc là oan oan tương báo, bèn khiến lại bộ đến tịch hết gia sản của Trình Vĩnh, lấy đủ một trăm quan tiền, mà cho Trình Tích rồi tha đi, bèn đày Trình Vĩnh ra nơi biên địa sung quân xứ khác, đặng ngày sau đầu thai đền lại cho sãi Giang Long.

---

[1] Dửng: rởn, nổi dựng lên, như trong *dửng tóc gáy* - cũng có nghĩa nổi lên như cuồng, vui ngất, như trong *dửng mỡ* (thường viết sai thành *rửng mỡ*.)

[2] Độ điệp (度牒): giấy chứng nhận, văn bằng, do nhà chùa cấp cho giáo dân - *độ* là đưa qua (bên kia bờ), *điệp* là giấy tờ.

7. Ô Bồn Tử

Cái chậu đen

Thuở lúc Bao Công làm quan Thái Thú nơi Định Châu, khi ấy có tên Lý Hạo, ở phủ Dương Châu, nhà giàu có bậc vạn hộ, bèn qua nơi Định Châu buôn bán. Khi ấy vào cái quán cách xa thành chừng mười dặm, mà ăn uống quá say, nên đi về nửa chừng té nằm giữa đường, mê man chẳng biết. Lại có hai thằng gian tặc tên là Định Thiên, Định Vạn; dòm thấy trong mình Lý Hạo có vàng bạc, mới đồng mưu cùng nhau, nhơn khi say mê ấy, khiêng thây đem bỏ trong rừng vắng, rồi lục trong lưng được một trăm lượng vàng; liền lấy mà chia đồng nhau, rồi về nhà đưa cho vợ cất kín. Hai anh em bàn luận rằng:

- Nếu người đó tỉnh dậy, biết mất hết của, ắt sao cũng đến phủ Định Châu kêu nài; chi bằng bây giờ giết chết, thì mới biệt tích.

Nên liền đến đó đập Lý Hạo chết, rồi mới đam thây chất lửa đốt cháy tiêu, hóa nên tro đất. Sau có kẻ đào nhằm đất ấy về nắn làm chậu, hầm chín cho da đen đặng bán.

Có ông già ở phủ Định Châu tên là Dương Lão mua nhằm cái chậu ấy, đam về để đựng nước đái. Khi ấy nửa đêm thức dậy đi tiểu, xảy nghe cái chậu đó lên tiếng nói rằng:

- Tôi thiệt là người khách ở phủ Dương Châu, sao ông lại đái trong miệng tôi hoài.

Dương Lão cả sợ giởn ốc, lật đật thắp đèn tỏ, rồi hỏi cái chậu đen ấy rằng:

- Như thiệt người có việc oan chi thì nói, đặng ta kêu oan cho,

Cái chậu đen ấy trả lời rằng:

- Tôi thiệt là người ở phủ Dương Châu, họ Lý tên Hạo, đi buôn bán nơi phủ Định Châu, mắc ăn uống say, nên nằm tại giữa đường, lại bị anh em gian tặc tên là Định Thiên, Định Vạn, giựt lấy hết một trăm lượng vàng, rồi giết tôi đem thây vào rừng đốt ra tro đất; lại bị người đào đất ấy mà làm ra cái chậu này, rất nên oan ức. Xin ông *ra ơn đam cái chậu này đến trước mặt Bao Công, đặng tôi kêu oan, vậy ngày sau tôi phò hộ đặng trả ơn cho ông.*

Dương Lão nghe rồi rất sợ hãi, chờ cho trời sáng, đam cái chậu ấy đến nha môn xin kêu oan; vào đến Bao Công hỏi:
- *Có việc oan ức chi?*

Dương Lão thuật chuyện cái chậu nói khi hôm. Bao Công nghe rồi dạy đam chậu vào để dưới bệ; Bao Công hỏi thì không nghe cái chậu nói chi hết. Bao Công nổi giận quở Dương Lão rằng:
- *Dám đam chuyện huyễn hoặc đến dối gạt ta.*

Rồi dạy đuổi ra. Dương Lão bị quở nên đam chậu về nhà rất giận, tối đêm ấy cái chậu lại kêu nói rằng:
- *Xin ông chớ phiền, vì đến trước mặt Bao Công mà tôi không kêu oan, là bởi không đậy kín, nên nói không đặng; vậy ông làm ơn cho tôi mượn cái áo, rồi đam tới Bao Công đắp kín lại, đặng tôi bày nói hết các việc oan ức tôi.*

Dương Lão sợ hãi ngủ chẳng yên, đến sáng lấy cái áo gói kín lại rồi đam tới Bao Công, nói chuyện hồi hôm cái chậu trả lời như vậy. Bao Công cũng gắng gượng mà hỏi đó, thiệt cái chậu bẩm nói hết các việc oan ức. Bao Công cả

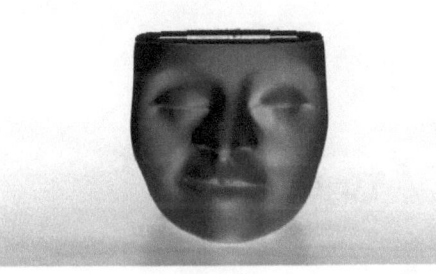

kinh, liền khiến lính công sai kíp bắt Định Thiên, Định Vạn; một chặp đam về nạp. Bao Công nói:
- *Hai ngươi mưu sự giết Lý Hạo làm sao, phải chịu thiệt.*

Hai người nói:
- *Anh em tôi không biết việc ấy.*

Bao Công dạy khảo tra cũng chẳng chịu khai, bèn dạy giam vào ngục; mới cho lính đòi hai người vợ đến mà cật hỏi, thì cũng không chịu khai. Bao Công nói:

- Chồng hai ngươi đồng mưu giết Lý Hạo lấy 100 lượng vàng, rồi thiêu đốt thây người ta ra tro bụi, còn vàng tại tay hai ngươi cất giấu; chồng hai ngươi đã khai nói phân minh, mà hai ngươi còn chối cãi gì.

Hai nàng ấy nghe nói mới chịu rằng:
- Vàng bây giờ còn chôn bên vách nhà.

Bao Công cho lính dắt về đào lấy thiệt có. Bao Công khiến dẫn Định Thiên và Định Vạn ra rồi nói rằng:
- Vợ hai ngươi đã đam một trăm lượng vàng nạp đây, ấy thiệt rõ ràng hai người giết Lý Hạo sao không chịu khai.

Hai tên ấy thấy vàng rồi nhìn mặt nhau chẳng nói chi đặng, bèn chịu thiệt. Bao Công luận hai tên đều tham của giết người, xử quyết chém đầu. Còn Dương Lão cáo việc đặng thiệt quả, nên thưởng hai chục lượng bạc; lại vàng ấy với cái chậu đó, thì đòi bà con Lý Hạo lãnh về mà chôn cái chậu đó.

Án này thiệt rất lạ lùng trong thiên hạ.

8. Á Tử Bổng

Cây gậy của người câm

Có một ngày kia Bao Công đương ngồi, tên lính vào bẩm rằng:
- Ngoài cửa ngõ có một thằng câm, tay cầm cây roi lớn ý muốn đam dâng cho lịnh thượng quan.

Bao Công khiến dắt vào, bèn hỏi nó thì chẳng nói chi đặng; các thơ lại bẩm rằng:
- Vì thằng câm này, mấy đời quan Phủ trước, hễ mới đến thì nó đam cây roi ấy vào dâng, thì phải bị ăn đòn rồi đuổi ra, vậy xin thượng quan chớ hỏi chi mất công.

Bao Công nghe rồi thầm tưởng: "*thằng câm này, có việc oan ức chi, nên chẳng sợ đòn bọng[1] mà đến hoài, vì các ô quan[2] trước không tra hỏi, đánh ép đuổi đi*", nên trong lòng toan ra một kế, lấy huyết heo thoa trên vai thằng câm đặng giả đò chặt hết một cánh tay nó, rồi đóng gông lại, đem để trước nha môn, lại khiến hai tên quân:

- Lén đi dọ coi những các người đến coi đó, bằng có kẻ nào nói thằng câm bị oan, thì bắt dắt vào cho ta.

Hai lính vâng lệnh đi giây lâu, thấy một ông già đứng chắt lưỡi mà nói rằng:

- *Thằng câm đó thiệt oan nó quá, nay lại chịu khổ hình, thấy vậy mà thương.*

Hai lính nghe, rồi liền bắt dẫn vào. Bao Công hỏi căn do. Ông già ấy bẩm rằng:

- *Thằng câm này ở tại Nam Thôn tên là Thạch Á, anh ruột nó là Thạch Toàn, nhà giàu muôn hộ, mà nó câm từ nhỏ đến lớn, lại bị người anh đuổi đi ra ngoài chịu đói rách chẳng ăn đặng gia tài một đồng, nó hằng đến cáo quan, thì bị đòn mà trở về, không minh oan được, đến nay lại bị chặt cánh tay, nên tôi thấy vậy mà thương.*

Bao Công nghe nói, bèn sai người đòi Thạch Toàn đến hỏi rằng:

- *Thằng câm này phải là anh em ruột với ngươi không?*

Thạch Toàn bẩm rằng:

---

[1] Đòn bọng: đánh để trừng phạt, như trong "rầy la đủ rồi, cần gì đòn bọng."
[2] Quan lạm thực ăn tiền của dân.   *[chú thích của dịch giả]*

- Vì nhà tôi hay nuôi kẻ tật nguyền, nên nó hồi nhỏ có ở với tôi nuôi làm phước, chớ chẳng phải là anh em bà con chi hết.

Bao Công nghe nói như vậy bèn dạy mở gông thả thằng câm ra. Thạch Toàn lòng mừng từ tạ ra về; Bao Công lại kêu thằng câm vào, ra dấu biểu nó hễ gặp anh nó là Thạch Toàn, thì chạy theo đánh đại không hề chi; thằng câm ấy gặc đầu mà đi.

Có một ngày kia ra cửa Đông Môn gặp Thạch Toàn, bèn giận quá chạy xốc lại đánh, Thạch Toàn bị u đầu xể[1] mặt, về nhà tức mình nín không đặng, bèn đâm đơn cáo với Bao Công rằng:
- Thằng câm chẳng giữ lễ phép, nên mới dám đánh anh ruột mình đến nỗi u đầu xể mặt.

Bao Công nói với Thạch Toàn rằng:
- Như thằng câm ấy thiệt chắc nó là em ruột ngươi, thì tội nó rất nặng; em mà đánh anh thì phải bị đày; còn như người dưng thì xử theo việc hai đàng đánh lộn vậy mà thôi.

Thạch Toàn nói:
- Thiệt nó là em ruột tôi.

Bao Công lại ra dấu nói với thằng câm rằng:
- Sao mà dám đánh anh ruột cho đến xể mặt u trán vậy?

Khiến đam ra đánh vài chục côn, rồi nói với Thạch Toàn rằng:
- Thằng câm thiệt là anh em ruột với ngươi, mà sao chẳng chia gia tài cho nó, ấy thiệt là tấm lòng cả tham, nên mới như vậy.

Thạch Toàn cứng họng hết nói đặng. Bao Công dạy người đến lục xét hết gia tài, vàng bạc, ruộng đất, rồi chia làm hai ra, giao cho thằng câm phân nửa, trong thiên hạ ai nấy nghe đều khen ngợi Bao Công.

---

[1] Xể: sướt, trầy, rách một đường dài mà cạn - *xể mặt* là rách da mặt.

9. Thiên Niên Kim Lý Ngư

Cá chép vàng ngàn tuổi

Tại thành Dương Châu phía Đông Môn, có một Tú Tài họ Lưu tên Chơn, tự là Thiên Nhiên, học hành siêng năng, tánh hạnh thông minh, ôn nhuần thi phú. Vì nhà nghèo không tiền cưới vợ nên quyết lòng lập thân mà vụ chữ công danh.

Đương trào nhà Tống đời vua Nhơn Tôn năm thứ ba, có mở hội thi kén tài nho sĩ. Tú Tài sắm sửa xuống kinh kỳ đặng ứng khoa Hội thí, mắc bị chữ nghèo nên đi đến kinh đô chậm trễ, thì trường thi đã bãi. Lưu Chơn buồn rầu bởi thời vận mình không có. Lúc ấy mốn tính trở về ngặt sở phí không đủ, bèn vào chùa Quang Nguơn xin ở đậu đặng có học tập.

Đến rằm tháng Giêng, trong thành vua bày tiệc làm lễ phóng đăng[1]. Khi ấy cách đế kinh ba mươi dặm, có cái sông tên là Bích Du, giữa rún sông nước xoáy xuống sâu hơn muôn trượng, tại đó có con cá lý ngư[2], tu hơn ngàn năm đã thành yêu khí; hằng biến hình gái lịch sự ở trên bờ sông, đặng mê gạt mấy trai xinh, biết đêm ấy trong thành vua có lễ phóng đăng, nên biến ra một gái bóng sắc, tác chừng 17 tuổi, rồi mửa ra hột ngọc nhỏ hóa làm lồng đèn, tay xách đi lộn với thiên hạ vào hoàng thành, khi ấy đờn ông đều liếc xem, con trai theo chọc ghẹo, coi đã đến canh năm, mặt trời đà lố mọc, đèn đuốc đều tắt hết, bèn chạy vào vườn huê Kim Thừa Tướng, trong ấy có cái hồ lớn, liền nhảy vào đó mà ẩn hình. Còn Kim Thừa Tướng có sanh một gái tên nàng Kim Tuyến.

Ngày thứ Kim tiểu thơ cùng con tỉ tất dạo vườn mà thưởng hoa. Tiểu thơ xem trên hồ có hai chậu mẫu đơn, bông nở diềm dà[3], sắc màu tươi tốt, nên khiến thị nữ bẻ, rồi dạy bày rượu bên hồ uống

---

[1] Là thắp đèn gió thả lên trời.   *[chú thích của dịch giả]*

[2] Lý ngư (鯉魚): cá chép.

[3] Diềm dà: xanh tươi, rậm rạp, thường dùng để nói về cây cối.

chơi. Bèn thấy cá lý ngư trừng lên, xòe[1] vi giương[2] kỳ, xừng[3] vảy hả miệng, lội trên mặt nước. Tiểu thơ tay bưng ly rượu đổ vào trong hồ, thì cá yêu lội lại ngước miệng hứng nuốt hết. Tiểu thơ xem giây lâu trầm trồ, rồi trở về loan phòng.

Nhơn cớ ấy cá yêu biết tiểu thơ ưa bông mẫu đơn, nên mỗi đêm lên hà yêu khí vào mấy chậu mẫu đơn, đều trổ bông to lớn tươi tốt, khiến cho tiểu thơ thấm mê, mỗi ngày hằng đến xem. Khi ấy hết xuân qua đầu mùa hạ, Lưu Tú Tài ở đậu nơi chùa xài hết tiền bạc, không biết tính sao, bèn viết ít chữ tháu[4] đặng đem đến dinh quan, dâng bán lấy tiền mà chi độ. Chẳng vừa ôm đến phủ, may gặp Thừa Tướng về dinh thấy Tú Tài tay cầm mấy bức chữ khiến dở ra xem, rồi trầm trồ khen hoài, bèn dắt vào phủ hỏi căn do hương quán xứ nào, ta xem tài mạo ngươi chẳng phải tầm thường. Tú Tài thưa hết chuyện mình. Thừa Tướng nói:
- *Ngươi khá ở lại đây, trước dạy con cháu ta, sau chờ đến khoa thi.*

Liền khiến dọn cái nhà cầu phía Tây cho Tú Tài ở, rồi sai người đến chùa lấy quần áo đồ đạc đem về.

Tú Tài được chỗ ở yên thong thả, rất an lòng khỏe dạ, mà nhà ấy khít bên vườn hoa, nên mới sanh ra chuyện lạ. Còn Thừa Tướng lại thên tríu mến, cấp dưỡng phủ phê quần áo ăn mặc, chàng càng siêng nấu sử sôi kinh, nhứt thiết đơn trạng nội phủ Thừa Tướng giao một tay Tú Tài coi sóc, nên ưng lòng đẹp ý lắm.

Ngày kia trời chiều âm ỉ, Tú Tài chạnh nhớ quê hương nên đi lơ thơ ngoài đường, chẳng dè vào lầm chốn vườn huê, bước lố thấy tiểu thơ cùng tỉ tất đương giỡn hoa nơi hồ. Tú Tài xem thấy lạnh mình

---

[1] Xòe: mở ra, giương ra - khác với *sẻ* là ngửa (bàn tay) ra.
[2] Giương: mở rộng, căng thẳng lên, thường dùng cho các vật cụ thể, như *giương buồm, giương dù* - khác với *dương* là phô bày, mở rộng, cất lên, thường dùng cho những hình ảnh trừu tượng như *tuyên dương, diệu võ dương oai.*
[3] Xừng: phùng ra, dửng lên, tỏ vẻ hăng hái muốn đánh nhau, như *gà xừng lông.*
[4] Tháu: viết lệ và dối, khó đọc - do chữ *thảo* (草), cách viết chữ Hán buông thả để viết cho mau - từ đó có thêm lối *cuồng thảo* (狂草), rất mau và rất phóng túng.

nói thầm rằng: "*Xưa ta tằng[1] nghe Kim tiểu thơ bóng sắc ví tày Hằng Nga, nay mắt xem thiệt chẳng khác tiên nương, phải hội này mình bước đặng thang mây, xui gặp nàng tay xoang nhành quế[2], thì mới phỉ lòng ao ước.*" Nói rồi sợ người thấy, lén trở về phòng,

ngâm ít câu thơ Đỗ Phủ cho hứng chí. Lời tục rằng: "*Hễ mong lòng dục, thì tà mị noi theo.*" Vì cá yêu muốn mê gạt Tú Tài mà không có cớ, nay nhơn dịp ấy nên biến ra hình Kim tiểu thơ đến kêu. Tú Tài đương đọc sách, nghe có tiếng gõ ngoài cửa, bèn mở ra xem thấy tiểu thơ khi ban chiều mình gặp đó, nên chưng hửng. Cá yêu nói:

- *Xin chàng chớ ngại, bởi thiếp nghe tiếng chàng bình sách hay quá, thiếp chờ cha mẹ ngủ hết, đặng đến đây mà nghe cho gần.*

Tú Tài nghe nói mới yên lòng, bèn mời ngồi chuyện vãn cùng nhau, vì lửa bén bên rơm, bướm kề mùi hoa dần đà chẳng đặng, liền dắt vào phòng thắm duyên đào lý. Trời đến gần sáng, tiểu thơ dậy trước, rồi dặn chàng rằng:

- *Để tối thiếp đến.*

Từ ấy sắp sau, đêm tới ngày lui, tình thắm duyên ưa, hễ mỗi khi nàng đến thì đam món ngon vật lạ cho chàng. Tú Tài mằng thầm, vì mình được vợ quí.

Đêm kia tiểu thơ nói với Tú Tài rằng:

---

[1] Tằng: nay viết là *từng*, với nghĩa "đã trải qua".
[2] Xoang nhành quế: *xoang* là đụng nhằm - ở đây có lẽ dựa theo thành ngữ *phan quế* (攀桂), nghĩa là nắm, vịn cành quế, thường dùng chỉ sự thi đậu.

- *Thiếp e chàng ở đây lâu không tiện, nếu tỉ tất nó biết ắt cha mẹ hay khó lòng, chi bằng để tôi lấy vàng bạc châu báu trốn theo về xứ chàng khi ấy vợ chồng ở với nhau nối tóc tới già mới được.*

Tú Tài nói:
- *Như lệnh Thừa Tướng cho người theo bắt, mình trốn sao khỏi?*

Tiểu thơ nói:
- *Vì cha mẹ thương cưng tôi lắm, dẫu có bắt về cũng không hề chi.*

Tú Tài y chịu, hẹn tối bữa mười bốn, sắm sửa ghe thuyền cho sẵn, thiệt đến ngày ấy thiếp chàng xuống thoàn, châu ngọc bạc vàng túm hết đem đi trở về Dương Châu.

Chừng Thừa Tướng hay Tú Tài trốn rồi, mà chẳng cho theo bắt, còn mấy bụi mẫu đơn đều khô chết hết, nên Kim tiểu thơ thương nhớ mà đau, chứng bịnh trầm trầm thuốc thang trơ trơ chẳng giảm chút nào, người mẹ dàu dàu, vào thăm bữa bữa. Tiểu thơ nói:
- *Vì thương nhớ mẫu đơn quá nên bệnh đến như vầy.*

Vợ chồng Thừa Tướng bàn luận cùng nhau, nghe bên Dương Châu có mẫu đơn tốt, phải sai quân hầu đam vàng bạc qua đó mà mua cho đặng, đừng ngại của quan dân, chớ luận điều mắt[1] rẻ, miễn mua cho đặng đam về mau kíp.

Quân chúng lãnh mạng qua đến Dương Châu, kiếm tìm hỏi thăm, thiên hạ đều chỉ ở phía Đông Môn, nơi nhà Lưu Tú Tài có mẫu đơn rất tốt, các quân lính liền đi đến vào nhà, thì Tú Tài đi khỏi. Có một gái đứng trong bức sáo hỏi rằng:
- *Các ngươi đi đâu vậy?*

Quân lính nghe rồi nói:
- *Sao mà giống tiếng tiểu thơ.*

---

[1] Mắt: giá cao hơn giá phải chăng, thường viết **sai** thành *mắc*.

Bèn bước đến gần nhìn xem quả thiệt. Xảy đâu Tú Tài bước vào, các quân lính thấy, đều nhận là Lưu Tú Tài, đều chưng hửng ngó mặt nhau không nói chi đặng. Tú Tài hỏi:

- *Mấy người đi đâu?*

Quân lính thưa:

- *Vì tiểu thơ tương tư bông mẫu đơn mà đau gần chết, nên anh em tôi vưng lệnh Thừa Tướng đến đây đặng mua mẫu đơn.*

Tú Tài cười nói:

- *Tiểu thơ theo ta về ở bên nây có hơn nửa năm, còn tiểu thơ nào ở bển nữa?*

Các quân không biết tính sao, bèn cho một tên trở về kinh đô báo cùng Thừa Tướng hay. Thừa Tướng không tin sai thơ lại đến Dương Châu rước tiểu thơ về. Tiểu thơ cùng Tú Tài theo thơ lại đến thành đô, vào ra mắt Thừa Tướng. Thừa Tướng nhìn xem thiệt là con mình, nên hãi kinh rất lạ, lòng nửa tin nửa nghi, phu nhơn bước ra nói:

- *Con tôi đau nặng nằm trong phòng, còn tiểu thơ nào đó?*

Thừa Tướng cật hỏi đầu đuôi làm sao? Tú Tài thưa hết trước sau mọi việc. Thừa Tướng nói:

- *Chắc ngươi bị yêu tinh mê gạt.*

Nói rồi lên kiệu đến Khai Phong Phủ vào thưa với Bao Công. Bao Công liền cho Trương Long đến đòi hai tiểu thơ cùng Tú Tài đều vào trước án. Bao Công xem quả hai gái giống nhau một khuôn, bèn lấy kiến của vua Hiên Viên để soi rõ yêu tinh khiến quân nhơn đam treo giữa bàn án, cá yêu thấy kiến ấy, rồi khạc yêu khí ra đen kịt tối trời, liền nghe một tiếng nổ lớn. Chừng tan hết khói đen, coi lại hai nàng tiểu thơ đâu mất. Thừa Tướng cùng Bao Công cả kinh, nội dinh quân lính đều thất sắc. Bao Công nói:

- *Thừa Tướng hãy an tâm trở về để ít ngày hạ quan truy tầm coi tiểu thơ ở đâu.*

Thừa Tướng từ tạ ra về, còn Bao Công cầm Lưu Tú Tài ở tại đó chờ lệnh; lại đăng bảng ra khắp các châu quận, như ai biết đặng yêu tinh ấy và tiểu thơ hạ lạc[1] phương nào, tới chỉ ra thì cấp thưởng một ngàn quan tiền.

Ngày thứ Bao Công đến miếu[2] Thành Hoàng, vào đốt lá điệp sớ, có âm binh lãnh đam dâng cho thần Thành Hoàng. Thành Hoàng xem rồi liền khiến thần binh tra xét, coi loài yêu nghiệt ấy ở đâu. Giây phút thần binh về báo yêu ấy là con cá lý ngư, tu tại sông Bích Du hơn ngàn năm. Thành Hoàng nghe tâu, kíp gởi sớ cho Ngũ Long Vương và mười cửa điện, phải dọ bắt cho được cá yêu ấy. Long Vương được sớ, liền truyền lệnh cho binh thủy tộc[3] lục cùng sông biển, xét các hồ ao mà bắt cho đặng. Vì cá yêu tu lâu năm phép tắc rất nhiều, nên âm binh thủy tộc đánh bắt chẳng được. Long Quân tâu cùng Ngọc Hoàng, thì Ngọc Hoàng khiến thiên binh bắt cũng không đặng, bèn tư sớ cho Long Quân, biểu canh giờ mấy cửa biển. Còn cá yêu bị rượt đuổi quá, nên chạy vào Nam Hải.

Thuở ấy có tên Trịnh Ông, tấm lòng từ thiện, tánh hay làm lành, trong nhà thờ bức tượng Phật Quan Âm, hằng cúng cấp nhang đèn không ngớt. Đêm ấy chiêm bao thấy một người đờn bà dặn rằng:
- *Đến mai sáng, ngươi đến mé biển đặng đi với ta, đến phủ Bao Công mà lãnh thưởng đam về mà làm giàu có với thiên hạ.*

Trịnh Ông tỉnh dậy chờ trời sáng đến đó; thiệt thấy một người đờn bà, tay xách cái giỏ, đứng dưới bóng cây, chờ Trịnh Ông đi tới nói rằng:

---

[1] Hạ lạc (下落): rớt, rơi xuống, hay đi tới nơi nào, hướng về.
[2] Miếu: tất cả các bản in gốc đều dùng chữ *miểu*. Tuy nhiên, (1) về nghĩa chữ, *miếu* là đền đài, nơi thờ cúng tôn nghiêm, rộng lớn, còn *miểu* là cái miếu nhỏ, chỉ đủ để đồ thờ, không có chỗ cho người ra vào, và (2) về nghĩa văn, chỗ nào cũng tả một miếu đường rộng rãi, có người lui tới, trú ngụ, nên sửa tất cả lại là *miếu*.
[3] Binh ở dưới nước. *[chú thích của dịch giả]*

- Bởi cá yêu này ở nơi Bích Du chằm[1], nhiễu hại nhơn dân, bị Long Quân rượt bắt, nó chạy vào Nam Hải mà trốn nơi bưng sen, nay bị ta bắt nhốt trong cái giỏ này, biến hóa không đặng nữa, vậy Bao Công có truyền rao, ai bắt đặng cá yêu thì trọng thưởng, thôi ngươi đi với ta đến đó đặng mà lãnh thưởng.

Trịnh Ông dắt người đờn bà ấy đến phủ, gặp Bao Công cùng Kim Thừa Tướng đương ngồi bàn luận chuyện đó, khi ấy có lính hầu báo. Bao Thái Y cho đòi Trịnh Ông với người đờn bà ấy vào. Bao Công nói:

- Như thiệt yêu quái thì đam đến trước án đặng ta tra hỏi.

Vì cá yêu bị phép Quan Âm nhốt trong giỏ, nên mọi việc mê gạt Tú Tài và đam tiểu thơ giấu trong kẹt núi nơi sông Bích Du, đều khai thiệt hết. Bao Công nghe rồi, khiến đam cá yêu ra làm thịt. Người đờn bà ấy nói rằng:

- Nó là yêu khí tu hơn ngàn năm, dẫu có làm thịt nó cũng không chết, vậy để tôi đam về giết trừ mới đặng.

Bao Công y lời, liền dạy phát tiền kho ra năm ngàn quan tiền mà cấp thưởng. Người đờn bà ấy lãnh tiền ra khỏi phủ, bèn cho hết Trịnh Ông và nói rằng:

- Ấy là ta trả ơn cho ngươi, vì có lòng thờ phượng ta ba năm, vậy ngươi khá thuật chuyện này lại cho người thế gian hay.

Dặn rồi liền biến mất. Khi ấy Trịnh Ông mới biết là Phật Quan Âm giáng thế, bởi mình có lòng thờ phượng bèn đam tiền thưởng ấy về, rước thợ đến vẽ thêm trong tượng Phật Quan Âm.

Từ đó đến sau, nội đế kinh đều họa tượng Phật Quan Âm mà thờ tay có xách giỏ cá, nên kêu là tượng Ngư Lam[2] Quan Âm. Còn Bao Công sai người đến kẹt đá, tìm đặng Kim tiểu thơ đem về tới nha

---

[1] Chằm: đầm, hồ, chỗ trũng rộng ngập nước, nhiều lau sậy.
[2] Ngư lam (魚籃): cái giỏ, cái làn (có quai xách) để đựng cá - ngày nay chữ *lam* (籃) còn dùng chỉ cái rổ trong môn *bóng rổ*.

môn thì đã chết rồi, mà mình còn ấm. Kíp đòi lương y đến coi nói rằng:

- Bây giờ bắt người mạnh hà hơi vào trong miệng, đặng lấy khí hồi dương mới sống lại được.

Bao Công ngẫm nghĩ rồi nói cùng Thừa Tướng rằng:

- Tôi tưởng tiểu thơ với Tú Tài có căn nợ lương dươn[1] với nhau, nên khiến yêu tinh trá hôn như vậy.

Bèn dạy Tú Tài đến hà hơi cho tiểu thơ. Tú Tài vâng lời, rồi thì tiểu thơ liền tỉnh dậy. Khi ấy nội phủ đều nói thiệt là căn nợ vợ chồng, mới khiến ra như vậy. Bao Công rất vui mầng truyền quân dọn kiệu đưa hết về phủ Thừa Tướng. Đêm ấy Lưu Tú Tài cùng Kim tiểu thơ vầy hiệp vợ chồng lương dươn thấu đượm. Qua đến năm sau, Tú Tài thi đậu đến chức Trung Thơ, lại sanh hai trai đều chiếm bảng vàng.

10. Hòa Thượng Sô Mi[2]

Nhà sư cau mày

Lúc Bao Công đương làm Huyện Doãn, đêm kia chiêm bao thấy thần Thành Hoàng dắt đến bốn tên thầy sãi, ba người kia miệng cười vui vẻ, còn một tên nọ mặt mày buồn xo. Khi ấy tỉnh giấc lòng đã sanh nghi.

_____

[1] Dươn: nay viết là *duyên*.

[2] Sô mi: đúng ra là *trứu mi* (皺眉), nghĩa là cau có, nhăn nhó mặt mày.

Đến sáng ngày nhằm bữa rằm, Bao Công đam lễ tới miếu Thành Hoàng mà cúng, bước vào thấy nơi lan can bên tả, có bốn thầy sãi ngồi đó, bèn nghĩ điềm chiêm bao khi hôm, nên bước lại hỏi rằng:
- *Sao các thầy thấy ta vào mà chẳng chào hỏi?*

Tên sãi lớn thưa rằng:
- *Bởi chúng tôi là người ở phương xa, mới đến ngủ nhờ đây một đêm muốn sắm sửa đi, vì tôi rày đây mai đó, không chỗ nào chẳng tới, nên không biết ngài mà tiếp rước.*

Bao Công xem thấy ba thầy vóc giạc[1] vạm vỡ, còn một sãi hình tướng mảnh mai, bộ dạng đàn bà, thì lòng đà sanh nghi, bèn hỏi:
- *Hòa thượng tên họ chi?*

Sãi ấy thưa rằng:
- *Pháp danh tôi là Chơn Thủ, còn ba phụ[2] này môn đồ, tên là Như Trinh, Như Hối, Như Khả.*

Bao Công hỏi:
- *Thầy thuộc kinh nhiều ít?*

Chơn thủ bạch rằng:
- *Cùng kinh khắp quyện[3] tôi đều thuộc hết.*

Bao Công nói dối rằng:
- *Nay là tiết Trung Thu, ta mỗi năm hằng rước thầy đến tụng kinh cầu kiết, may gặp bốn thầy đây, khá theo ta về phủ đặng niệm kinh một đêm mà cầu việc bình an trong nhà.*

Bèn dắt bốn thầy về nha môn, khiến quân dọn bàn thắp hương chưng hoa, lạy dạy múc bốn bồn nước cho bốn thầy tắm rửa sạch

---

[1] Giạc: tiếng đệm, cũng có thể viết là *vạc*, hay *giác*, hoặc *vác*.
[2] Phụ: có lẽ là 輔, dùng như danh từ, chỉ người phụ giúp, người theo bên cạnh.
[3] Cùng kinh khắp quyện: tất cả kinh sách - *quyện* nay thường viết là *quyển*.

sẽ, và thay quần áo tinh khiết đặng đọc kinh, thì Trời Phật mới chứng miêng[1]. Ba sãi vâng lời, còn một sãi nhỏ không chịu tắm mà nói rằng:

- Vì tôi thọ giáo thầy tôi cấm chẳng cho tắm.

Bao Công liền lấy một quần, một áo trắng mới, đưa ra mà nói rằng:
- Bởi phép Phật lấy việc sạch sẽ làm đầu, sao lại cấm chẳng cho tắm rửa. Thôi nay phải nghe lời ta.

Mới khiến quân cổi tuốt áo ra, thì bày hai vú thiệt là đàn bà. Bao Công liền dạy xiềng ba sãi nọ rồi đam sãi nhỏ ấy vào tra hỏi:
- Ta thấy ngươi tướng đàn bà, nên làm mưu biểu tắm, chớ ta rước tụng kinh làm chi, ý gì ngươi đàn bà theo ba sãi đi đâu vậy, như có oan ức chi, khai thiệt đặng ta phân xử cho.

Sãi nhỏ ấy quì khóc nói:
- Tôi ở huyện Nghi Xuân, chồng tôi tên Thọ Chữ, nhà còn mẹ chồng đã già. Bữa tối 14 tháng 7 năm ngoái, ba tên sãi ấy vào nhà tôi ngủ đậu. Chồng tôi nói rằng: "Vì nhà nghèo cực, ở chòi tranh rách nát, không chỗ ngồi nằm."

        Mấy sãi ấy nói bởi trời tối, nơi đây không có nhà ai xin cho ngồi nhờ mà đọc kinh, đến sáng thì đi liền. Chồng tôi thấy không đi, nên tưởng người tu hành, mới bày cơm nước đãi ăn uống, dọn chiếu gối cho nghỉ ngơi, chẳng dè ác tăng sanh lòng trâu ngựa, đến khuya thức dậy lấy đao giết chồng tôi, còn tôi với mẹ chồng tôi, mở cửa chạy ra cũng bị nó bắt giết mẹ tôi, lại nổi lửa đốt nhà rồi bắt tôi ép việc dâm ô, và bảo cạo đầu mặc đồ thuyền tăng, bèn cho tôi uống thuốc độc, câm không nói đặng; chừng dẫn đi tôi không chịu, vì thương nhớ chồng, lại bị nó đánh gần chết, từ ấy đến nay tôi đi theo nó là lòng chờ thuở trả thù, bởi tôi đờn bà yếu sức, không biết tính sao. Chiều hôm qua là ngày 14, đến tuần giáp năm chồng tôi, nhơn dịp nó rủ nhau xuống quán uống rượu tôi ở nơi miếu khóc kể và vái linh thần, xin khiến cho người tra xét điều oan ức, may gặp

---

[1] Miêng: minh.

thượng quan rước nó về tụng kinh, tôi tưởng là thiệt, nên không dám kêu oan, chẳng dè thượng quan ra ơn tra xét, ấy thiệt linh thần phò hộ tôi trả thù oán đặng, rồi chết mới ưng lòng.

Bao Công nói:

- *Ngươi theo ba thằng ác tăng hơn một năm, thất tiết nhơ nhớp rất nhiều, bằng ngươi không vái linh thần, thì nay ta trị tội ngươi là đờn bà không hiếu với chồng; bởi ta có chiêm bao thấy linh thần mách bảo, mới tin lời ngươi nói.*

Kíp truyền bêu đầu ba sãi, vì không noi giữ năm hằng[1], còn ngươi chẳng trọn ba điều[2], khá trở về vẹn bề bốn đức[3].

11. Lộc Tùy Chướng

Nai theo sau cheo (Lộc theo Chương)

Nơi huyện Đại Điền, làng Cao Thôn, có hòn núi rất cao gọi là Khô Bản Đảnh, trên thì đường đi, dưới lại có cái suối lớn, tên là Vưu Khê.

Có một người bán vải qua làng ấy đòi nợ cũng đi ngang qua đó, nơi dưới đèo, có cái nhà ở cheo leo một mình, hai anh em tên Trương Lộc Tam với Trương Lộc Tứ, giả là người đốn củi chốn ấy, chớ thiệt là đón người cướp của. Còn tên khách ấy đi gần tới, ý muốn hỏi thăm đường, thấy hai người bỏ rìu trở ra đến gần, tên khách ấy hỏi:

- *Từ đây đến làng Cao Thôn đường còn xa gần?*

Trương Lộc Tam nói:

- *Đi còn chừng nửa ngày mới tới vậy quí khách ở đâu mà đến đây?*

---

[1] Là nhơn, nghĩa, lễ, trí, tín.   [*chú thích của dịch giả*]
[2] Là giềng vua tôi, cha con, vợ chồng.   [*chú thích của dịch giả*]
[3] Là công, dung, ngôn, hạnh.   [*chú thích của dịch giả*]

Người khách nói:

- Tôi đi đòi tiền bán chịu vải các làng, nay muốn trở về, nghe người nói đi theo đường này gần mau hơn các nẻo, chẳng dè đi đến đây không biết ngả nào, xin hai người ra ơn chỉ giùm làm nghĩa.

Trương Lộc Tứ nói:

- Qua khỏi núi này cách mười dặm thì tới đường cái.

Tên khách nghe tưởng là kẻ tiều phu thiệt thà, nên rán sức bước săn[1] đi, đến thì cùng đường. Mắc núi chập chồng, bèn ngồi trên đá chờ người qua lại đặng hỏi thăm, chẳng dè anh em Trương Lộc núp sau lưng chém một đao, tên khách tình cờ nên bị đứt đầu, rồi anh em lục trong lưng có bảy tám lượng bạc vải với hai cây trâm bạc, lại đam thây chôn bên chưn núi, của ấy anh em chia đều nhau, có hơn nửa năm mà chẳng ai hay.

Gần chốn ấy xảy có tên Tiền Ngũ Tứ và Phạm Thế Trung, hai người giành ruộng với nhau, Tiểu Ngũ dọ nghe Bao Công đi vãng dân gần đến đó, nên vào đơn thưa Bao Công đến xem ranh bờ đặng phân đoán, thì xử tên Tiền Ngũ Tứ đặng còn Phạm Thế Trung gian phải bị tội. Bao Công trở về đi ngang chưn núi, liền nổi gió Cô Trốt[2] rác bay mịt mù. Bao Công thầm tưởng rằng: "*Ấy là nơi đây có oan hồn chi.*" Bèn khiến hai tên lính kiếm coi có tử thi không, mới gặp một thây chôn đã rã lại bị loài thú móc lên ăn, hai tên lính trở về báo. Bao Công đến gần xem thấy đứt nửa cổ liền dạy chôn lại tử tế, rồi trở về nha môn, suy nghĩ hoài chẳng biết ai giết tên ấy, không có cớ chi mà tra cho ra: "*Vậy phận ta ban ngày xử việc dương gian, còn đêm lại đoán chuyện âm ty, mà việc này không rõ biết đặng, thôi ta phải xuống Âm Phủ hỏi ra cho biết.*" Nói rồi mới bước lên nằm trên âm sàng hồn thiếp xuống địa phủ, dạy quỉ sứ rao hỏi, coi có hồn nào bị chém đứt đầu, thây chôn bên núi Khô Bản, phải đến đây mà kêu oan.

---

[1] Săn: chăm chú, mau lẹ, như trong "làm việc rất *săn*" - cũng có thể là *xăng* (mau lên, chóng lên, vẻ lật đật), như trong "*xăng* xái" hay "đi *xăng* lên".
[2] Gió có ma.   *[chú thích của dịch giả]*

Xảy thấy một người không đầu, máu chảy ướt dầm mình, trước mặt có một con Chương[1] sau lưng chạy theo con Lộc[2] đều theo hồn ấy mà vào. Bao Công giựt mình hồi dương vậy, ngẫm nghĩ giây lâu bàn rằng: *"Con Chương với con Lộc, có lẽ tên họ của thằng sát nhơn ấy, hoặc tại núi Khô Bản có tên Trương Lộc, vì chữ chương với chữ chương đồng một vận, chữ lộc với chữ này đồng một tiếng[3]."* Chừng sáng ngày liền sai hai tên lính đến núi ấy hỏi dọ, như có tên Trương Lộc, bắt giải về lập tức. Hai lính vâng lệnh đi kíp, đến núi Khô Bản hỏi thăm, thiệt có anh em họ Trương, tên Lộc Tam với Lộc Tứ. Hai lính chẳng dám đến bắt, nên trở về vào bẩm cùng Bao Công rằng:

- *Hai tôi vưng lệnh dọ hỏi, thiệt quả có anh em Trương Lộc Tam và Trương Lộc Tứ.*

Bao Công nói:

- *Như thiệt vậy, thơ lại kíp viết trát cho quân hỏa bài[4] đến bắt lập tức.*

Quân hỏa bài vưng lệnh bắt đem về nạp. Bao Công nạt lớn rằng:

- *Hai người giựt của giết tên khách, phải chịu khai thiệt, đặng khỏi việc tấn tra khảo kẹp.*

Anh em Trương Lộc chối từ chẳng chịu. Bao Công khiến đem ra tấn khảo, anh em mắc đau chưn quá nên phải hả miệng mới khai thiệt rằng:

- *Có một tên bán vải đi đòi tiền về, không biết đường hỏi thăm, anh em tôi dối chỉ vào chốn rừng vắng mà giết rồi lấy của, nay đã hỏi ra, nên tưởng oan hồn chẳng tiêu tan, nên mới không giấu chi.*

Bao Công nghe rõ ràng, liền xử chém hết cả hai, vậy ai nghe cũng đều mến đức Bao Công, vì dân mà trừ hại.

---

[1] Con cheo.   *[chú thích của dịch giả]*

[2] Con nai.   *[chú thích của dịch giả]*

[3] *Chương* (獐) là con cheo, đồng âm với *Trương* (張), tên họ người , *lộc* (鹿) là con nai, đồng âm với *Lộc* (逯), tên họ người - vậy cheo với nai ám chỉ *Trương Lộc*.

[4] Lính mạnh bạo lệ làng.   *[chú thích của dịch giả]*

12. Đạt Tán Phá Tán

Được dù chia dù

Ngày kia có một người tên La Tấn Hiền che dù đi thăm anh em bạn mắc mưa, vừa ngang qua cái chùa, có tên Kỳ Nhứt Sở chạy theo xin đi nhờ dù vì trời mưa lớn. La Tấn Hiền không chịu mà nói rằng:
- *Ngươi muốn đi phải dầm mình ướt, chớ một cây dù che hai người sao được.*

Tên Kỳ Nhứt Sở là đứa du côn, nên nói điếm đàng rằng:
- *Vì bởi dù của tôi có, mắc cho anh em bạn mượn, tôi ở đây chờ lâu quá, muốn về gấp mà chưa thấy đam lại trả, xin cậu có lòng tốt cho tôi đi nhờ.*

La Tấn Hiền thấy nói nhỏ nhoi, mới cho đi chung. Kỳ Nhứt Sở nói:
- *Cậu đưa tôi cầm che cho.*

Đi chừng đến ngã ba, Tấn Hiền muốn quẹo nẻo khác, nên biểu đưa dù lại. Kỳ Nhứt Sở cười nói:
- *Thôi để mai tôi trả cho.*

Tấn Hiền không chịu, chạy theo đòi, nói:
- *Ta cho ngươi đi nhờ, bây giờ muốn giựt luôn hay sao?*

Nhứt Sở nói:
- *Dù của tôi cho anh đi chung, rồi muốn nói ngược phải không?*

Tấn Hiền tức giận. Nhứt Sở chẳng nhịn, nên khấu ó[1] đánh lộn với nhau tại trước phủ Bao Công. Quân bắt vào Bao Công hỏi:
- *Hai người đều giành dù của mình, vậy có làm dấu tích chi không?*

Đều thưa vì vật nhỏ mọn, nên chẳng có làm dấu. Bao Công hỏi:
- *Có chứng không?*

Tấn Hiền thưa:

---

[1] Khấu ó: đúng ra là *gấu ó* (con *gấu* và con *ó*, hai loài có tiếng kêu to) nghĩa là gây gổ, mắng mỏ nhau một cách ồn ào.

- Vì nó ở trong chùa chạy ra đi chung, nên không ai thấy.

Kỳ Nhứt Sở bẩm:
- Khi đi nhờ dù tôi, thì có hai người thấy, mà hai người đều lạ tôi không biết tên họ.

Bao Công hỏi:
- Cây dù ấy giá bao nhiêu?

Tấn Hiền thưa:
- Tôi mua hồi mới năm phân bạc.

Bao Công giận mắng rằng:
- Vật nhỏ mọn vậy sao mà khấu ó nhau đến nha môn, chẳng phải đặt chức quan để xử việc chút đỉnh như vậy.

Liền dạy quân bẻ hai cây dù ra chia mỗi tên một khúc, rồi đuổi ra, lại khiến một thằng quân nom theo, rình coi hai đứa có nói tiếng chi không. Tên quân trở về báo rằng:
- Có anh kia mắng, nói "Quan gì bá láp không công bình"; còn người nọ nói "Dù của ta mà ngươi giựt, quan không tra hỏi, thì ta cũng được nửa khúc."

Bao Công dạy kíp bắt hai tên lại, hỏi
- Tên nào mắng lén ta.

Quân nhơn chỉ nói tên La Tấn Hiền này. Bao Công hỏi:
- Sao ngươi dám sỉ nhục ta, truyền đánh hai chục côn.

Tấn Hiền thưa:
- Tôi đâu dám mắng nhiếc thượng quan, tôi có trách vì xử không công bình.

 Nhứt Sở bẩm:
- Thiệt va có mắng lén thượng quan, bây giờ đến đây lại chối, nên giựt dù tôi mà cũng còn cãi.

Bao Công hét lớn rằng:

- Thôi ta đã biết rồi, nên đánh lầm tên Tấn Hiền oan ức, thiệt Nhứt Sở cướp đoạt dù ấy, tại ta nghiệm lẽ chưa tới nên xử huề, bởi ức lý nên Tấn Hiền nó mới nói lén ta như vậy.

Nhứt Sở bẩm:
- Vì lòng nó cả tham, đã giựt của tôi, nhờ thượng quan xử chia hai, mà ý nó muốn lấy nguyên cây dù, nên mới trách thượng quan.

Bao Công nạt rằng:
- Đồ du côn đến đây mà còn dám khi ta, mày đã gian lại còn muốn vu tội cho kẻ ngay, ta đã lập kế xử chia hai cây dù đặng thử ý hai người nay đã rõ rồi.

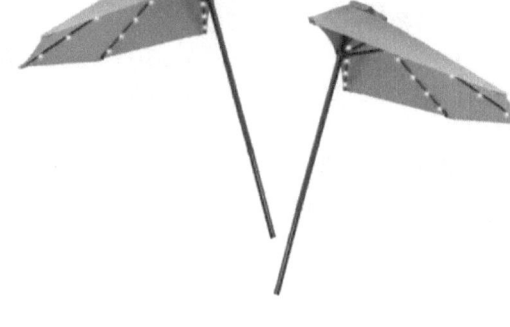

Bèn dạy đánh Nhứt Sở bốn chục côn, lại lấy ra một chỉ bạc mà thưởng Tấn Hiền.

Khi ấy thiên hạ đều khen Bao Công đoán việc như thần linh không cần chứng cớ, mà tra cũng minh bạch.

13. Thí Giả Phản Thành Chơn

Thử chơi thành thiệt

Tại phủ Lâm An, có tên Hoằng Độ, trí hóa ngu muội, tấm lòng dại dột, cưới người vợ tên là Kinh Chánh, nàng ấy tánh hạnh ngay thẳng, tấm lòng trinh tiết. Hoằng Độ thường khi hỏi vợ rằng:
- Nàng có lòng trung liệt với ta, như có người nào chọc ghẹo muốn, thì nàng chịu thuận tình không?

Kinh thị nói:

- Tôi là người nết na thuở nay ai cũng biết, những quân ve vặt đều không dám chọc ghẹo.

Hoẳng Độ nói:
- Như nó cầm dao muốn đến hãm bậu chẳng đặng thì nó giết chết đi, chừng ấy chịu không?

Kinh Chánh nói:
- Như vậy tôi cũng chém lại nó, chớ chẳng chịu nhục.

Hoẳng Độ hỏi:
- Bằng năm ba đứa đến đè nàng hãm hiếp, một mình cự sao lại?

Kinh thị nói:
- Nếu thấy nhiều người, thì tôi liền tự vận, đặng giữ trọn niềm giá sạch tiết trong mà thôi, bằng như tôi bị nhục rồi thiếp sẽ liều chết chẳng cho chàng thấy mặt.

Hoẳng Độ không tin, để cách qua vài ngày, bèn khiến một người đến chọc vợ mình, đặng thử ý coi, thiệt nàng Kinh Chánh mắng chưởi tên ấy bỏ đi không kịp.

Chừng Hoẳng Độ về đến nhà, Kinh Chánh nói lại với chồng rằng:
- Ngày nay tôi ở nhà, có một thằng du côn đến chọc ghẹo, bị thiếp mắng chưởi nên bỏ đi mất.

Cách hơn tháng dư, Hoẳng Độ lại khiến ba người anh em bạn mình, tên Du Mộ, Ứng Liêu, Mạc Hậu, biểu đến thử vợ mình.

Bọn ấy là quân điếm đàng. Nghe lời Hoẳng Độ xúi vào tuốt trong buồng mà chọc ghẹo. Du Mộ với Ứng Liêu hai người nắm hai tay vợ Hoẳng Độ giăng ra. Nàng Kinh Chánh giận, muốn liều chết mà không đặng, vì bị nắm hai tay; còn tên Mạc Hậu lột tuốt quần nàng ấy. Du Mộ thấy việc lõa lồ quá, bèn buông tay Kinh thị ra, nàng ấy sẩy tay đặng, liền rút đao mà chém đặng Mạc Hậu chết, Du Mộ với Ứng Liêu đều vụt chạy, chẳng dè việc thử chơi, mà gây nên họa thiệt; vì nàng Kinh Chánh lòng trinh tiết, nên liền đâm họng mà chết.

Long Đồ Công Án

Tên Du Mộ chạy kêu người chồng về, khi ấy Hoẳng Độ ăn năn chẳng kịp, lại sợ cha mẹ vợ kiện cáo, nên đâm đơn vào kêu oan, nói tên Mạc Hậu hãm hiếp giết vợ mình; còn Du Mộ, Ứng Liêu, xin chịu làm chứng. Bao Công đi đến chỗ ấy đặng lấy luật nghiệm, bèn hỏi hai chứng:

- Khi tên Mạc Hậu vào hãm hiếp nàng Kinh Chánh, hai ngươi đi đâu đó mà thấy?

Du Mộ nói:

- Tôi cùng Ứng Liêu đến thăm Hoẳng Độ, nghe người vợ ở trong phòng mắng hét rân, nhơn cớ ấy mới biết đặng.

Bao Công hỏi:

- Nó đã hãm dâm đặng chưa?

Ứng Liêu thưa:

- Tên Mạc Hậu mới vào, bị nàng Kinh Chánh mắng chưởi, rút dao chém chết, nên chưa làm gì đặng.

Bao Công nói với Hoẳng Độ rằng:

- Vợ ngươi chưa bị nhục, tên Mạc Hậu đã chết rồi, như vậy thì xử huề.

Hoẳng Độ thưa:

- Tuy một mạng thường một mạng, song tội Mạc Hậu chết ưng, còn vợ tôi thiệt chết oan, xin thượng quan phân xử cha mẹ nó phải chịu tiền bạc chôn cất vợ tôi.

Bao Công dạy:

- Vợ con tên Mạc Hậu phải sắm hòm rương chôn cất, còn việc nhơn mạng không phải nhỏ, để ta xem thây vợ ngươi thể nào, rồi sẽ tẩn liệm.

Bao Công vào thấy nàng Kinh thị, chết nằm nơi cửa buồng, mình không có quần, còn tên Mạc Hậu, thây nằm nơi đầu giường, quần áo còn đủ. Bao Công thấy vậy bèn sanh nghi, nên cật hỏi Du Mộ cùng Ứng Liêu:

- Hai ngươi nói tên Mạc Hậu mới vào thì bị chém, mà sao thây nằm trên giường còn nói chưa dâm đặng, lại nàng Kinh thị ai cổi quần, ấy là ba người đồng vào mà gian dâm, rồi bị nàng Kinh Chánh giết chết tên Mạc Hậu, nghĩ mình xấu hổ, nên phải tự vận.

Liền khiến tấn tra hai tên ấy, cũng chẳng chịu khai. Bao Công làm án, vì đồng mưu gian hại, nay phải tội chết. Du Mộ thấy vậy bèn khai thiệt rằng:

- Chẳng phải tại hai tôi và tên Mạc Hậu, mà dám dâm hại nàng Kinh thị, bởi tại người chồng nói vợ mình hằng khoe trinh tiết, mới khiến ba đứa tôi đến thử coi có thiệt không. Khi ấy hai tôi vào đứng ngoài cửa buồng, còn tên Mạc Hậu lướt vô ôm đại lột tuốt quần ra, chẳng dè nàng Kinh thị giựt đao chém chết, hai tôi thấy vậy kíp bỏ chạy. Kinh thị lòng trinh tiết liền tự vận. Còn tên Hoẳng Độ sợ cha mẹ vợ và bà con tên Mạc Hậu hay được, sao khỏi kiện cáo, nên mới vào lên tiếng trước mà vu tội cho tên Mạc Hậu.

Hoẳng Độ nghe khai như vậy, cứng họng không nói chi đặng. Bao Công khiến đam đánh năm chục côn, rồi nói cùng Du Mộ, Ứng Liêu rằng:

- Một mình tên Mạc Hậu làm sao mà lột đặng quần nàng Kinh thị, chắc hai người vào giúp sức, còn nàng Kinh thị bởi chém chết Mạc Hậu rồi, sợ hai người vào trả thù, bèn tự vận trước. Như nàng Kinh thị vậy đáng nêu bảng khen ngợi, còn tội hai người chẳng khỏi chết.

Du Mộ cùng Ứng Liêu thấy Bao Công nghiệm việc như thần chẳng sai chút nào, nên không chối từ đặng.

Bao Công nghị án chém hết cả ba, là tên Hoẳng Độ cùng hai chứng ấy, lại tặng biển cho nàng Kinh thị, nêu bày lòng trinh tiết, cũng nhờ ơn Bao Công mới ra thiệt giả.

14. Âm Cấu Tặc

Tên trộm trong phòng the

Tại quận Hà Nam, nơi phủ Khai Phong, chỗ huyện Dương Võ, có một người họ Diệp tên Quảng, cưới nàng Toàn thị dung mạo bóng sắc, yểu điệu nết na, tánh hạnh xảo quyệt, lanh lợi trớ trinh; lòng ưa ong bướm sớm đào tối mận, mà nhà ở chỗ vắng vẻ, vợ chồng chuyên nghề dệt chiếu.

Ngày kia Diệp Quảng muốn sanh phương[1], bạc trong nhà còn được bốn lượng, bèn để lại cho vợ một lượng rưỡi đặng mà chi độ, còn bao nhiêu đem hết theo làm vốn, qua Tây Kinh lập cái quán nhỏ buôn bán, để vợ ở nhà một mình.

Tại xóm đó có một trai, họ Ngô tên Ứng, tuổi vừa hai chín, mặt mày tốt tươi, tánh hay chơi bời, cũng trang đào lý ưa việc gió trăng.

Ngày kia đi ngang qua nhà xem thấy Toàn thị liền đam lòng thương muốn, vì ở một xóm nên biết hết gia đạo Diệp Quảng bèn toan kế quỉ, lấy giấy mực tả một phong thơ, đam đến nhà nói với Toàn thị rằng:

- Vì tôi qua Tây Kinh buôn bán, gặp anh ở nhà kết làm bậu bạn, tình nghĩa rất thiết, lòng tin cậy nhau. Hôm tôi về anh gởi phong thơ này, và giao kết căn dặn tôi, từ đây sắp sau, chị thiếu xây xài hoặc nhà có việc gì thì tôi châu cấp, chừng anh về rồi sẽ tính, thôi chị đừng lo, việc gì có tôi.

Nàng Toàn thị xem thấy Ngô Ứng phải trang tài tử, đẹp lòng ưng dạ, mới nói cười nhổng nhẻo. Ngô Ứng xem ý gió hòa mưa thuận, nên chàng liếc mắt, thiếp lại đưa tình, liền dắt vào phòng mà vầy việc mây mưa, thiếp đẹp chẳng khác như nắng gặp mưa dào[2], còn

---

[1] Sanh phương: buôn bán, làm ăn, nói chung là làm việc gì, nghề gì để kiếm sống.
[2] Mưa dào: mưa lớn, *dào* nghĩa là nhiều, tràn trề, như trong *dào dạt*, *dồi dào* - ngày nay thường viết **sai** thành *mưa rào*.

chàng khoái cũng kỳ lửa hừng gặp gió. Chừng xong việc rồi, Ngô Ứng cười nói:

- *Vì ta mượn kế đam thơ đến gạt nàng.*

Toàn thị đáp lại:

- *Hồi mới tới nơi, thì tôi biết mưu chàng; nay đôi ta giao hiệp phỉ dạ đều tỏ trăng trong, xin chàng chớ chơi hoa bẻ nhành mựa đừng đặng cá quên nơm.*

Ngô Ứng nói:

- *Tôi người biết điều, xin chớ ngại.*

Từ đây đến sau, tới lui cùng nhau như vợ chồng thiệt mà không ai biết, vì nhà ở chỗ vắng vẻ.

Còn tên Diệp Quảng ở nơi Tây Kinh, buôn bán chín năm, tính hết vốn lời được mười sáu lượng, chàng nhớ vợ nhà mong tính trở về, bèn sắm sửa cất gói lên đàng, đi mười mấy ngày, tới nhà vừa lúc canh ba, Diệp Quảng nghĩ nhà mình trống trải ớp lắm, sợ điều trộm cắp, bèn đem bạc giấu dưới đường mương rồi vào kêu vợ mở cửa.

Khi ấy Toàn thị đương ngủ với Ngô Ứng, xảy nghe tiếng chồng mình kêu, lật đật chạy mở cửa rước vào; lúc đó Ngô Ứng hồn bay phách tán không biết tính lẽ nào, bèn trốn vào cửa sau, đặng chờ khi mở cửa mà lỏn ra về.

Diệp Quảng vào nhà, vì vợ chồng cách xa, nên liền vào phòng mà đàm đạo. Toàn thị hỏi:

- *Phu quân đi buôn bán cực khổ chín năm mới về, chẳng hay lời đặng nhiều ít?*

Diệp Quảng nói:

- *Ta chắt mót đặng mười sáu lượng, về đây thấy nhà cửa trống trải sợ điều ăn trộm cướp, nên ta chôn dưới mương ngoài thềm nhà.*

Toàn thị nghe nói cả kinh rằng:

- *Chàng vốn thiệt cực khổ mới đặng bấy nhiêu bạc ấy, nay để ngoài như vậy, nếu quân gian đạo biết thì còn gì thôi khá mau ra lấy đam vô giấu trong nhà không hề chi.*

Diệp Quảng nghe theo lời vợ, lật đật ra lấy, chẳng dè tên Ngô Ứng núp trong bệ cửa, nghe vợ chồng bàn luận cùng nhau, nên lỏn ra trước móc lấy đặng rồi đam về êm.

Còn Diệp Quảng kiếm bạc chẳng đặng, thì giọt lụy chảy dầm; công chín năm bòn mót, một buổi phải tay không; mới làm đơn vào cáo với Bao Công. Bao Công xem trạng rồi, liền đòi người vợ đến cật hỏi:

- *Vậy ở nhà ngươi có ân tình cùng ai không?*

Toàn thị chẳng chịu khai thiệt. Bao Công toan ra một kế, bèn đuổi Diệp Quảng trở về, lại khiến Trương Thiên, Lý Vạn:

- *Dắt đờn bà này ra trước chợ đông, dán yết thị ra phát mãi bán nó, đặng lấy bạc trả cho người chồng, rồi rình coi có đờn ông con trai nào đến thăm lom[1], thì bắt giải vào cho ta.*

Hai tên vâng lịnh làm như vậy; chờ gần nửa ngày, có tên Ngô Ứng đến nói nhỏ cùng Toàn thị; hai tên quân liền bắt dắt vào nạp. Bao Công hỏi:

- *Ngươi tới nói chuyện chi với đờn bà ấy?*

Ngô Ứng thưa:

_____

[1] Thăm lom: thăm viếng, đến viếng, đến gặp để thăm chừng sức khỏe hay việc làm ăn - nay viết là *thăm nom*.

- Tôi thiệt quen biết với người đó đã lâu, nay nghe việc như vậy nên đến thăm.

Bao Công hỏi:
- Còn ngươi có vợ con chưa?

Ngô Ứng nói:
- Vì tôi nghèo không có tiền cưới.

Bao Công nói:
- Ngươi chưa có vợ, thôi để ta đứng gả nàng ấy cho ngươi hai chục lượng bạc, ngươi khá đam lại cho đủ, thì ta gả cho.

Ngô Ứng thưa:
- Bởi tôi nghèo quá không có bạc, và vay mượn ai không đặng.

Bao Công nói:
- Như không có hai chục lượng thôi kiếm mười lăm lượng cũng đặng.

Ngô Ứng cứ từ chối không có hoài. Bao Công nói:
- Ai biểu ngươi đến nói chuyện với nàng ấy chi, nếu không có mười lăm lượng, thì mười hai lượng cũng được.

Ngô Ứng chẳng từ chối đặng, bèn trở về lấy bạc ăn cắp đó, đúc lại khác dấu, đam đến nạp mười hai lượng. Bao Công thâu rồi dạy:
- Trở về, để ta sẽ định ngày gả cho.

Liền đòi Diệp Quảng đến hỏi:
- Bạc này phải của ngươi không?

Diệp Quảng xem rồi thưa:
- Bạc này không phải của tôi, nên chẳng dám nhìn gian.

Bao Công dạy Diệp Quảng về, lại đòi Ngô Ứng đến nói rằng:
- Ta hỏi lại người chồng, nói vợ nó có bóng sắc, như muốn cưới phải 15 lượng mới được, chớ 12 lượng rẻ quá, nó không chịu gả, thôi người khá trở về kiếm thêm cho đủ đam đến, đặng dắt về ăn ở với nhau.

Ngô Ứng vâng lời trở về. Bao Công biểu nhỏ Trương Thiên Lý Vạn rằng:

- Hai ngươi khá nom theo sau Ngô Ứng rình coi như nó đam bạc đến thợ, thì hai ngươi nói ta dạy đem nạp cho mau chẳng cần đúc lại, rồi mau dẫn nó về đây.

Hai tên vâng lệnh đi theo, thiệt thấy Ngô Ứng đam bạc tới thợ, hai lính bắt nói Bao lão gia dạy nói như vậy, nên Ngô Ứng phải đam bạc gian ấy đến nạp ba lượng nữa. Bao Công dạy về, rồi đòi Diệp Quảng tới nhìn bạc ấy. Diệp Quảng xem thấy liền khóc thưa rằng:

- Bạc này vốn thiệt của tôi, chẳng biết ở đâu mà lấy đặng đây.

Bao Công sợ Diệp Quảng nhận mạo mà hại tên Ngô Ứng, nên mới nói rằng:

- Bạc này là trong kho ta lấy ra, sao ngươi nhận lầm vậy?

Diệp Quảng khóc và nói:

- Bạc này vốn thiệt của tôi, vì mắt thường xem, tay hằng cầm, xin thượng quan không tin, tôi sẽ nói cân lượng nặng nhẹ là bao nhiêu.

Bao Công biểu khai ra, thiệt cân lại đúng như vậy, chẳng sai một ly.

Bao Công liền khiến bắt Ngô Ứng đến tấn tra, bèn cứng họng chẳng chối đặng, vì bạc tang rõ ràng nên chịu khai thiệt.

Bao Công đem hết 15 lượng bạc trả cho Diệp Quảng, rồi đem Toàn thị ra hành hình theo tội lấy trai. Còn Ngô Ứng đã lấy vợ người ta lại thêm trộm của, phải đánh một trăm côn, đày lưu xứ ba năm; rồi cho vợ chồng Diệp Quảng trở về hòa hiệp cùng nhau, dạy ăn ở lại như xưa, khá bỏ tánh sớm đào tối mận, phải noi theo bầu tròn ống thẳng.

15. Toán Đề

Tại Triều Châu Phủ có tên Sô Sĩ Long, Lưu Bá Liêm, Vương Chi Thần, ba người kết bạn cùng nhau, tình ví đồng Quản Trọng, Bảo Thúc, nghĩa chẳng khác Trương Nghi, Tô Tần. Đến chừng vua mở hội thi, Sĩ Long với Chi Thần, cùng nhau đồng đi một thuyền mà ra kinh kỳ.

Sô Sĩ Long xuống thoàn rồi, trong lòng bồi hồi chẳng vui. Vương Chi Thần an ủi rằng:

- *Hễ đứng đại trượng phu phải lo việc công danh, chớ tưởng chi điều ly biệt.*

Sĩ Long nói:

- *Tôi chẳng phải buồn rầu chuyện đi xa xuôi, vì vợ tôi ở nhà có thai, nay tôi tính lại để trong tháng này, nên chẳng yên lòng.*

Chi Thần nói:

- *Người bạn của tôi cũng vậy không hề gì đâu; hễ kẻ lành thì trời sẽ giúp ắt đặng bình an, chớ lấy làm lo chi.*

Sĩ Long nói:

- *Hai ta thuở nhỏ đều học một trường, đồng đậu một lớp, bây giờ Hội thí một lượt, hai đàng đều có thai, việc cũng may, thôi tôi tính như vầy: chừng sanh ra rồi, hễ trai hết kết làm anh em, còn gái hết cho làm bậu bạn, bằng một trai một gái thì định vợ chồng, vậy ý anh tính thể nào?*

Chi Thần nói:

- *Việc ấy tôi rất đẹp lòng.*

Mới khiến bày tiệc rượu ăn uống vui mầng, lại càng thiết nghĩa hơn xưa.

Đến chừng vào thi, Sĩ Long đặng đậu, Chi Thần chẳng may nên từ biệt Sĩ Long mà trở về, Sĩ Long đưa xuống tới thuyền bèn dặn dò lại gởi về một phong thơ, và nói rằng:

- Xin anh chịu khó trao cho vợ tôi, còn việc gia đạo tôi, thảy thảy quản suất xin gởi gấm cho anh.

Chi Thần nói:
- Nội việc nhà cửa của anh để tôi bảo lãnh xin chớ lo sợ.

Nó rồi rẽ bâu¹, đều rơi lụy mà từ biệt.

Chi Thần về đến nhà, thấy vợ là Ngụy thị sanh đặng một trai, đặt tên Triều Đống. Chi Thần hỏi sanh ngày nào, Ngụy thị nói:
- Ngày rằm tháng Giêng giờ Thìn, còn vợ Sô Sĩ Long cũng bữa đó, giờ Dậu đẻ một gái tên là Kinh Ngọc.

Chi Thần nghe nói lòng mằng bèn đam thơ qua cho người vợ Sĩ Long. Nàng Quí thị ở nhà đã hay chồng mình thi đậu, lại thêm đặng thơ gởi về. Trong thơ thuật chuyện dưới thuyền, con còn trong bụng mà giao kết như vậy, Quí thị bày tiệc rượu đãi Chi Thần ăn uống rồi về.

Từ ấy đến sau, những việc nhà cửa Sĩ Long thì Chi Thần đều quản suất. Chừng cách vài tháng, Sĩ Long lãnh chức Tri Huyện mới về nhà, bèn lựa ngày tốt mời Bá Liêm làm mai dong, đặng hai đàng kết sui gia. Chi Thần giao vàng thoi cùng ngọc như ý để làm lễ sính. Sĩ Long trao ngọc bạch bích và cặp chim loan bằng vàng đặng làm tin. Chừng Sĩ Long đến chỗ cai trị rồi, mỗi tháng hằng gởi thơ qua lại thăm lom chẳng hở.

Sau Chi Thần thi hai khóa nữa cũng không đậu, nên lãnh chức giáo mà dạy tại phủ Tòng Giang. Đến chừng đau nặng, gởi thơ cho Sĩ Long hay, trong thơ không nói chuyện chi khác, hằng căn dặn đinh chúc², xin giúp đỡ săn sóc thằng con nhỏ mà thôi khi Chi Thần đã ly trần³, còn Sĩ Long đặng thơ liền rống khóc thương xót, rồi đến mà điếu tang.

---

¹ Rẽ bâu: chia tay - *rẽ* là tách rời, *bâu* là cổ áo.
² Đinh chúc (叮囑): dặn đi dặn lại, phó thác việc gì thật kỹ.
³ Qua đời, chết.
[chú thích của dịch giả]

Chi Thần vì làm quan rất thanh liêm, nên nhà không tiền bạc dư. Sĩ Long nói tặng giúp một trăm lượng bạc, và lo đàn tràng[1] chôn cất xong rồi, khi đó muốn đam Triều Đống về nhà đặng cho học hành. Triều Đống từ mà nói rằng:

- *Tang cha chưa mãn, mẹ góa nhà nghèo, phận tôi làm con chẳng dám đi xa.*

Sĩ Long nghe rất khen Triều Đống là có hiếu, nên hằng cấp tiền bạc nuôi dưỡng, khiến phải chuyên học hành mà lập thân.

Ngày tháng qua mau, Triều Đống được mười bốn tuổi, thi đậu vào trường lớn. Sĩ Long nghe tin, bèn khiến gia tướng đam lễ vật qua chúc mừng. Khi ấy Triều Đống tuy học hành giỏi, vì ở không mà ăn của bằng non cũng phải hết, vậy gia đạo trở nên nghèo khổ; còn Sĩ Long thăng quan đến chức Tham Chánh mà không trai nối dòng, mới xin từ quan hưu trí trở về quê hương.

Lúc ấy Triều Đống cùng Bá Liêm qua đi hồ kính mừng. Triều Đống mặc áo quần lang thang, lại có các phủ huyện và hàng công tử cũng đều đến. Sĩ Long thấy vậy mắc cỡ hổ ngươi nên lòng chẳng đẹp. Chừng Triều Đống đã được mười sáu tuổi, bèn cậy Bá Liêm qua nói, xin lựa ngày sính lễ cưới. Sĩ Long nói:

- *Cha nó ngày trước đi yếm[2] mà chưa có lễ nạp thể[3], vì nó là con hàng quan nhỏ, con ta vóc ngọc mình vàng, nên hai đàng không xứng sui gia; thôi muốn cưới thì phải sắm đủ sáu lễ.*

Triều Đống nghe Bá Liêm về nói lại mới trả lời rằng:

- *Bởi đó biết gia đạo tôi nghèo nàn không vay mượn đâu được, mới làm ngặt cho tôi, thôi để vậy tới đâu hay đó không nói đến nữa.*

---

[1] Đàn tràng: lễ cúng vong người chết, thường có tụng kinh Phật.

[2] Yếm: tiền đàng trai trao cho đàng gái trong đám hỏi, thay thế cho các của lễ không sắm được - *đi yếm* là trao số tiền này trong lễ hỏi.

[3] Nạp thể: thường gọi là *nạp thái* (納菜), nghi lễ đầu tiên của sáu lễ trong hôn nhơn ngày trước, theo đó nhà trai đem con nhạn (có lẽ là con ngỗng) đến nhà gái tỏ ý nhận làm sui.

Long Đồ Công Án

Ngày kia quan Tham Chánh nói cùng phu nhơn rằng:

- *Con gái ta đã lớn rồi, phải định đôi lứa cho nó.*

Phu nhơn nói:

- *Ngày trước Vương công tử đến trình lễ cưới mà đó vì nhà nghèo, còn vợ chồng mình có một gái mà thôi; chi bằng cho nó vào ở đặng tôi nuôi rể, như vậy thì rất tiện, sao ông lại đòi sánh đủ sáu lễ làm chi?*

Tham Chánh nói:

- *Xem Triều Đống chẳng qua là thằng học trò khó, còn ta bậc quan lớn như vầy, lẽ đâu dùng đứa nghèo cực cho làm rể sao; chắc đó không tiền bạc mà sắm đủ sáu lễ, lại dám nói lấn lối* [1] *rằng: "chẳng nghị việc cưới hỏi nữa", bây giờ đã hơn một năm rồi, mà không thấy nói chi; thôi để ta kêu Bá Liêm qua nói, như chẳng đủ sáu lễ, ta sẽ cho nó một trăm lượng bạc đặng đi cưới chỗ khác, rồi lựa hàng công tử xứng đáng mà gả, thì chẳng uổng con mình.*

Phu nhơn nói:

- *Nó tuy nghèo mà siêng học hành, có lẽ ngày sau chẳng ở dưới người, vì bây giờ thời vận chưa tới, tuy cha nó chết rồi chớ lời giao kết hãy còn, chớ khá lo sự nghèo mà quên lời ước hẹn sao?*

Tha Chánh nói:

- *Phu nhơn chớ nói nữa, ta đã định rồi.*
(Khi ấy chẳng dè con gái mình là nàng Kinh Ngọc, núp sau bình phong lóng tai nghe hết.)

Ngày thứ nàng Kinh Ngọc đi dạo vườn huê cùng con Đơn Quế, xảy thấy Triều Đống đi ngang ngoài vòng rào, Kinh Ngọc hỏi Đơn Quế rằng:

- *Người đó là ai vậy?*

Đơn Quế nói:

---

[1] Lấn lối: ở đây có nghĩa là ỷ thế, muốn hơn người khác, xấc xược, khinh người - *nói lấn lối* là nói như người trên kẻ cả - ngày nay thường viết *lớn lối.*

- Ấy là Vương công tử.

Hai người đều liếc xem nhau, rồi Triều Đống trở về, Kinh Ngọc xem thấy Triều Đống diện mạo thanh kỳ, tư dung tuấn nhã tuy mặc quần áo lang thang, mà lòng rất đẹp, đến ngày thứ cũng đi với Đơn Quế ra chốn hoa viên.

Còn Triều Đống từ xem thấy bóng sắc Kinh Ngọc, rồi về nhà lòng hằng ái hoài, ngày kế cũng giả bộ đi ngang qua vườn đó coi có gặp nữa không. Kinh Ngọc xem thấy mới biểu Đơn Quế kêu Vương công tử. Triều Đống sợ có người thấy, chẳng dám trở lại. Đơn Quế theo kêu riết, Triều Đống mới trở lại đứng gần bên rào, Kinh Ngọc biểu Đơn Quế mở cửa dắt Triều Đống vào. Kinh Ngọc bèn thuật hết mấy lời cha mình nói. Triều Đống nói:

- Việc ấy là thuở trước cha tôi định chỗ, tôi nay tuy nghèo chớ một trăm lượng bạc thiệt chẳng lãnh, vì không dám trái lời cha dặn, còn lịnh tôn[1] muốn gả cho người khác, tôi cũng an lòng không dám nói chi.

Kinh Ngọc nói:
- Tuy chàng bằng lòng, song tôi quyết chẳng chịu, xin chàng khá lo học hành, rốt sau cũng đặng sum hiệp, còn quần áo chàng mặc trong mình sao chẳng đặng tử tế?

Triều Đống nói:
- Vì nghèo không biết sao?

Kinh Ngọc nói:
- Chàng không áo quần, thôi tối nay khá đến đây đặng ta nói chuyện, bây giờ người qua lại thấy, chàng khá trở về tối sẽ hay.

Triều Đống trở về chờ trời tối vắng tiếng người, bèn đến chỗ cửa rào thì đã có Đơn Quế đứng chờ mà nói rằng:
- Cô tôi mời công tử vào trong đặng chuyện vãn.

Triều Đống nói:

---

[1] Cha của Kinh Ngọc.   *[chú thích của dịch giả]*

- *Sợ lệnh lão gia gặp đặng khó lòng chăng?*

Đơn Quế nói:
- *Ông bà tôi đều ngủ hết chẳng can chi đâu.*

Triều Đống dụ dự chưa dám vô, bị Đơn Quế thúc hối bèn vào; xem thấy bày tiệc rượu sẵn sàng. Kinh Ngọc liền mời ăn uống hai người đồng ngồi. Triều Đống dằn lòng chẳng đặng, vì ngồi gần gái sắc mà làm thinh sao được nên muốn ôm bồng cầu việc mây mưa, Kinh Ngọc quyết chẳng chịu điều gió trăng mà nói rằng:
- *Ngày nay tôi mời chàng vào đến đây, ý là thương việc nghèo khổ mà thôi, chớ không phải tưởng điều tình dục; khá chờ đến lúc hiệp cẩn, chớ đừng vội chi bây giờ.*

Triều Đống nói:
- *Chẳng phải tôi dám làm ngang, vì lệnh tôn muốn đổi lời hẹn, quên điều giao kết, như vậy nàng tính sao?*

Kinh Ngọc nói:
- *Cha tôi toan bội ước mà kén rể khác, tôi dễ khứng chịu đâu; lời xưa có nói rằng: "Một lời đã định há dễ đổi dời đặng."*

Triều Đống nói:
- *Nàng khứng như vậy, thì hiệp theo lý trời, song áo mặc chẳng khỏi đâu.*

Kinh Ngọc nói:

- Dầu cha tôi có ép thế nào, tôi chết mà thôi chớ chẳng chịu.

Bèn nắm tay Triều Đống vái trời đất mà thề, rồi ngồi lại ăn uống đến canh ba. Vì sức gái tuổi nhỏ chẳng tầng uống rượu, nên trong mình mỏi mê đã say, liền vào giường nằm nghỉ. Triều Đống muốn về; Đơn Quế lại nói:

- Cô tôi chưa từ, có lẽ còn dặn điều chi, xin công tử ngồi đó một chút chờ cô tôi tỉnh dậy.

Triều Đống bèn đến giường xem, thấy thiệt mê man; màu hải đường rất đượm, huệ đỗ quyên thêm nồng, liền chịu chẳng đặng, mới ôm nàng nằm chung. Kinh Ngọc tỉnh dậy nói rằng:

- Tôi mắc say mê, nên lỗi việc tiếp đãi chàng.

Lúc đó Triều Đống cầu việc trăng gió, Kinh Ngọc chẳng chịu, song cản không đặng, mới đồng giường, chung gối đêm ấy, mặc sức phụng múa loan xòe, chàng mê mẩn sắc thiếp mờ mịt hoa. Hai người giao hiệp đến chừng gà gáy rồi, thiếp chàng đều dậy. Nàng Kinh Ngọc lấy ba cây lục soạn[1], một đôi vàng và vài đính[2] bạc mà trao cho Triều Đống, rồi từ biệt về. Kinh Ngọc lại dặn hễ ban đêm thì đến, từ ấy sắp sau Triều Đống tối đến sáng về hơn hai tháng dư.

Có đêm kia Triều Đống mắc mẹ đau đi không đặng con Đơn Quế đứng chờ ngoài cửa rào chẳng thấy anh ta đến, xảy nghe thấy có tiếng người đi liền nói:

- Công tử sao chừng này mới lại?

Chẳng dè tên Chúc Thánh vào rình nhà đặng ăn trộm đồ. Đơn Quế thấy rõ chẳng phải là công tử, hoảng kinh chạy vào, Chúc Thánh bèn rượt theo. Đơn Quế muốn la lên, bị Chúc Thánh tay cầm dao chém ngang cổ chết, rồi lướt thẳng vào phòng. Kinh Ngọc đương ngồi dưới bóng đèn mà trông Triều Đống, khi thấy có quân gian đến, liền mở cửa chạy lên nhà trên mà núp chỗ kín. Chúc Thánh vào trong

---

[1] Lục soạn: một thứ hàng lụa mỏng.
[2] Đính: vàng hay bạc đúc thành thẻ, một *đính* (thẻ) thường cân nặng một lượng.

phòng lấy hết những đồ báu rồi bỏ đi mất. Kinh Ngọc, chờ đến trời gần sáng, bèn kêu mẹ mà nói rằng:

- *Trong phòng tôi bị quân hoang giựt hết đồ.*

Tham Chánh hỏi:

- *Sao con chẳng tri hô lên?*

Kinh Ngọc nói:

- *Tôi thấy giết chết con Đơn Quế nên sợ quá, mới mở cửa chạy kiếm chỗ kín mà trốn, bởi vậy tôi chẳng dám hô lên.*

Khi ấy người cha đến nơi, coi thấy Đơn Quế chết nằm nơi cửa rào, mới hỏi rằng:

- *Con Đơn Quế đi đâu ra đây mà chết?*

Kinh Ngọc cứng họng không nói đặng. Tham Chánh thấy vậy rất nghi; còn Kinh Ngọc vì sợ quá, nên đau chẳng dậy nổi. Tham Chánh muốn đến cáo quan, ngặt không chứng cớ, bèn khiến gia đinh chôn thây con Đơn Quế, rồi sai tên Mai Uổng đi thám dọ các nơi. Còn Triều Đống vì mẹ đau không tiền uống thuốc, nên đem một chiếc vàng đến bán cho tên Nhiêu Quí làm thợ bạc. Nhiêu Quí mua còn để ngoài chưa cất. Triều Đống ra về, kế tên Mai Uổng đi ngang qua lò thợ bạc ấy, xem thấy trên tủ có chiếc vàng, mới bước vào hỏi:

- *Vàng này của ai vậy?*

Tên thợ bạc nói:

- *Của Vương công tử đem đến bán cho tôi.*

Mai Uổng nói rằng:

- *Như muốn bán, để ta đem về cho lệnh lão gia mua, rồi trả bạc lại cho.*

Tên thợ bạc nói:

- *Vì công tử có dặn, chẳng nên nói cho ai hay là của công tử, tôi sợ đổ hay rồi lại trách tôi.*

Bèn lận vàng ấy vào mình đi theo Mai Uổng. Mai Uổng dắt về đến nhà, vào nói cùng Tham Chánh rằng:

- Tôi thấy vàng này giống đồ của tiểu thơ đeo, nên đem về đặng nhìn coi phải hay không?

Phu nhơn bước ra xem thấy thiệt của tiểu thơ liền hỏi:
- Ở đâu mà đem về đây?

Mai Uổng nói:
- Ở tại nhà thợ bạc tên Nhiêu Quí, nói là của Vương công tử gởi bán.

Tham Chánh nói:
- Nếu vậy thằng này nghèo rồi sanh trộm cướp, mới làm chuyện ấy.

Bèn làm đơn khiến Mai Uổng đến cáo với Bao Công.

Đơn rằng:

"Cáo bẩm cường đạo, giết người lấy của, vì dòng trâm anh, con nhà quan quyền, làm chuyện đại ác, tiếng xấu ngàn đời, là tên Triều Đống, con quan Đồng Tri, tên Vương Chi Thần. Tánh hạnh hoang đàng, chẳng giữ cơ nghiệp. Cha chết mẹ góa, phá hết gia tài, không cơm mà ăn, chẳng quần áo mặc, đói lạnh đổi lòng, sanh việc trộm cướp, tới lui quen biết. Ngày ấy tháng ấy, nửa đêm trốn vào, hãm con đày tớ, tên là Đơn Quế. Con ấy không chịu, chàng bèn giết chết, rồi nhảy vào nhà, giựt lấy hết đồ, đam bán thợ bạc, tên là Nhiêu Quí, mua một chiếc vàng, nên việc như vậy, đã muốn hãm người, chẳng đặng lại giết, rồi còn giựt của. Đủ tang quả chứng, chẳng dám nói gian, xin lệnh thượng quan, tra minh thẩm xét.

Nay đơn."

Thuở ấy Bao Công đi vãng dân đến đó, tánh người trong như nước đánh phèn, trí sáng tỏ ví trăng mùa thu, xem đơn rồi khiến Triệu Thắng, Tôn Dõng kíp đến bắt Triều Đống đến. Bao Công hỏi:
- Sao ngươi dám sanh lòng dữ tợn, đã hãm giết người rồi lại cướp giựt đồ?

Triều Đống thưa:

- *Thiệt tôi không giết Đơn Quế, cũng chẳng có giựt đồ ai.*

Bao Công hỏi:
- *Thiệt mày chẳng phải người giết con Đơn Quế, còn chiếc vàng ở đâu mà lấy đó?*

Triều Đống thưa:
- *Nguyên thiệt của tiểu thơ cho tôi.*

Bao Công hỏi:
- *Thiệt chắc không?*

Triều Đống bẩm:
- *Xin đòi tiểu thơ đến thì biết.*

Bao Công ngẫm nghĩ hồi lâu hỏi rằng:
- *Ngươi có tư tình cùng Kinh Ngọc không?*

Triều Đống nói:
- *Tôi chẳng dám nói, sợ nhiều người nghe mà bị tội.*

Bao Công hội ý biết rồi, bèn dắt vào nhà trong đuổi hết các lính hầu.
Bao Công mới hỏi:
- *Ngươi chẳng có thông tình cùng Kinh Ngọc, sao lại cho nhiều đồ vậy?*

Triều Đống thưa:
- *Vì ngày nay nếu tôi chẳng mắc việc oan ức này, thì quyết chẳng dám khai, sợ tổn âm đức; nay đã mang họa, cùng chẳng đã mới dám nói thiệt.*

Bèn tỏ hết các việc trước sau. Bao Công hỏi:
- *Thiệt chắc như vậy, đến mai ta đòi Sô Sĩ Long tới, ngươi phải kể hết các việc đặng coi đó thế nào, rồi đem tiểu thơ ra đối chứng, như quả thiệt vậy thì ta cho vợ chồng hiệp cùng nhau, bằng gian dối, chắc ngươi phải thường mạng.*

Triều Đống lạy đôi ba lần mà thưa rằng:
- *Xin lệnh thượng quan xử y như vậy.*

Ngày thứ Bao Công vời quan Tham Chánh đến, rồi nói với Bao Công rằng:

- *Vì thằng đó tánh hung hoang, gian ác, xin đại nhơn đoái tình tôi mà phân xử cho nó thường mạng.*

Bao Công nói:

- *Cứ phép luật lẽ ngay, chớ chẳng phải là vị tình ai; Triều Đống cũng là con nhà quan, dòng dõi học trò, chẳng luận sang hèn đâu.*

Rồi kêu Triều Đống nói rằng:

- *Sao ngươi đành lòng, cha làm quan hiền, con lại sanh gian dữ.*

Triều Đống:

- *Vì tôi noi theo khuôn phép gìn nhơn giữ nghĩa, há dám sanh việc hung hoang.*

Bao Công hỏi:

- *Thiệt ngươi chẳng có, vậy của ấy ở đâu?*

Triều Đống thưa:

- *Thiệt của tiểu thơ cho tôi chớ chẳng phải trộm cắp.*

Quan Tham Chánh nghe rồi sửng sốt, tức không nói đặng, ấy là tại nơi con mình. Bao Công hỏi:

- *Tiểu thơ ở trong buồng the, sao ngươi đến đặng?*

Triều Đống bẩm:

- *Vì có duyên cớ mới vào đặng.*

Bao Công:

- *Có chi ngươi phải khai hết.*

Triều Đống khai rằng:

- *Tháng Ba ngày ấy, tôi đi ngang qua vườn hoa, thấy tiểu thơ cùng con tỉ tất tên là Đơn Quế, đương dạo xem huê, đứng nhắm tôi rồi trở về, đến ngày thứ tôi cũng đi ngang qua chốn ấy, thấy tiểu thơ đã có sẵn đó nên khiến Đơn Quế kêu tôi vào trong vườn huê. Tiểu thơ nói: "Nay thiếp cho chàng hay vì cha mẹ tính muốn cải giá gả tôi cho người khác." Lại dạy biểu Bá Liêm đem một trăm lượng bạc*

     Long Đồ Công Án

cho tôi đặng kiếm vợ khác; mà người mẹ nàng không chịu. Khi ấy tiểu thơ thấy tôi mặc quần áo rách rưới, mới dặn tôi, đến tối lại đó nói chuyện, tôi cũng y lời, tối đến nơi cửa rào thì Đơn Quế chực sẵn dắt vào. Tiểu thơ bày tiệc rượu ăn uống. Đến trời gần sáng tôi ra về, tiểu thơ đưa cho tôi một đôi vàng, hai đính bạc và ba cây lục soạn, rồi dặn ban đêm thì lại, nên từ ấy về sau, tối đến sáng về. Thường khi thì có Đơn Quế chực rước ngoài cửa, vì đêm ấy mắc mẹ tôi đau, nên đi không đặng, chẳng biết quân gian ác nào vào làm thiệt hại như vậy. Còn tôi nhà nghèo, mẹ đau không tiền uống thuốc, mới đem chiếc vàng đến thợ đổi lấy bạc đặng xây dụng, kế gặp Mai Uổng bắt lấy gieo họa cho tôi, vậy mang ơn thượng quan xin ra đức hảo sanh mà tha tôi, vì mẹ tôi đau nặng ở nhà một mình, và cho vợ chồng tôi sum hiệp cùng nhau, lại tra xét tên gian hại ấy, đặng trị điển hình mới khỏi oan cho tôi.

Bao Công nói:
- Nếu vậy tại quan Tham Chánh trị đạo nhà chẳng nghiêm, nên trách Triều Đống sao đặng.

Tham Chánh nói:
- Ấy là lời dối trá, con tôi tánh hạnh chính chuyên, lẽ đâu sanh việc ấy.

Bao Công nói:
- Như không có, đem tiểu thơ ra đối chứng thì biết ngay gian.

Triều Đống nói:
- Xin hỏi tiểu thơ chẳng quả như vậy thì tôi cam thọ tội.

Tham Chánh trong lòng suy nghĩ, việc vợ chồng ta bàn luận, sao Triều Đống hay, có lẽ thiệt, nên lòng dụ dự chưa quyết. Bao Công day mặt lại nói rằng:
- Quan Tham Chánh, mình người triều đình sao chẳng xét lẽ, cho tiểu thơ đến đối chứng một chút, như có hoặc không cũng chẳng can chi.

Tham Chánh nghe nói liền sai Mai Uổng đem kiệu về rước tiểu thơ. Mai Uổng đến nhà thưa cùng phu nhơn các việc Triều Đống khai, phu nhơn vào trong nói với tiểu thơ.

Kinh Ngọc từ ngày sợ hãi phát bệnh đau, nên chẳng hay cha mình gieo họa cho Triều Đống, ban đầu chẳng chịu đi sau nghĩ lại: "*Nếu ta chẳng đến khai, thì Triều Đống phải mắc tội oan.*" Mai Uổng lại hối rằng:

- *Lệnh Bao quan chờ tiểu thơ đến đặng tra hỏi.*

Kinh Ngọc không nài hà đặng, mới lên kiệu mà đi, đến cửa xuống kiệu vào. Bao Công nói:

- *Tên học trò này khai nói chiếc vàng của ngươi cho còn quan Tham Chánh khai rằng nó giựt cướp. Đến đây là chốn công môn, phải khai nói cho thiệt.*

Tiểu thơ hổ ngươi chẳng đáp. Triều Đống nói:

- *Mông ơn của nàng cho tôi, xin nói ngay không can chi, nỡ đành để cho tôi chết oan sao?*

Tiểu thơ mắc sợ cha chẳng dám khai. Bao Công giận vỗ bàn hét lớn rằng:

- *Đồ súc sanh dối đạo Khổng Mạnh[1] mà sanh lòng trộm cướp, dám đặt điều nói huyễn hoặc trước mặt quan.*

Bèn khiến đam đánh bốn chục trượng đặng làm án xử tử. Triều Đống quì xuống đất, khóc mà nói rằng:

- *Tiểu thơ ngày trước làm sao, đến nay lại quên những lời thề đêm ấy, nỡ để ta chịu oan hình này, thiệt ngươi gạt ta. Ta dầu chết chẳng nài chi, ngặt mẹ già không ai nuôi dưỡng.*

Tiểu thơ thấy vậy cúi mặt xuống đất khóc mà nói:
- *Chiếc vàng ấy thiệt là của tôi cho, còn giết Đơn Quế đó thì chẳng phải chàng, đêm đó tôi ở trong phòng ngồi dưới bóng đèn, ngó thấy một người đi vô bộ dạng tác gần già.*

---

[1] Khổng Tử và Mạnh Tử là hai ông thánh. [*chú thích của dịch giả*]

Bao Công nói:

- *Thôi, đã rõ rồi.*

Kíp dạy thôi đánh. Triều Đống đứng dậy bước lại quì bên tiểu thơ tóc tai xụ xợp[1]. Tiểu thơ thấy vậy liền đứng dậy hai tay vén tóc vuốt xuôi lại. Tham Chánh thấy vậy mới giận mà nói rằng:

- *Con kia mày điên hay sao, nên mới khai nói bậy vậy?*

Tiểu thơ đã nói ló mòi rồi, thấy cha mình giận, bèn nín không dám nói nữa. Bao Công nói:

- *Tiểu thơ điên, còn ông thiệt tỉnh đó, vì ông vu cáo cho Triều Đống chịu oan, nên nó mới khai thiệt ra, huống chi Đơn Quế tằng có ơn đưa rước nó, mà nỡ nào nó lại giết lại sao?*

Tham Chánh nói:

- *Con gái tôi tuổi còn nhỏ, có lẽ đâu biết việc tư tình, lại tôi có hứa làm sui với quan Tây Phủ rồi.*

Bao Công nói:

- *Hai đứa nó có ý riêng đã thấy trong lúc vuốt tóc hồi nãy, ông còn cãi làm chi.*

Tham Chánh nói:

- *Thôi tôi đã biết sự lỗi rồi, xin vâng theo lời thượng quan phân xử.*

Bao Công nói:

- *Như y theo luật tội, vì ông khi trước kết nghĩa anh em với cha nó, khi con còn trong bụng mà giao kết sui gia, thôi nay cho vợ chồng nó hiệp cùng nhau.*

Tham Chánh nói:

- *Xét lại lời nói của Triều Đống, thì con Đơn Quế bởi sự đưa rước nó nên mới bị chết, vậy khiến nó bắt cho đặng thằng nào giết đó, thì nó mới khỏi tội.*

Bao Công nói:

---

[1] Xụ xợp: nói về mái tóc, để lùi xùi, lù xù, không chải gỡ cho vén khéo.

- Muốn tra ra tên gian ấy, để chờ trong bảy bữa mới rõ đặng, nay khá lựa ngày cho vợ chồng nó hiệp cẩn cùng nhau.

Tham Chánh mặt giận đằm đằm[1] bèn từ tạ ra. Bao Công khiến thiếp chàng đều trở về.

Triều Đống đến nhà lên nhang đèn trên bàn thờ mà vái cha rằng:
- Con chẳng may mà gặp tai hại ấy, nhờ phước đức tiên nhơn mới khỏi, xin cha về phò hộ mách bảo quân gian tặc đó là ai.

Vái rồi đi vào ngủ, chiêm bao thấy một người cha về ngồi trên ghế. Triều Đống chạy lại mầng. Người cha cầm hai nhánh tre, quăng xuống đất liền hóa ra hai chữ: *Thanh, Bát.* Triều Đống cúi xuống lượm thì người cha bước ra đi mất, rồi giựt mình thức dậy mới biết là chiêm bao.

Còn Bao Công bãi hầu rồi, vào dinh trong thầm nghĩ kế chi mà tra cho ra tên gian tặc. Đêm ấy chiêm bao thấy một người đội mão cao, mặc áo rộng, đến gần thi lễ mà nói rằng:
- Con tôi mắc họa, may gặp ông cứu giúp.

Nói rồi cũng quăng hai nhánh tre xuống đất. Bao Công xem cũng thấy hai chữ như vậy, chừng tỉnh dậy tưởng rằng: *"Thằng gian đạo ấy họ Trước tên Thanh, hoặc là tên Bát?"* Đến trời sáng ra liền cho đòi Vương công tử đến. Triều Đống sửa áo vào hầu, Bao Công thuật chuyện chiêm bao lại khi hôm cho công tử nghe. Triều Đống nói:
- Ấy là tôi cảm đức đại nhơn cứu tôi, nên đến tạ ơn, hôm qua tôi về nhà đốt hương cầu vái xin chỉ tên thằng gian tặc, rồi cũng chiêm bao thấy cha tôi về làm như vậy; nếu hai điềm giống in nhau, thì tôi bàn tên gian tặc còn trốn trong rừng tre.

Bao Công nói:

---

[1] Đằm đằm: lầm lỳ, mặt giận ngó xuống, không nhìn đến ai, không nói gì với ai.

- *Trí ta tưởng thằng đó họ Trước tên Thanh, hoặc tên Suy, còn chữ Bát đó là nó thứ tám, vậy công tử nhớ lại coi xứ này có tên ấy không.*

Bỗng chút có tên quân hầu nghe nói liền bẩm rằng:
- *Khi trước ông Nhâm Lưu có bắt đặng thằng ăn trộm tên là Chúc Thánh Bát, nó mới phạm án lần thứ nhứt nên tha đi.*

Bao Công nói:
- *Ấy vậy thiệt là thằng đó.*

Liền viết trát sai quân đến bắt, lính công sai vừa đến nhà thì thấy Chúc Thánh vừa bước ra, liền bắt xiềng lại dẫn về nạp.

Bao Công hỏi:
- *Sao ngươi dám cả gan ban đêm vào nhà Tham Chánh mà giết người lấy của.*

Chúc Thánh thưa:
- *Tôi vốn giữ phép nước cứ lo làm ăn, không biết chuyện đó.*

Bao Công hỏi:
- *Ngươi giữ phép sao mà ngày trước Nhâm Lưu bắt đặng ngươi vào nhà ăn trộm?*

Chúc Thánh thưa:
- *Nhâm Lưu bắt lầm tôi, chừng hỏi rõ ra rồi thả về.*

Bao Công nói:
- *Khi trước là mới sơ phạm nên tha ngươi về, còn nay lại dám vào nhà giết người giựt của nữa.*

Bèn dạy đem đánh bốn chục côn, biểu phải khai thiệt. Chúc Thánh chịu đòn chớ chẳng khai, khiến khảo kẹp cũng không chịu. Bao Công thấy có buộc hai cái chìa khóa trong lưng, dạy quân mở lấy rồi khiến hai tên lính công sai:
- *Đến nhà Chúc Thánh nói như vậy … như vậy …; nếu lậu cơ mưu, thì hai đứa bây phải bị đày.*

Hai tên lính lãnh chìa khóa rồi đến nói với vợ Chúc Thánh rằng:

- Chồng thím tới quan đã khai chịu vào nhà Tham Chánh giết người lấy của, nên mới đưa chìa khóa biểu thím phải mở rương lấy đồ tang tài[1] ấy đặng đam trả cho quan Tham Chánh.

Người vợ tưởng thiệt như vậy, liền mở rương đưa hết đồ tang tài. Hai tên lính ấy đem về nạp. Chúc Thánh thấy sửng sốt, không chối cãi chi đặng, nên mới khai rằng:

- Đêm đó thiệt tôi có vào vườn huê quan Tham Chánh, đi gần đến cửa rào thì nghe con Đơn Quế nói: "Sao mà công tử đến chậm vậy"; tôi bèn lướt vào, nó thấy tôi rồi muốn la lên, nên tôi có giết chết, rồi tôi thẳng vào nhà lấy những các món đồ ấy, tình thiệt khai ngay, xin thượng quan châm chế cho tôi nhờ.

Bao Công liền sai người vời quan Tham Chánh đến đặng nhận lãnh các món đồ ấy, lại kết án chém Chúc Thánh.

Án rằng:

"Xét bắt gian đạo, tên là Chúc Thánh: lòng toan việc dữ, phá hại dân lành, chẳng kiêng phép nước, toan lợi cho mình, giá họa Triều Đống, mắc nơi lao tù, vợ chồng lìa nhau cũng bởi cớ kia, nay đáng chém đầu mới đền tội nọ. Còn quan Tham Chánh, so việc giàu nghèo, dứt điều nhơn nghĩa, phụ lòng bậu bạn, bỏ nghĩa sui gia, quên lời giao ước, muốn phân rẽ mình, gia giáo chẳng nghiêm, nên ức lòng gái. Mới khiến tỉ tất, tên là Đơn Quế, đam những tài vật, đặng cho Triều Đống, toan làm lễ cưới, lại bị Chúc Thánh giết chết giựt đồ, phụ lời bội nghĩa, phép nước chẳng dung, nghĩ vì cựu thần, nên tội giảm đẳng. Còn Vương Triều Đống, cùng nàng Kinh Ngọc, vầy hiệp vợ chồng, thắm duyên cá nước, cùng lời giao ước, chẳng lỗi đạo hằng, tam cang là trọng, trọn nghĩa núi sông, thuận hiệp lẽ trời, làm nay lời án."

---

[1] Đồ tang.   [chú thích của dịch giả]

16. Thủ Tài Nhị Tử

Chiếm của cải chết hai lần

Tại quận Giang Châu, huyện Đức Hòa, có một người họ Phùng tên Tẩu, nhà cũng dư ăn; vợ là Trần thị tuổi còn xuân xanh mà không con. Người vợ bé là Vệ thị sanh đặng hai trai. Trần thị hằng lo vì mình con cái không có, chừng già rồi thì gia tài đều về tay Vệ thị, nên lòng ghen ghét lắm.

Ngày kia Phùng Tẩu chở hàng hóa qua quận Tứ Xuyên lập tiệm buôn bán. Khi ra đi, dặn dò Trần thị ở nhà phải thương yêu săn sóc hai trẻ, thì nàng miệng nói đẩy đưa hơi ngon ngọt.

Chừng khuất mặt chồng rồi; khi ấy vừa gặp tiết Trung Thu, Trần thị dọn tiệc nơi nhà khách, mời ba mẹ con Vệ thị đến ăn uống. Trần thị rót rượu độc đưa cho Vệ thị uống mà nói rằng:
- *Vì thiếp vô phước, nàng vốn có phần, nên sự nghiệp giao cho hết mà coi sóc, chừng thiếp già yếu xin nàng đoái tưởng, vậy ba mẹ con rán uống hết ba chén đặng nhớ lời ta nói hôm nay.*

Vệ thị nói:
- *Thưa chị tôi không dám biết chuyện đó.*

Nói rồi ba mẹ con đều uống cạn chén. Chừng ăn rồi mới trở về phòng, ba mẹ con thấm thuốc đều trào máu ra miệng mũi mà chết. Vệ thị thì 25 tuổi, còn hai đứa con được năm, bảy.

Khi ấy xóm giềng chạy tới không biết cớ chi. Trần thị nói trớ rằng mẹ con trúng dịch độc mà chết, rồi làm bộ khóc kể thảm thiết. Chừng chôn cất xong xuôi, ai nghe cũng đều cảm thương.

Còn Phùng Tẩu ở bên Tứ Xuyên, đêm ấy chiêm bao thấy vợ bé mình dắt hai con đến nói rằng bị Trần thị giết hại. Sáng ngày Phùng Tẩu ý sanh nghi, tính muốn trở về, ngặt bán chịu nhiều đòi chưa hết, nên lòng rất buồn rầu hoài.

Cách hơn một năm, may gặp Bao Công vãng dân đến đó, ban đêm chiêm bao thấy một gái hình dung lịch sự, hai tay dắt đứa con vào quì trước án than khóc. Bao Công hỏi:

- *Nàng ở đâu đến đây, vậy có việc oan ức chi khá khai ra?*

Người đàn bà ấy thưa rằng:

- *Tôi ở quận Giang Châu tên Vệ thị vợ bé Phùng Tẩu. Chồng tôi đi buôn bán bên quận Tứ Xuyên; Trần thị là vợ lớn, gạt cho uống rượu độc giết chết ba mẹ con tôi, nên hồn phách không tan đặng, xin thượng quan tra minh oan ức.*

Nói rồi liền đi mất. Sáng ngày ra Bao Công thức dậy, khiến Trịnh Cường và Tiết Bá tới bắt Trần thị đến hỏi:

- *Con vợ bé cũng như con mình, sao nàng lại ganh ghét, nỡ sanh lòng giết chết ba mạng mà làm cho chồng phải tuyệt tự?*

Trần thị nghẹn họng không trả lời đặng. Bao Công liền kết án xử tội lăng trì[1].

Cách chừng hai năm Phùng Tẩu mới trở về nhà, có nuôi một con heo lớn, mỗi năm nó đẻ được vài con mà thôi, nên chê ít lợi, bèn kêu quân hàng heo mà bán, thì con heo ấy ứng tiếng lên mà nói rằng:

- *Tôi đây thiệt là vợ chàng, tên Trần thị, vì kiếp trước thiếp có lòng ghen ghét độc dữ, nên giết chết ba mẹ con vợ bé, nhờ Bao Công xử tội rồi, mà Diêm Vương còn chưa chịu tha, bắt thiếp đầu thai lên làm heo nái đặng đền tội lại cho chàng, chừng đến chết phải chịu phân xẻ trăm ngàn lưỡi dao, vậy khá đem chuyện thiếp nói cho thế gian biết.*

Phàm làm đờn bà con gái, phải hiếu kính cha mẹ chồng, hòa thuận cùng kẻ tiểu thiếp chớ sanh lòng ghen tương, thương con

---

[1] Giăng tay chưn, rồi vặn cái mặt ra sau lưng.   *[chú thích của dịch giả]*

chồng như con mình, mựa mong lòng độc hiểm, bằng chẳng hiền
hòa sanh điều khổ khắc, ắt mang họa như thiếp đây.

Khi ấy trong thiên hạ xa gần đều đua chen đến coi, giành lấn chật
đường mà xem chuyện lạ.

Ghen tương là phận đàn bà
A hành ác nghiệt ắt là tội sau.

17. Bích Khích Huy Oan

Khe tường làm sáng tỏ chuyện oan ức

Nơi phủ Lư Châu, huyện Hoắc Thôn, có một người họ Chương tên
Tân chuyên nghề may mướn, tuổi đã năm mươi, vợ là Vương thị
tác nàng còn nhỏ, cũng trang bóng sắc, tánh nết lăng loàn, vợ
chồng không con, có nuôi thằng cháu tên là Kế Tổ, tuổi chàng đã
lớn, bèn cưới nàng Lưu thị dung mạo yểu điệu *cho cháu*[1].

Có hai người ở huyện Đồng Thành qua xứ đó làm nghề thợ sơn, tên
là Dương Vân với chàng Trương Tú, có quen biết Chương Tân thiết
nghĩa giao tình, bèn vào xin ở đậu đã lâu càng thêm thân hậu. Hai
người đều kiếng[2] vợ chồng Chương Tân làm cha mẹ nuôi, nên ra
vào xuông pha nói năng không kị cũng như người cật ruột. Còn
chàng Dương Vân thì trai gái âm thầm với nàng Vương thị, *nàng*
này[3] lại lấy luôn Trương Tú, chẳng khác chi một mái mà chịu ba
trống.

---

[1] Hai chữ *"cho cháu"* không có trong bản in gốc, thêm vào đây nghĩa được rõ
ràng, khỏi hiểu lầm.
[2] Kiếng: kính.
[3] Hai chữ *"nàng này"* không có trong bản in gốc, thêm vào đây nghĩa được rõ
ràng không sai lạc.

Ngày kia chú cháu Chương Tân đi qua xứ xa lập tiệm may mướn. Dương Vân cùng Vương thị vào phòng giỡn hớt ngủ chung với nhau, rủi bị con cháu dâu ngó thấy, nên Dương Vân nói:

- *Nay bị con này gặp đặng rồi thì e lậu ra, bằng khiến bắt chước mình đặng trám miệng nó mới xong."*

Nên sắp mưu cùng nhau. Đêm ấy Lưu thị ngủ trong phòng một mình, Dương Vân vào đè, Lưu thị giựt mình la lên, kế Vương thị chạy đến lấy tay bụm miệng Lưu thị, lại giúp sức cho Dương Vân. Nàng Lưu thị chịu nhục rồi nên phải thuận theo. Còn Trương Tú cũng vào phòng, bắt cặp với Vương thị.

Từ ấy đến sau hai người thay phiên với nhau, hễ đêm Dương Vân ngủ với thím chồng, Trương Tú hiệp với cháu dâu, bữa Dương Vân ngủ với cháu dâu, thì Trương Tú vào cùng thím chồng, như vậy đã hơn một năm, bốn người tình giao ý hiệp. Chừng Chương Tân về nhà, coi mòi sanh nghi, nên rình bắt mà không đặng. Còn Dương Vân, Trương Tú tính cùng Vương thị rằng:

- *Nay thằng chó già nó hay rồi, vậy phải toan mưu mà giết trước mới khỏi họa sau.*

Vương thị nói:

- *Việc ấy xin hai chàng tính liệu, phải cẩn thận kín đáo, chớ khá hở môi mà e khi đất bằng sấm dậy[1].*

Khi ấy chú cháu Chương Tân mới về nhà ít ngày, Chương Tân nói cùng Kế Tổ rằng:

- *Nay đã đến tháng Tám, lúa sớm đã chín mỗi nhà đều có, vậy đến mai thức dậy sớm, đặng sắm sửa mà đi đòi nợ các xứ.*

Rạng ngày hai chú cháu đều đi, phân làm hai người qua hai xứ. Chương Tân qua thôn Vọng Miền, Kế Tổ thẳng đến huyện Cửu Giang.

---

[1] Đất bằng sấm dậy: do thành ngữ *bình địa thanh lôi* (平地聲雷), chỉ một sự việc xảy ra cách bất ngờ, đột ngột. Thành ngữ tương tự là *bình địa ba đào* (平地波濤), tức *đất bằng sóng dậy*, chỉ tai họa xảy ra ở một nơi hay vào một lúc không ngờ.

Ngày thứ Chương Tân đòi hết nợ rồi, trở về đi được nửa đường trời vừa xế chiều. Xảy gặp Dương Vân với Trương Tú đi làm thợ sơn về, xem thấy Chương Tân, bèn kê miệng nói nhỏ:

- *Thừa dịp này mình phải ra tay.*

Chừng đi đến gần, hai tên chào rằng:

- *Thưa cha mới về, đưa đồ đạc đây cho tôi quảy đặng cha nghỉ.*

Rồi ba người đồng đi về. Đến ngang chỗ rừng vắng gần dải[1] núi trời đã chiều; hai chàng áp khiêng Chương Tân đến một cái ao sâu. Chương Tân hoảng kinh la khan mà không ai tiếp cứu. Trương Tú thì đè xuống, còn Dương Vân rút cây búa nhỏ giắt trong lưng, bèn bửa một búa bể sọ, lọt mắc lưỡi búa trong óc, lấy ra không đặng.

Chương Tân chết rồi, kế trời nổi gió rung cây, nên hai chàng nghi có người đi đến[2]; lật đật để lưỡi búa mắc trong đầu, bèn khiêng thây bỏ vào ao sen, lại sợ thây sình nổi lên, mới khiêng đá lớn quảng dằn lên trên, rồi đều trở về mừng rỡ và tỏ cùng Vương thị rằng việc đặng kế. Nàng nghe chuyện như vậy càng thêm tan mật héo gan, nên dặn rằng:

- *Việc đó xin kín miệng chớ cho cháu dâu hay, hoặc nó hở môi, ắt sanh họa to. Còn như Kế Tổ về đây chẳng thấy chú nó thì tính sao?*

Trương Tú nói:

- *Tôi có một kế hay, như nàng bằng lòng, vậy mọi việc mới bình yên.*

Vương thị hỏi mưu chi. Trương Tú nói:

- *Như Kế Tổ về, nàng giả bộ chưng hửng, hỏi chớ chú vả[3] đâu, rồi nàng đến quan cáo rằng nó giết chú nó, bằng quan xử va rồi, thì chúng ta đặng ở một nhà, phải là chung việc vui sướng cùng nhau chăng?*

---

[1] Dải: *một vật chạy dài, như dải đất, dải núi* - đừng lầm với *dãy, là nhiều vật liên tiếp nhau, như dãy nhà, dãy tiệm.*

[2] Đến: bản gốc in là *đánh, nghĩ là in sai.*

[3] Vả: có thể chỉ là *va, nghĩa là nó, hắn* - hoặc có cấu trúc "chú *va ở đâu*" trở thành "chú *vả đâu*", như *anh ấy, chị ấy* thành *ảnh, chỉ.*

Vương thị nghe rồi rất mừng mà rằng:

- Thiếp phải làm như vậy mới đặng.

Đến ngày mồng sáu Kế Tổ về tới nhà Vương thị hỏi:

- Chú mày sao chưa thấy về?

Kế Tổ sửng sốt nói:

- Tôi về đến thôn Vọng Miền ghé rước chú, thì họ nói đã về hôm ngày mồng ba rồi.

Vương thị bèn tri hô lên, xóm giềng đều chạy đến, rồi nàng biểu trói Kế Tổ lại, bèn thẳng đến nha môn mà cáo.

Lúc ấy Bao Công đi vãng dân đến đó, xem trạng cáo rồi, liền cho công sai bắt Kế Tổ và đòi chứng tới. Bao Công hỏi Kế Tổ:

- Vậy chú ngươi nuôi dưỡng từ nhỏ đến lớn, sao ngươi chẳng lo báo đáp, nỡ lại sanh lòng giết hại, còn thây chú ngươi bỏ tại đâu, phải khai cho thiệt.

Kế Tổ bẩm:

- Bữa ấy tôi cùng chú tôi đi đòi nợ, vừa đến nửa đường thì hai người rẽ qua hai xứ. Chú tôi qua thôn Vọng Miền, còn tôi thẳng tới huyện Cửu Giang. Chừng chú tôi đòi hết nợ rồi trở về liền, sau cách ít ngày tôi ghé lại thôn Vọng Miền rước chú tôi đặng về một lượt, thì các chủ nợ đều nói về trước hơn ba ngày rồi. Vì tôi từ nhỏ dại khờ, chú thím tôi nuôi dưỡng lớn khôn mà lo việc vợ chồng, lại thương tôi như con ruột, nên lòng hằng lo báo nghĩa minh linh[1], dạ chí dốc đền ơn cúc dục, tôi nỡ nào sanh tâm giết hại, cúi xin thượng quan nghiệm tình xét lẽ.

Vương thị thưa:

- Vì thằng này tánh hạnh du đãng, ngỗ nghịch hung hoang, hay xài phá tiền bạc, bởi bị chú nó đánh dạy, nên ghi lòng oán hận mà giết chết đó, cúi lạy thượng quan xin tấn tra mà hỏi nó giết chồng tôi giấu thây tại đâu?

---

[1] Là con nuôi, cháu nuôi.   [chú thích của dịch giả]

Bao Công mới hỏi mấy người lân cận tánh hạnh Kế Tổ thế nào. Các chứng ấy khai rằng:

- *Kế Tổ tấm lòng thiệt thà, hằng giữ gìn coi sóc việc nhà và tríu mến chú thím nó lắm, lại kính trượng[1] như cha mẹ ruột, lời thiệt khai ngay chúng tôi chẳng dám gian giấu.*

Bao Công nghe, liền hét lớn rằng:

- *Các người ăn tiền của Kế Tổ, nên nói tốt cho nó.*

Khiến quân đánh mỗi người năm roi, lại dạy đánh Kế Tổ hai chục côn, đóng gông lại rồi nói:

- *Ta kỳ cho người ba ngày, phải chỉ thây chú người giấu tại đâu.*

Bởi Bao Công biết chẳng phải Kế Tổ làm chuyện ác như vậy, nên làm kế cho Vương thị tin đó.

Khi ấy Vương thị từ tạ ra về, lòng rất mừng rỡ, lại khen Bao Công thiệt người tử tế; nên Trời Phật phò hộ cho ổng sống đời mà trị dân.

Bao Công hỏi quân hầu:

- *Biết nhà Vương thị ở tại đâu, dắt ta đến đó?*

Quân hầu thưa biết. Bao Công liền thay đồ hèn hạ đi với tên lính đến nhà Vương thị đã hết canh một, các nhà hai bên đều ngủ, còn nhà Vương thị thì chong đèn. Bao Công ở ngoài vách dòm lỗ trống, thấy trong nhà có hai trai hai gái đồng ngồi ăn uống vui cười ngỏa nguê[2].

Dương Vân nói:

- *Nếu ta chẳng tính kế hay ấy, thì ngày nay sao được như vầy?*

Nói rồi đều vui cười hớn hở cùng nhau. Còn nàng Lưu thị thì mặt buồn mà nói rằng:

---

[1] Trượng (重): coi nặng, ưa chuộng, nay viết là *trọng*.
[2] Ngỏa nguê: thỏa thích, đầy đủ sung túc, dồi dào chẳng thiếu thức gì.

- Các người biết chuyện vui sướng của mình, mà nỡ hại chồng thiếp bị tội rất oan.

Dương Vân nói:
- Bây giờ bốn ta ở cùng nhau đời đời, thì chẳng hơn chồng nàng sao?

Nói rồi lại ôm bồng Lưu thị mà rằng:
- Thôi nàng chớ than để ta giải sầu cho.

Lưu thị ngoài miệng chẳng nói, chớ trong lòng rất giận mà rằng:
- Trước mặt người sao làm điều vô lễ như vậy.

Vương thị nói:
- Lệnh thượng quan định trong ba ngày cho Kế Tổ phải kiếm đặng thây; vậy chớ giấu có kín đáo hay không?

Hai chàng nói:
- Thây quăng trong ao sâu, lại thêm dẫn đá trên nữa, nên chẳng lâu thì rã tan.

Vương thị nói:
- Như vậy mới khỏi lo.

Nói rồi ăn uống no say cùng nhau. Trương Tú hỏi:
- Lưu thị muốn bắt cặp người nào?

Lưu thị chẳng trả lời. Hai chàng đều giành nhau. Vương thị nói:
- Thôi y như lệ cũ.

Khi ấy bốn người đều vào nằm chung một giường mà dấy việc mây mưa. Bởi nhà có ngạch vách có tai, sanh họa hại thình lình.

Bao Công nghe rồi giận trở về nha môn nổi trống lịnh; điểm quân kéo đến bao nhà Dương Vân và Trương Tú. Hai chàng xem thấy quân lính tới chẳng biết cớ chi, bèn mở cửa sau mà chạy, thì bị quân đón bắt bốn người đam về nha. Bao Công khiến đánh mỗi tên ba chục côn, rồi xiềng hết lại đem giam vào ngục.

Sáng ngày Bao Công đem Kế Tổ ra hỏi:

- Đường qua thôn Vọng Miền có cái ao sen nào lớn không?

Kế Tổ ngẫm nghĩ giây lâu thưa rằng:
- *Gần chưn núi có cái ao lớn thiệt sâu.*

Bao Công truyền mở gông cho Kế Tổ, rồi lên kiệu, khiến Kế Tổ dẫn đường, đến nơi xem thấy thiệt chỗ vắng vẻ. Kế Tổ chỉ nói ao sen là chỗ đó. Bao Công rằng:
- *Như vậy thì thây chú ngươi ở dưới ao ấy.*

Kế Tổ nghe nói rống khóc, liền nhảy a xuống mà kiếm. Bao Công lại khiến hai tên quân xuống nữa, mò đến chính giữa, gặp thây bèn khiêng lên. Bao Công xem thấy có lưỡi búa mắc trong sọ, mới biểu quân lấy ra coi, thì thấy có khắc hai chữ Dương Vân. Bao Công hỏi là tên ấy của ai. Kế Tổ thưa:
- *Tên người lệnh thượng quan bắt khi hôm đó.*

Lại hỏi:
- *Thằng đó bà con với chú ngươi làm sao?*

Kế Tổ bẩm:
- *Thảy đều con nuôi của chú tôi.*

Bao Công liền trở về nha, dạy quân dẫn hết bốn người ra, biểu đam Dương Vân Trương Tú, đánh mỗi tên năm chục côn, hai chàng cũng chưa chịu khai thiệt. Bao Công mới quăng cây búa ra, hai chàng thấy rồi nghẹn trân không nói chi được, liền khiến tấn tra khổ hình, thảy đều khai rằng:
- *Vì chúng tôi có tư gian với Vương thị, sợ sau Chương Tân hay biết mà sanh oán hận, nên chúng tôi mới giết cho biệt tích.*

Bao Công dạy đóng gông xiềng cho chắc, đem giam vào ngục tối, rồi hỏi Vương thị rằng:
- *Làm thân đàn bà đã lấy trai sao còn âm mưu giết chồng làm chi?*

Vương thị bẩm:
- *Tôi thiệt chẳng hay việc ấy, bởi tại hai tên đó mà thôi.*

Bao Công nói:

- Như ngươi chẳng biết, sao dám vu tội gia hại cho Kế Tổ.

Liền dạy đam đánh ba chục côn, rồi nói cùng Lưu thị rằng:
- Còn ngươi sao nỡ lòng thuận tình giết chú hại chồng làm vậy?

Lưu thị thưa:
- Thiệt tôi chẳng hay việc ấy, bởi thím dâu tôi sanh sự rồi ép tôi nên phải thuận theo, cúi xin thượng quan nghiệm lẽ.

Bao Công nói:
- Như trước bị thím dâu ép ngươi, chừng sau toan hại chồng mình, sao ngươi chẳng đến cáo quan.

Bèn luận tội theo một lũ gian, nên kết án bêu đầu Dương Vân Trương Tú, Vương thị xử[1] lăng trì, Lưu thị thì đày qua xứ khác. Còn Kế Tổ có lòng hiếu nghĩa, nên cho về thọ hưởng gia tài của chú.

18. Nhĩ Bạn Hữu Thinh

Tiếng nói bên tai

Tại thành Khai Phong Phủ có một người họ Tần tên Tôn Hựu, dòng trâm anh, gia nghiệp giàu thạnh, cưới con gái Trình Mỹ. Nàng Trình thị tánh nết tề chỉnh, trị đạo nhà nghiêm trang, lại sanh một trai tên Trưởng Nhu, mới được mười tuổi thì Trình thị đã ly trần. Tôn Hựu lòng rất thương xót nhớ tưởng không nguôi.

Vừa đến tiết Trung Thu, Tôn Hựu nghĩ hồi vợ chồng sum hiệp nay phân cách lại càng thắt ruột héo gan châu lụy dầm dề, đêm khuya vắng vẻ, lẻ phụng lìa loan. Đêm ấy chàng ngủ bèn thấy Trình thị về chuyện vãn ân ái cùng nhau như khi sống, rồi nàng khóc mà nói:
- Thiếp thương nhớ chàng chẳng nguôi, nên mới về đây, vì lòng rất cưng thương con lắm, xin chàng kiếm đôi bạn khác lựa người hiền đức thì thiếp dưới chín suối mới an lòng.

---

[1] Xử lăng trì: bản gốc in là *"nữ* lăng trì", nghĩ là in sai.

Nói rồi quày đi liền. Tôn Hựu chờ dậy kéo lại, thì giựt mình tỉnh ra mới biết là chiêm bao.

Qua năm sau Tôn Hựu cưới nàng Liễu thị về, sanh đặng một trai, tên là Thứ Nhu. Nàng ấy vốn con nhà dân dã, tánh nết chẳng do nhơn nghĩa, tấm lòng rất độc dữ, hỗn ẩu lướt chồng nên chàng kiêng sợ lắm, cưng con mình như châu ngọc, ghét hành con chồng chẳng khác chó trâu, ngày đêm hằng đánh chưởi. Còn Trưởng Nhu tuổi được 15, bị mẹ ghẻ khổ khắc mà chẳng dám méc nói với cha, biết thân mồ côi nên khóc thầm một mình.

Ngày kia Tôn Hựu đi thăm bà con đến tối mà chưa về, ở nhà Liễu thị đem Trưởng Nhu vào trong buồng kín đánh chết rồi chôn liền; lại dặn gia đinh:
- *Cậu bây về có hỏi thì nói trúng gió độc mà chết.*

Cách ít ngày Tôn Hựu về đến nhà, Liễu thị giả bộ thương khóc, nói rằng Trưởng Nhu bị trúng gió chết, chôn cất đã rồi, Tôn Hựu nghe như vậy rất đau lòng xót dạ, biết con mình chết oan, vì mắc sợ vợ nên làm thinh không dám nói chi hết.

Đến vài bữa tới lệ Bao Công đi khán điền[1] đến chỗ ấy thấy có cái mồ mới chôn bên đường, tai lại nghe tiếng rằng:
- *Xin cáo oan cùng thượng quan.*

Nói đôi ba lần như vậy. Bao Công quày đầu lại xem, thì chẳng thấy ai hết, đi đến trưa cũng nghe nói như vậy hoài, chừng trở về gần đến mồ ấy, lại nghe nói càng lớn tiếng. Bao Công tưởng chắc là oan ức chi đây, bèn hỏi ông già ở gần đó rằng:
- *Cái mồ mới, tên nào chết mà ai chôn đây?*

Lão phu thưa rằng:
- *Người chết mả này tên Trưởng Nhu là con trai Tôn Hựu ở trong thành.*

---

[1] Lệ đúng ba tháng thì xem xét các đồng ruộng về việc cấy gặt.

[chú thích của dịch giả]

Bao Công khiến quân mượn cuốc đào lên xem thấy, thấy thiệt có dấu tích đánh đập, rồi dạy chôn lại, bèn trở về nha môn cho đòi Tôn Hựu đến hỏi. Tôn Hựu thưa rằng:

- *Con của vợ trước tôi tên Trưởng Nhu được 15 tuổi, nhơn vì tôi mắc đi thăm bà con vài ngày mới về đến nhà, thì nghe vợ sau tôi nói con tôi cảm gió độc mà chết.*

Bao Công nghe nói đã rõ ý rồi, liền cho bắt Liễu thị đến hỏi.
- *Vậy chớ ai đánh chết Trưởng Nhu, nàng phải khai cho thiệt.*

Liễu thị thưa:
- *Vì bởi nó bị trúng gió chết, chớ không ai giết.*

Bao Công giận hét lớn rằng:
- *Nếu nó đau mà chết, cớ sao trong mình có lằn roi đánh, chắc ngươi tấm lòng độc hiểm, giết con ghẻ còn chối cãi gì được.*

Liễu thị nghe nói biết giấu không đặng, bèn chịu thiệt có đánh giết Trưởng Nhu. Bao Công đoán rằng đàn bà tánh hiểm độc giết con của chồng, tội phải chém đầu dựng bia trước mồ, rằng mẹ ghẻ giết con chồng, đặng nêu danh ngày sau cho thiên hạ biết. Còn Tôn Hựu tình thiệt chẳng hay nên tha trở về, khi ấy chàng mới biết là vợ sau hại con vợ trước mình.

19. Truyện Huê Viên

Chuyện trong vườn hoa

Tại quận Tây Xuyên phủ Thành Đông, có người họ Hà tên Đạt, tánh hạnh ngay thẳng chẳng chịu dua nịnh, không cho ai khinh để, tuổi đà bốn mươi mà không con nối dòng, lại có một em tên Hà Long là con của người chú ruột.

Ngày kia Hà Long đến xin chia gia tài của ông nội để lại, thì Hà Đạt chia đồng làm hai. Hà Long có tánh tham, biết việc tài vật, chẳng kể đến anh em, vì tiền của nên quên điều lễ nghĩa; thấy chia như vậy không bằng lòng, muốn cho phần mình nhiều hơn, bèn kiện đến quan, quan xử không quyết đặng. Còn anh em thì cò không tha ngao, ngao chẳng dung cò[1], dây dưa đến vài năm lo lót hết tiền bạc mà chưa biết ai đặng thất, nhơn cớ ấy anh em mới sanh ra thù vặt.

Hà Đạt muốn lánh mình qua xứ khác cho khỏi việc kiện đó, bèn đến nhà thằng em tên Quế Phương, con của người cô mà bàn luận.

Nguyên Quế Phương con dòng trâm anh, tột bậc văn chương thông minh thi phú, mà chưa có vợ. Ngày ấy thấy anh đến bèn rước vào nhà trong hỏi có chuyện chi chăng. Hà Đạt nói:
- *Bởi việc kiện thưa gia tài ấy hao kém hết tiền bạc mà chưa xong, đến nay ăn năn thì chuyện đã rồi, nên anh muốn ẩn thân qua xứ khác mà chẳng biết đi phương nào, vậy anh đến đây đặng bàn luận với em.*

Quế Phương nói:
- *Nếu anh chẳng nói thì em cũng bảo anh tính như vậy. Tôi có quen một người làm quan Tiết Đạt Sứ nơi kinh đô, có gởi thơ mời tôi hoài, vậy xin anh sắm sửa đặng đi với em qua đế kinh, trước chơi cho biết thành thị thể nào, sau tránh khỏi điều kiện thưa ấy.*

Hà Đạt nghe nói rất mầng, liền từ Quế Phương về nhà nói cho vợ hay, rồi sắm sửa nang thác cùng một tên gia đinh, đến nhà Quế Phương mà thẳng qua kinh đô. Đi được vài mươi ngày mới tới đế kinh trời vừa tối, bèn vào quán nghỉ ngơi đặng rạng ngày vào thành hỏi thăm nhà quan Tiết Đạt Sứ, thì người đều nói quan sứ đi tra xét các nơi chưa về, bởi cớ ấy nên Quế Phương cùng Hà Đạt ở nơi tiệm mà chờ, hai người buồn ý bèn dắt nhau đi dạo chơi, đến một vườn huê, thấy trong có lầu cao, tiếng gió rao rao, bóng cây là đà lá xanh tịch mịch, thiệt chốn u nhàn. Hà Đạt nói chỗ này cảnh tốt, phía

---

[1] Ngao, cò: do câu tục ngữ "ngao, cò tranh nhau, ngư ông được lợi."

trước khi có chỗ du nhàn, bèn đi đến thì thấy một cái chùa cũ, hai người bước vào gặp thầy sãi đương ngồi pháp[1] đang giảng kinh, thầy thấy hai người liền bước xuống thi lễ rước vào phương trượng, bèn hỏi:

- *Tráng sĩ đến có việc chi?*

Quế Phương nói:

- *Anh em tôi tìm người quen chẳng gặp, nên đi giải khuây mà đến đây.*

Các sãi pha trà, hai người dùng nước rồi nói với tiểu tăng xin dắt đi coi các chỗ, hai người dạo khắp hết, xem thấy gần chùa có một chòm cây cối rậm rạp, tòng bá diềm dà, bèn hỏi tiểu tăng:

- *Chỗ đó là chỗ chi?*

Tiểu tăng đáp:

- *Đó nguyên là vườn huê của Lưu Thái Thú, từ ngày qua đời rồi, bỏ hoang đến bây giờ nên cỏ cây sâm uất.*

Quế Phương nghe nói liền rủ Hà Đạt đến đó xem chơi, hai người đi tới thấy lầu đài tồi tệ[2] cột xiêu vách ngã những lông chồn dấu thỏ cỏ rác u minh, Quế Phương thấy vậy than rằng:

- *Người xưa tạo lập thế ấy, há biết đến nay như vầy sao.*

Hà Đạt chưng hửng nói rằng:

- *Anh đã bỏ quên cái khăn cầm tay tại chùa, trong khăn có gói vài lượng bạc, vậy em khá đứng đây chờ anh đi kiếm rồi sẽ trở lại.*

Nói rồi vội vàng đi liền. Quế Phương bèn bước vào bóng mát mà chờ Hà Đạt, giây lâu thấy hai người thể nữ[3] đi đến gần Quế Phương, cười mà nói rằng:

- *Quan Thái Thú cho đòi tướng quân đặng nói chuyện.*

---

[1] Ngồi pháp: ngồi theo một trong những cách thức tu tập thiền học.
[2] Tệ: bản gốc in là *tại*, nghĩ là in sai nhưng không đoán được đúng là chữ gì.
[3] Thể nữ: có thể là "婇女", cung nữ, người hầu trong cung điện vua, hoặc "彩女", nàng hầu, đày tớ gái ngày xưa nói chung.

Quế Phương hỏi:

- *Quan Thái Thú người là ai?*

Thể nữ nói:

- *Tướng quân đến thì biết.*

Quế Phương nghe nói liền đi theo hai thể nữ; đến chừng Hà Đạt trở lại thì chẳng có Quế Phương, kiếm tìm khắp hết mà chẳng thấy bóng dạng chi, phần trời đã chiều, Hà Đạt tưởng rằng: "*Hay là nó chờ mình lâu, nên bỏ về tiệm trước.*" Bèn vội vã trở về quán.

Còn Quế Phương theo hai thể nữ dắt đến một tòa lâu đài nguy nga rường cột rực rỡ, bước vào thấy cửa son vách phấn, màn thêu trướng gấm, thiệt một chỗ dinh nghiêm chỉnh, vào đến chánh đường, ngó trên án có một vị quan đương ngồi, thấy Quế Phương  vô, liền bước xuống tiếp rước, rồi dắt thẳng vào hậu đường mời ngồi mà thiết đãi[1]. Quế Phương chẳng dám. Vị quan ấy nói:

- *Túc hạ chớ có từ, vì lão phu ở ẩn đây mười mấy năm dư mà chẳng tới lui, nay có túc hạ đến đây, thiệt rất may lắm; số là tôi có một gái tuổi đã lớn mà chưa gả, tôi hằng ao ước gặp một người rể cho xứng đáng con dòng trâm anh, mà lâu nay chẳng có, nay tôi dưng[2] con tôi, xin túc hạ chớ chối từ.*

Quế Phương chưa kịp đáp thì thể nữ đã bày tiệc sẵn rồi. Lão quan liền mời vào tiệc ép đãi Quế Phương ăn uống, rồi thể nữ dắt vào phòng thấy nệm loan gối phụng đèn chong chói sáng, lại có một gái bóng sắc hơn người thế gian, bước ra tiếp vào. Quế Phương thấy

---

[1] Thiết đãi (設待): trong tiếng Việt, biến đổi thành *thết đãi*.

[2] Dưng: dâng.

thì rất đẹp, nghĩ mình có tay hường nhan[1] nên mới gặp gái bóng sắc. Từ ấy chàng chẳng đến với quan Thái Thú nữa, ngày đêm theo một cùng bạn gái đó hát xướng vui cười ngả ngớn với nhau.

Còn Hà Đạt trở về đến tiệm, hỏi thằng gia tướng tên Hứa Nhứt:
- *Vậy có Quế Phương về đây không?*

Hứa Nhứt nói:
- *Quế quan nhơn đi với chủ một lượt tới bây giờ chưa thấy về.*

Hà Đạt cả kinh mới nghĩ thầm: "*Hay là nó bị rắn cắn mà ta không hay chăng.*"

Ngày thứ Hà Đạt ra tới chùa hỏi thăm, thì chẳng ai thấy hết, rồi ra chốn ấy mà kiếm cũng không có, nên buồn rầu trở lại quán ở chờ mười mấy ngày mà chẳng thấy tin tức, nên trở về với thằng gia tướng, đến nhà thì việc kiện ấy còn đình đó.

Hà Long nghe tin Hà Đạt về mà mất biệt Quế Phương nên vào đơn cáo, nói Hà Đạt mưu gạt Quế Phương đi theo mà giết. Quan liền bắt Hà Đạt đến, thì không chối cãi chi đặng nên bị bắt giam vào ngục tối. Còn Hà Long cố oán, lo lót đặng cho quan xử Hà Đạt thường mạng, quan lấy trọng hình tấn tra đau đớn quá, nên Hà Đạt chịu có giết Quế Phương. Thượng Ty liền xử tử, giải qua Tây Kinh đặng chém; may gặp Bao Công hộ giá Trương nương nương đi hành hương nơi Ngọc Phi Miếu trở về, thấy phía trước có một đường oán khí xẹt lên, nên hỏi tốp quân đi trước đó, việc chi mà rần rộ vậy.
Quân thưa:
- *Có quan Giám Sát dẫn tội đến pháp trường xử tử.*

Bao Công nghi chắc có việc oan ức chi, liền khiến hỏa bài truyền cho Giám Sát Quan:
- *Đình lại, dẫn tù nhơn về nha môn đặng ta tra xét.*

---

[1] Có tay hường nhan: đắt vợ, có vẻ lịch sự, hay làm cho đờn bà phải lòng - chữ *hường* ngày nay thường viết *hồng*.

Đến phủ Bao Công dạy dẫn ra tra hỏi. Hà Đạt khóc tức tưởi khai hết các việc. Bao Công nghiệm điều phi lý, oan Hà Đạt, mà chẳng biết Quế Phương ở đâu đặng truy tầm, bèn khiến giam Hà Đạt vào ngục, rồi đổi y phục mặc đồ tú sĩ[1] cùng hai tên quân qua Đông Kinh, đến cổ tự đặng dọ thám. Vào chùa thì các sãi tiếp rước đến phương trượng, hỏi:

- *Tú sĩ đến đây có việc chi?*

Bao Công nói:

- *Tôi ở Tây Xuyên đi bộ đến đây rất mỏi mệt, xin các sư cho ngụ nhờ một đêm, rạng ngày sẽ đi.*

Bao Công nói với tiểu tăng:

- *Khá dắt ta đi coi chùa mọi chỗ rồi ta cho tiền.*

Tiểu tăng đáp rằng:

- *Cách mấy tháng trước có hai người tú sĩ đến đây, cũng bị đi coi mà mất hết một người, nên bây giờ tôi không dám dắt đi nữa.*

Bao Công nghe nói hỏi phăng. Tiểu tăng mở cửa dắt ra khỏi chùa tay chỉ nói:

- *Chỗ rừng rậm phía trước đó yêu tinh rất nhiều; ngày trước một tú sĩ ấy vào đó dạo chơi mà biệt mất, đến nay chưa thấy tin tức.*

Bao Công nghe nói trở vào chùa nghỉ, đến sáng đi với hai tên quân vào rừng hoang ấy, đến nơi thấy cỏ cây sầm khuất[2], bốn phía quạnh hiu vắng bọc[3] trước sau, giây lâu nghe tiếng cười reo trong cụm rừng. Bao Công lướt gai góc mà vào, thấy một bầy con gái và một người trai ngồi giữa uống rượu giỡn hớt với nhau. Bao Công lướt lại gần nạt lớn một tiếng, bầy gái ấy liền biến mất hết, còn một mình Quế Phương ngồi trơ trơ mê man bất tỉnh nhơn sự. Bao Công khiến hai quân cõng về đến phủ, cách vài ngày mửa ác khí ra hơn

---

[1] Tú sĩ (秀士): *tú* là xuất sắc, *sĩ* là học trò, *tú sĩ* là học sinh giỏi.
[2] Sầm khuất: rậm rạp, có nhiều cây, tàn cây che tối - cũng viết *sầm uất*, nhưng *sầm uất* còn một nghĩa khác nữa là nhà cửa đông đúc, buôn bán nhộn nhịp.
[3] Vắng bọc: không rõ là gì, đoán là *vắng bặt*, do phát âm không rõ nên viết sai.

vài vịm, mới tỉnh hồn phách lại nhớ biết việc người. Bao Công đăng đường cho bắt Hà Long và chứng cớ đến đủ, đam Quế Phương ra, khai hết các việc trước rồi khóc òa. Bao Công nói:

- *Bằng ta không đến đó sao rõ việc quái lạ vậy. Còn Hà Long ngươi chưa biết Quế Phương còn mất mà dám vu cáo cho Hà Đạt, nay Quế Phương nào đó?*

Hà Đạt khóc thưa rằng:

- *Vì việc kiện gia tài, nên Hà Long kết thù oán, nhơn cớ ấy lo lót cho đến tử tội.*

Bao Công dạy tấn khảo Hà Long, bèn khai thiệt có hối lộ các quan. Bao Công kết án đánh Hà Long một trăm trượng, đày lưu xứ qua Thương Châu, chung thân chẳng đặng về quê hương. Còn nội nha môn quan và các thơ lại lạm thực của dân chẳng tra xét minh bạch xử oan Hà Đạt chịu tử tội, đều cách chức lại phải bị tù hết. Quế Phương Hà Đạt người ngay, tha trở về lo sanh nghiệp.

20. Tam Bửu Điện

Cúng dường tam bảo

Tại tỉnh Phước Kiến châu Phước Minh huyện Phước An có tên Chương Đạt Đức, nhà nghèo cưới nàng Huỳnh Huệ Nương làm vợ, sanh được một gái tên là Ngọc Cơ, nàng ấy tánh hạnh hiếu thảo. Đạt Đức có một em trai tên là Đạt Đạo, nhà giàu có, người vợ tên là Trần Thuận Nga tánh hạnh trinh tiết, lại cưới một tiểu thiếp tên nàng Từ Diệu Loan[1], hai người đều có bóng sắc mà không con, chẳng may Đạt Đạo mới 25 tuổi mà ly trần, thì Đạt Đức muốn tham gia tài ấy, thấy em dâu còn nhỏ tuổi mà không con, nên hằng nói

---

[1] Ở đây, và hai nơi kế tiếp, bản gốc in là Từ Diệu *Lang*, nhưng về sau đều in là Diệu *Loan*, nên sửa tất cả lại thành Diệu *Loan* cho nhứt quán.

với người anh nàng Thuận Nga tên là Trần Đại Phương, biểu nàng ấy lấy chồng, Thuận Nga không chịu, xin giữ tiết ở góa đến cùng mà thôi, lại muốn lập tự cho thằng cháu là con Đại Phương, đặng ăn gia tài của chồng, Đạt Đức không cho, ngăn cản nói khác họ chẳng chịu, nên Đại Phương rất oán hận lắm.

Còn nàng Thuận Nga thường đến ngày rằm và mồng Một, thì rước một thầy sãi tên là Nhứt Thanh ở chùa Long Bửu, đến mà tụng kinh cầu vong linh hồn chồng mình siêu độ, rước đã nhiều phen nên sãi ấy quen lớn thường khi hay chuyện vãn với Thuận Nga thì sãi ta tưởng nàng ấy có lòng ân ái.

Ngày kia nàng Thuận Nga cho người rước đến nhà tụng kinh, sãi Nhứt Thanh biểu đem chuông mõ về trước rồi ta đi sau. Nhứt Thanh đến thấy nhà vắng không ai, sãi bèn thẳng vào trong phòng, gặp Thuận Nga nói nhỏ rằng:

- *Vậy nàng hằng chuyện vãn với ta bấy lâu, xin ngày nay chớ ngại chi thì ta cảm ơn đức ví như trời cao.*

Thuận Nga sợ gia đinh hay mà bay tiếng xấu nên nói nhỏ rằng:
- *Tôi rước thầy đến tụng kinh chớ có ý riêng chi đâu, thầy phải trở ra mau.*

Sãi Nhứt Thanh nói:
- *Nàng không có chồng, ta chưa có vợ, mà giao duơn cùng nhau thì phải lắm.*

Thuận Nga nói:
- *Ta tưởng ngươi là chơn tu nên rước đến tụng kinh, chẳng dè sanh lòng trâu chó như vậy, nếu ta kêu anh chồng ta đến thì ngươi phải chết.*

Nhứt Thanh nói:
- *Nàng thiệt chẳng thuận tay ta có cầm dao bén đây.*

Thuận Nga nói:
- *Ta vô can sao mà ngươi dám cả gan loạn phép như vậy.*

Nói rồi vụt chạy ra bị Nhứt Thanh chém một đao rụng đầu, rồi lấy cái áo trong buồng đó gói cái đầu lại, xách ra giấu trong cái thúng đựng kinh và chuông mõ, rồi trở ra ngoài cửa ngõ giả bộ mới đến, gõ cửa kêu chủ nhà ba bốn tiếng. Nàng Từ Diệu Loan bước ra nói:
- Để tôi kêu chị tôi rồi hãy mở cửa.

Chừng vào phòng, thấy Thuận Nga đứt đầu máu ra lai láng, liền chạy tri hô lên. Vợ chồng Đạt Đức nghe la chạy tới thấy mất đầu cả kinh, kiếm tìm khắp hết không có, chẳng biết ai giết, mà thúng kinh lại để giữa nhà, còn sãi Nhứt Thanh đứng ngoài cửa một mình. Lúc ấy xét chỗ xa chẳng kiếm nơi gần, không dè cái đầu ở trong cái thúng nơi trước mặt. Đạt Đức nói:
- Thôi, còn tụng kinh kệ gì được, vậy thầy khá đem đồ về.

Nhứt Thanh liền bưng thúng chuông mõ về đến chùa, rồi lấy cái đầu đem giấu dưới bàn Tam Bửu[1], biệt tích không ai hay.

Còn Trần Đại Phương và người thân tộc đến, đều nghi cho Đạt Đức giết Thuận Nga đặng đoạt gia tài, nên Trần Đại Phương vào đơn cáo với Bao Công rằng tên Đạt Đức giết. Bao Công phú về cho quan Phủ sở tại xét. Quan Phủ hỏi:
- Thuận Nga chết hồi nào?

Đại Phương khai:
- Hồi buổi sớm mơi, chừng ấy không có thằng gian tặc nào dám vào đó, duy Đạt Đức ở gần, có cửa đi thông vào nhà, nên giết chết rồi lén đem cái đầu giấu mất, người ngoài không ai thấy.

Quan Phủ hỏi:
- Nhà nàng Thuận Nga có gia đinh không?

Đạt Phương thưa:

---

[1] Tam Bửu: còn gọi *Tam Bảo*, là ba giềng mối chánh của đạo Phật: Phật, Pháp, và Tăng - khác với ý niệm *Tam Bửu* của đạo Cao Đài, là Tinh, Khí, và Thân, tượng trưng bằng hoa, trà, và rượu.

- Vì em tôi lòng trinh liệt, tánh hay hiềm nghi, nên nhà không mướn đày tớ, ở với vợ bé tên là Diệu Loan, như nghi con ấy giết thì lẽ đâu nó giấu mất cái đầu cho đặng.

Quan Phủ nghe Đại Phương khai có lý, bèn khiến tấn tra Đạt Đức, đau quá nên chịu có giết mà hỏi giấu cái đầu ở đâu thì chẳng biết. Quan Phủ lấy khai rồi giải về Thượng Ty. Bao Công phú cho quan Phủ tra hỏi cái đầu nàng Thuận Nga cho được, mà Phủ đó là người tham lạm vô tri, tuy làm quan chớ không hiểu hình luận, hảo tham tiền bạc chớ không phân mưu tà lẽ chánh nên khảo đánh Chương Đạt Đức[1], biểu:
- *Phải kiếm cái đầu cho được mà nạp, thì ta gởi phúc cho Bao Thái Y xin ra.*

Tra khảo đã hơn một năm mà không có.

Còn nhà cửa Đạt Đức nghèo sạch trơn, người vợ và đứa con gái đi làm mướn mà ăn, nhờ người xóm giềng thấy vậy cho chác cấp dưỡng. Nàng Ngọc Cơ tánh thiệt chí hiếu, mỗi ngày đem cơm đến ngục, hễ thấy cha thì khóc dầm dề rồi hỏi chừng nào cha khỏi tội. Đạt Đức nói:
- *Quan dạy kiếm cho đặng cái đầu Thuận Nga thì cha mới khỏi tù.*

Ngọc Cơ về nhà nói với mẹ rằng:
- *Cha nói có cái đầu thím thì khỏi chốn lao tù, nay đã hơn một năm rồi không nghe tin tức ở đâu, cha tôi mắc trong khám rất khổ sở, còn tôi với mẹ thì đói rách cực khổ, vậy để tôi hủy mình đặng mẹ lấy đầu tôi đam đến quan, nói rằng đầu của thím dâu, như vậy thì cha tôi mới khỏi nơi luy tiết[2].*

Huệ Nương nói:

---

[1] Bản gốc in **sai** là *Trương* Đạt Đức.
[2] Nơi khám ngục xiềng tỏa trăng trói.   *[chú thích của dịch giả]*

- Đừng nói bậy, con đã tuổi được 16, mẹ đương kiếm nơi giàu có mà gả, đặng lấy bạc cưới ấy dưỡng già sao con nói bá láp[1] như vậy.

Ngọc Cơ nói:
- Cha thì mắc lao tù, mẹ lại bị đói lạnh, mà con nỡ bụng nào lấy chồng cho đành, huống chi gả con rồi thì cứ theo chồng còn cha trong ngục phải chết, mẹ ở ngoài bị đói lạnh thì cũng không còn, chớ nay liều một thân con mà cứu đặng cha khỏi tội thì bảo hộ mẹ không đói lạnh, có phải là liều một mạng con mà cứu đặng hai thân cha mẹ chăng, thôi lòng con đà quyết chắc, xin dạ mẹ chớ đeo sầu, như mẹ chẳng tin thì con cũng tự ái, xin mẹ cắt đầu con đam chuộc tội cha, thì con dưới chín suối mới yên linh hồn.

Huệ Nương nói:
- Mất con mà còn cha, thì mẹ nỡ lòng nào cho đành, huống chi mình không giết Thuận Nga thì trời đất cũng cho lậu ra mối manh, thôi con đừng nói chuyện đó nữa mà mẹ thêm lo.

Huệ Nương nghe con nói vậy, nên theo giữ được vài ngày. Ngọc Cơ nói:
- Tôi nghe lời mẹ nói cũng phải, tôi chẳng liều mình đâu, mẹ đừng gìn giữ mất công.

Huệ Nương tin thiệt nên không phòng bị. Ngọc Cơ thừa dịp ấy liền thắt cổ chết, chừng Huệ Nương hay mở xuống than khóc chí thiết hơn một ngày, rồi cầm dao lại cắt đầu, thấy con đau ruột, quăng dao năm bảy phen mà cắt không đành nghĩ rằng con mình đã quyết lòng mà không cắt đầu mà chuộc cha nó, thì hồn con dưới chín suối chẳng an, nên thắp hương vái rồi cầm dao cắt mà đứt ruột héo gan bủn rủn tay chơn, nên cắt xuống năm bảy dao mới đứt, rồi nhào xuống chết giấc cả canh mới tỉnh lại. Đến rạng ngày cổi áo mặc trong mình, gói cái đầu xách thẳng đến ngục đưa cho chồng. Đạt Đức nói:

---

[1] Bá láp: từ tiếng Pháp *palabre*, nghĩa là nói chuyện lằng nhằng, dai dẳng mà vô bổ, không có lợi ích gì.

Long Đồ Công Án

- Ở đâu mà kiếm được?

Huệ Nương nói:
- Tối hôm có người đó đam lại cho tôi, tưởng họ thấy chàng oan ức nên họ mới trả.

Đạt Đức mằng lấy đầu dâng, quan Phủ ấy mằng vì mình tra ra tang tích thì chắc Đạt Đức giết, nên kết án chém rồi giải nội vụ về Thượng Ty. Bao Công thấy đầu rồi hét lớn lên rằng:
- Đạt Đức ngươi giết một mạng thì đủ chết chém, sao dám giết thêm một mạng nữa, Thuận Nga chết hơn năm dư thì đầu đã sình thúi, sao đầu này còn tự nhiên?

Đạt Đức nói:
- Của vợ tôi đem đến chớ tôi không biết.

Bao Công dạy đem Huệ Nương tra hỏi thì Huệ Nương khóc tức tưởi, muốn nói mà nói không được. Bao Công lấy làm lạ, bèn hỏi Từ Diệu Loan. Diệu Loan khai hết việc Ngọc Cơ liều mình mà cứu cha, Đạt Đức nghe nhào khóc thảm thiết. Bao Công xem đầu lại quả thiệt dấu thắt cổ rồi sau mới cắt nên không có máu. Bao Công xem rồi hai giọt châu chảy tràn, lại than rằng đứa con có lòng chí hiếu như vậy thì người cha lẽ đâu có dạ sát nhơn, lại hỏi Diệu Loan:
- Ngày ấy có ai đến không?

Diệu Loan nói:
- Không có ai, có một thầy trên chùa rước về tụng kinh, đương đứng ngoài cửa mà kêu, khi ấy tôi vô kêu chị tôi, chừng vào đến thấy chết rồi máu ra lai láng mà không có đầu.

Bao Công nghe nói rồi khiến giam lỏng Đạt Đức, lại dặn Huệ Nương:
- Ngươi trở về mỗi ngày giả bộ lên chùa, lạy Phật cầu nguyện coi có sãi nào ve chọc, mà bom[1] dỗ hỏi biết cái đầu của Thuận Nga ở đâu.

Huệ Nương vâng lời trở về, mỗi ngày hằng đến chùa, giả đi xin xăm và cầu với Linh Phật, xin mách bảo cho ra cái đầu người thím dâu,

---

[1] Bom: dỗ, nói ngọt, nịnh hót (có lẽ từ tiếng Pháp *pomper* - nay viết là *bơm*)

tới lui nhiều phen đã quen biết các sãi trong chùa hết, thì Nhứt
Thanh thường chọc ghẹo. Bữa kia sãi Nhứt Thanh nói:

*- Nàng chớ lo điều không chồng, thôi bỏ chồng trước, lấy ta đây thì
hết điều lo rầu lại có cuộc vui sướng.*

Huệ Nương nói:

*- Tôi muốn như vậy lắm, mà ngặt quan lớn bắt tôi biểu kiếm cho
đặng đầu Thuận Nga thì mới cho tôi lấy chồng, nếu tìm không đặng
đầu thì còn bị tội, lấy chồng sao đặng.*

Nhứt Thanh nói:

*- Như nàng chịu giao dươn cùng ta thì quần áo ăn mặc chẳng thiếu
chi.*

Huệ Nương cười nói rằng:

*- Như vậy tôi cũng đành mà phải chờ tôi cầu Linh Phật mách bảo
kiếm đặng đầu rồi mới được phép lấy chồng.*

Nhứt Thanh thấy nàng thuận tình, bèn bước lại nắm tay Huệ Nương
mà nói rằng:

*- Như nàng chịu thắm duyên thì ta làm linh điệp[1] đốt hỏi Phật, ắt là
kiếm đặng.*

Huệ Nương ngẫm nghĩ giây lâu mà nói rằng:

*- Như hòa thượng đốt sớ tìm đặng đầu thì tôi nguyện trọn đời gắn
chặt keo loan cùng chàng.*

Nhứt Thanh lòng dục đã dấy động, bèn ôm Huệ Nương cầu việc
mây mưa. Huệ Nương nói:

*- Hòa thượng gạt tôi không đặng đâu, như thiệt tình đốt linh điệp
kiếm đặng đầu rồi, thì tôi không tiếc điều chi.*

Vì Nhứt Thanh lúc ấy lửa đã bén rơm dằn lòng chẳng đặng, nên nói
với Huệ Nương rằng:

---

[1] Linh điệp (靈牒): tờ trình thuộc về tâm linh, sớ đốt cúng thần để cầu xin việc gì.

- Nàng cho ta thắm tình một phen thì ta biến ra một cái đầu cho nàng.

Huệ Nương nói:
- Tôi không dại đâu, chừng chuyện rồi chàng đưa cái đầu chàng thì tôi làm sao, thôi đừng nói gạt để tôi về.

Nhứt Thanh nói:
- Khi trước có người đờn bà đến chùa, ta muốn giao tình mà nó không cho, nên ta giết rồi cái đầu còn giấu sau bàn Tam Bửu, như nay nàng không chịu thì ta cũng làm như vậy cho đủ cặp.

Huệ Nương nói:
- Hòa thượng khéo nói mà nhát tôi, chừng nào tôi thấy rồi, mặc tình muốn chi cũng được.

Nhứt Thanh dắt Huệ Nương vào chỉ cái đầu, rồi Huệ Nương giả bộ sợ hãi kinh nói rằng:

- Thấy rồi thiệt tâm thần hoảng hốt xây xẩm quá kinh, nay tôi với chàng đà chắc vợ chồng rồi, vậy để tôi về rồi dọn quần áo đồ đạc đến mà vầy hiệp loan phụng trăm năm cùng chàng.

Nhứt Thanh nói:
- Ta thấy vậy cũng dùng mình[1] nên hết tưởng gì được, vậy xin nàng về rồi sao cũng đến cho kíp.

Huệ Nương nói:
- Tôi chắc đến, như có trể thì hoà thượng đến nhà tôi không hề chi đâu, rồi tôi sẽ theo về, còn cái đầu để bữa nào tôi lấy đam dưng cho quan, vậy hòa thượng ở lại tôi về, ngày mai sao tôi cũng đến.

Huệ Nương về đến nhà rồi, kêu bốn năm người bà con bên chồng dặn đến chùa vào thẳng sau bàn Tam Bửu lấy cái đầu. Mấy người ấy nghe nói đi kíp đến, thiệt quả có lấy đầu, rồi bắt sãi Nhứt Thanh trói lại giải thẳng đến Thượng Ty. Bao Công khiến đam sãi ra tấn một hồi, đều khai thiệt hết, dạy đem chém bêu đầu liền, rồi sớ về hoàng triều xin biểu tặng khen hai nàng Trần Thuận Nga[2] vì lòng giữ trinh tiết mà chết, còn nàng Chương Ngọc Cơ trọn dạ hiếu nghĩa nên liều mình. Những gia tài của Chương Đạt Đạo thì giao hết cho Đạt Đức cai quản và lập cái miếu nơi đó thờ phượng, gọi là Trinh Hiếu Tự, lại giao cho Đạt Đức bốn mùa hằng cúng cấp luôn luôn.

Xin Xem Tiếp Quyển Ba

ấn bản kỳ II - 1927
Nguyễn Ngọc Thơ

---

[1] Dùng mình: cũng viết là *rùng mình*.
[2] Bản gốc in **sai** là *Huỳnh* Thuận Nga.

Quyển III & IV

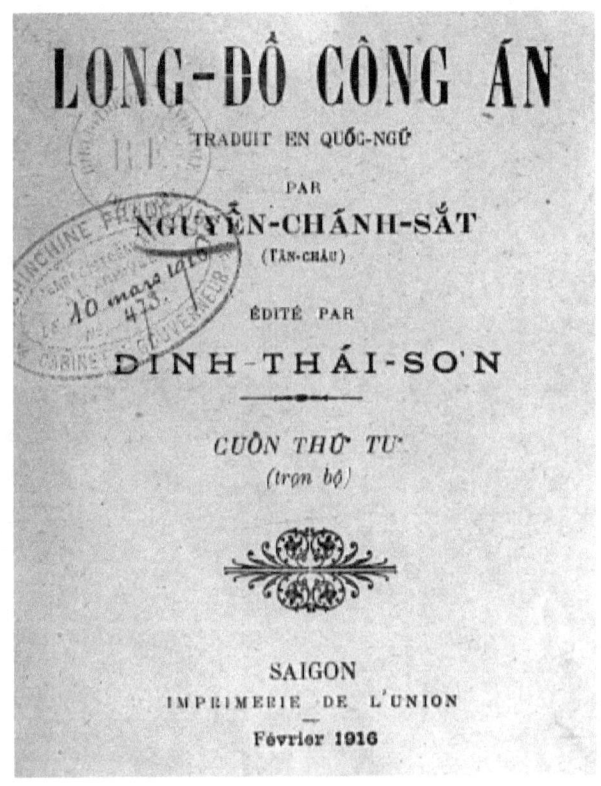

21. Cướp Của Giết Người

Tại phủ Ninh Ba, huyện Định Hải, có một người làm quan Kiểm Sự tên là Cao Khoa, và một người làm quan Thị Lang tên là Hạ Chánh: hai người vẫn ở một làng, kết bạn với nhau rất hậu, hai đàng vợ đều có thai một lượt, bèn chỉ phúc giao hôn[1] với nhau. Sau vợ Hạ Chánh sanh đặng con trai đặt tên là Hạ Xương Thời, còn vợ Cao Khoa thì sanh con gái đặt tên là Quí Ngọc. Hạ Chánh bèn cậy mai đến nghị thân, đem hai chiếc kim xoa[2] mà làm của lễ; Cao Khoa thâu lãnh, rồi đáp lại một cặp trâm ngọc đặng để làm tin. Hai đàng giao kết đành rành, duy còn chờ cho hai trẻ lớn khôn sẽ cưới.

Chẳng dè cách ít năm sau, Hạ Chánh lâm bịnh mà thác tại kinh thành, mà nguyên vì Hạ Chánh lúc còn sanh tiền làm quan thanh liêm lắm, cho nên trong nhà không có của dư; nhờ có Cao Khoa xuất tiền của ra mà tư trợ, nên vợ con Hạ Chánh mới đam đặng quan cửu của chồng về xứ mà chôn.

Cách ít năm sau Cao Khoa cũng hưu trí về làng, nhà giàu tiền của dư muôn. Lúc ấy Hạ Xương Thời tuy học đã hay, mà trong nhà thì nghèo khô nghèo khiển, đến 16 tuổi, bèn cậy người đến nói với họ Cao, xin cho cưới vợ cho rồi; họ Cao chê nghèo, có ý muốn hồi đi, song không nói rõ; lại kiếm cớ mà làm khó, bèn trả lời rằng:
- Như nay muốn cưới thì phải đam cho đủ sáu lễ, thì mới nên thành hôn, chớ nói miệng không như vậy sao đặng, há chẳng nghe câu "sánh tắc vi thê, bôn tắc vi thiếp[3]" hay sao? Nếu làm lôi thôi không đủ lễ, thì ta không gả, bằng mà bên trai, lo sáu lễ không nổi, chi

---

[1] Chỉ phúc giao hôn (指腹交婚): là làm sui với nhau khi con hãy còn trong bụng.   [chú thích của dịch giả]
         Còn gọi là chỉ phúc *vi hôn* (為婚) / *vi thân* (為親) / *thành thân* (成親)
[2] Kim xoa (金釵): trâm cài đầu, bằng vàng - cũng đọc là *kim thoa*.
[3] Sánh tắc vi thê, bôn tắc vi thiếp (聘則為妻奔則為妾): có cưới hỏi (*sánh*, hay *sính*) thì làm vợ chánh, trốn theo (*bôn*) thì làm vợ lẽ (*thiếp* - nàng hầu)

bằng hồi đi thì hay hơn, mà rồi ta lại cho thêm tiền bạc đặng kiếm chỗ khác mà cưới.

Nghe vậy Hạ Xương Thời không biết tính làm sao, nên phải làm thinh lần lựa hơn ba năm; còn bên kia nàng Cao Quí Ngọc thấy cha mình có ý thối thân, thì thừa cơ mà can rằng:

- *Xin cha chớ làm như vậy mà hóa ra điều phụ nghĩa thất tín, con e không nên.*

Cao Khoa nghe nói thì giận lắm mà trả lời rằng:

- *Chớ nói chi cho nhiều lời, hễ nó có đồ sánh lễ cho đủ một trăm lượng, thì ta sẽ cho mi đi theo nó, bằng mà chẳng vậy, thì có nói cho lắm cũng là uổng công vô ích.*

Quí Ngọc nghe cha mình nói như vậy, thì làm thinh không dám nói nữa; bèn lén ăn cắp vàng bạc của cha, hiệp với đồ nữ trang của mình, cộng hơn một trăm dư lượng, rồi lén sai con thị nữ tên là Thu Hương qua nói với Hạ Xương Thời rằng:

- *Cô tôi dạy qua thưa với công tử, rằng lão gia tôi chê công tử nghèo, ý muốn thối thân, cô tôi chẳng nỡ phụ nghĩa, nên thường can gián lão gia tôi, nay lão gia tôi lại nói rằng "nếu công tử mà có lễ sánh cho đủ một trăm lượng, thì người mới gả"; nay cô tôi mót máy góp nhóp chắt lót để dành đặng hơn trăm lượng, nên sai tôi đến thưa cho công tử hay, xin tối mai phải đến nơi sau vườn hoa, mựa chớ sai lầm.*

Xương Thời nghe nói mừng rỡ chẳng cùng, khi con thị nữ về rồi, bèn đam việc ấy mà nói thiệt cho một người bạn thiết là Lý Thiện Phụ nghe, chẳng dè Lý Thiện Phụ là một đứa gian tà quỉ quyệt, khi nghe Xương Thời nói vậy thì mầng thầm, bèn sanh ra một kế, mới sắm đồ rượu thịt, rồi mời Xương Thời ăn uống mà nói rằng:

- *Nay anh đặng việc tốt như vậy, nên tôi phải làm cái tiệc này mà ăn mầng cho anh.*

Hai người ăn uống với nhau đến tối. Lý Thiện Phụ bèn lén bỏ thuốc độc vào rượu mà cho Xương Thời uống, Xương Thời bị thuốc độc say vùi, nằm ngủ mê man. Thiện Phụ bèn bỏ đó, tuốt đến vườn hoa họ Cao, thấy cửa sau nửa khép nửa mở, đi thẳng vào đến chỗ Huê đình, quả thấy con thị nữ tay cầm một gói đồ. Thiện Phụ bước tới nói rằng:

- *Vàng bạc ở đâu, hãy trao cho ta.*

Con thị nữ nhìn mặt rồi nói rằng:
- *Ngươi không phải là Hạ công tử.*

Thiện Phụ nói:
- *Hạ công tử là ta đây, sao lại nói rằng không phải.*

Thị nữ hồ nghi, không chịu đưa, liền quày lại chạy tuốt vào trong nói với tiểu thơ rằng:
- *Có người đến lấy gói này, song tôi coi không phải là Hạ công tử, nên tôi không đưa.*

Cao tiểu thơ nói:
- *Việc này thì có một mình công tử biết mà thôi, người khác lẽ nào biết đặng, hoặc là trời tối mi coi không rõ chăng, hãy đam mà giao cho người.*

Thị nữ lại trở ra Huê đình, coi đi nhắm lại, rồi nói rằng:
- *Thiệt ngươi chẳng phải là Hạ công tử, chắc là đứa gian.*

Nói chưa dứt lời, Lý Thiện Phụ vùng nhảy tới đánh con thị nữ chết ngay, rồi đoạt lấy gói đồ chạy tuốt về nhà, thấy Xương Thời hãy còn chưa tỉnh, bèn nằm xuống một bên mà giả ngủ. Trong giây phút Xương Thời thức dậy, kêu Thiện Phụ mà nói rằng:

- Tôi tính đi việc ấy.

Lý Thiện Phụ nói:

- Tôi không dè mà anh yếu rượu như vậy, tôi đợi anh không đặng, rồi tôi cũng ngủ quên, bây giờ vắng vẻ cũng nên đi đi.

Hạ Xương Thời bèn đi đến vườn hoa họ Cao, xem thấy bốn phía không có ai, đi thẳng vào Huê đình, thấy con thị nữ nằm ngay dưới đất thì tưởng là ngủ quên, bèn lấy tay đỡ dậy, mình mẩy lạnh tanh, kêu hoài cũng chẳng nghe ừ hử chi hết, trong lòng thất kinh bèn trốn tuốt về nhà.

Sáng ra bữa sau, họ Cao thấy vắng thị nữ, bèn tìm kiếm khắp nơi, ra đến sau vườn, thấy bị đánh chết ngay tại đó, không biết cớ chi, cả nhà đều kinh hãi, Cao tiểu thơ cũng bước ra nhìn rồi nói rằng:

- Con Thu Hương này, vốn tôi sai nó đam vàng bạc và đồ nữ trang mà cho Hạ Xương Thời, đặng dùng làm lễ vật mà cưới tôi, chẳng dè mà hắn sanh lòng lang độc như vầy, đây chắc là va không có ý cưới tôi rồi.

Cao Khoa nghe nói cả giận, bèn làm trạng đến phủ mà cáo.

Tờ cáo trạng như vầy:

"Cáo vì cướp của giết người, hung thủ là Hạ Xương Thời, con của Thị Lang Hạ Chánh, xưa tôi với cha nó vẫn có chỉ phúc giao hôn với nhau, từ ngày cha nó mất rồi đến nay, nó không chịu cưới, lại sanh lòng ác tới lui dụ dỗ con thị tỳ của tôi là Thu Hương, xúi nó lấy vàng bạc và đồ nữ trang, của đã vào tay, rồi lại giết người cho tuyệt tích, tiền của ấy khinh, chớ mạng người rất trọng, xin quan trên thẩm xét."

Quan Phủ xem tờ cáo trạng rồi liền sai lính đi bắt Hạ Xương Thời về tra hỏi. Hạ Xương Thời bèn làm lá đơn mà kêu oan như vầy:

"Bẩm vì việc giết người rồi lại vu họa cho người, tôi đây là cơ cầu[1] hậu tự, thi lễ nho sanh, cha tôi xưa làm quan đến chức Thị Lang, thanh liêm chánh trực, người người đều biết, cha vợ tôi là Cao Khoa mến ý, nên mới kết sui gia định gả con gái là nàng Quí Ngọc cho tôi làm vợ, kim xoa làm của sánh, ngọc trâm đáp vật tin, chẳng dè gia đạo suy vi, hai mươi tuổi mà chưa cưới đặng, cha vợ tôi lại phản phúc ngàn mưu trăm kế, lập thế mà hồi, sai thị nữ đến trước gạt tôi, rồi đánh chết nó đi mà vu họa, xin quan trên thẩm xét sự oan cho dân dưới nhờ ơn tái tạo."

Quan Phủ xem đơn trạng hai đàng, rồi hỏi lại Cao Khoa. Cao Khoa nói:

- Việc con Thu Hương đam vàng bạc mà cho hắn, thì con gái tôi là Quí Ngọc làm chứng, nếu hắn chẳng đánh chết con Thu Hương, thì tôi há nỡ đi cáo hắn mà làm chi; vả lại hắn chẳng oán thù chi với tôi, dẫu cho tôi mà có muốn hồi hắn đi, thì lại không có chước chi hay sao, lựa phải giết một mạng người mà hại hắn.

Hạ Xương Thời liền đối nại rằng:

- Cách một bữa trước, ông sai Thu Hương qua nhà tôi mà gạt tôi, rằng tiểu thơ đã góp nhóp vàng bạc và đồ nữ trang đặng một trăm lượng, dặn tôi đến tối phải ra sau vườn hoa mà lấy, bởi tôi dại nên tin lầm chước quỉ, khi ra đến vườn hoa thì thấy Thu Hương đã nằm ngay dưới đất mà chết, chớ chẳng thấy vàng bạc chi hết, ấy chắc là nó có lầm lỗi điều chi, ông đã sẵn lòng muốn giết nó rồi, nên dùng dịp ấy sai nó đến gạt tôi trước, rồi sẽ giết nó sau mà vu họa cho tôi đặng có thối hôn cho dễ; nếu quả nó thiệt có đam vàng bạc cho tôi, thì tôi mầng lắm, chớ lẽ nào tôi lại còn nhẫn tâm mà giết nó cho đành.

---

[1] Cơ cầu (箕裘): cơ là cái thúng, cái rổ, cầu (hay cừu) là áo lông, hai chữ này có nghĩa như "con nhà tông chẳng giống lông cũng giống cánh" - theo Đào Duy Anh, do ý: con thợ làm cung, nếu không làm nổi cung thì cũng học được cách uốn tre của cha mà làm được cái thúng; con thợ hàn, nếu không hàn được thì cũng học được cách chắp vá của cha mà kết các mảnh da làm nên chiếc áo cừu.

Quan Phủ nghe hai đàng nói vậy, bèn kêu tiểu thơ Quí Ngọc mà hỏi rằng:

- Một đàng là cha, một đàng là chồng, nàng ở giữa mà làm chứng, thì phải cứ thiệt khai ngay cho khỏi bị hình phạt.

Quí Ngọc nói:

- Cha tôi với Hạ Thị Lang vẫn là đồng liêu, xưa có chỉ phúc giao hôn với nhau, một đàng giao kim xoa, một đàng giao kim trâm để cầm làm tin, đến sau Hạ Thị Lang qua đời, nhà họ Hạ nghèo khổ cha tôi ý muốn thối thân, tôi chẳng nghe lời, bèn góp nhóp bạc vàng hơn trăm ngoài lượng, lén sai tỳ nữ là Thu Hương đi kêu Hạ Xương Thời, dặn va đến tối phải ra sau vườn mà lấy đồ ấy. Thiệt quả đêm ấy va đến sau vườn, Thu Hương đam vàng bạc ra mà trao cho va, chẳng biết cớ chi mà va đã lấy bạc rồi lại còn đánh con Thu Hương chết tại Huê đình, tôi tưởng có khi va muốn cường gian, con Thu Hương không chịu, nên va đánh nó, hay là va giận cha tôi về sự thối thân, nên đánh chết con Thu Hương mà gieo họa cho cha tôi cũng chưa biết chừng nhờ ơn quan trên thẩm xét.

Quan Phủ nghe nói cười rằng:

- Lời nàng này khai đây thì đã thiệt rồi.

Hạ Xương Thời nói:

- Lời Quí Ngọc đối chứng những việc trước quả thiệt như vậy, còn như nói tôi giết Thu Hương ấy thì tôi chẳng phục, như việc này đây tôi tưởng kiếp trước tôi có oan nghiệp chi chăng, nên nay phải bị oan ức như vầy, nhờ quan trên thẩm đoán minh bạch cho tôi nhờ, chớ tôi không biết làm sao mà chối cãi nữa đặng.

Quan Phủ bèn lên án như vầy:

"Thẩm vì Hạ Xương Thời là đứa cuồng đồ, mình là phận con nhà học trò, mà lại chơi bời du đãng, làm cho nát cửa hại nhà, nhục nhã thinh danh, cho nên cha vợ là Cao Khoa thối hôn mà dứt nghĩa, Quí Ngọc lại trượng lời minh thệ, phải lén giúp bạc tiền, đã lấy đặng của rồi, lại nhẫn tâm mà giết con tỳ nữ, nếu chẳng phải cường gian, thì là giết người mà đoạt của, bởi có lời hẹn trước, nên mới đến *vườn hoa, chớ người khác có ai mà biết đặng. Cao Khoa tuy là phụ ước, chớ thiệt là tuyệt kẻ hung đồ, Quí Ngọc tuy nghịch mạng cha, song chẳng bỏ lời minh thệ, ấy cũng là biết nhơn, nay cho con gái họ Cao cải giá còn Hạ Xương Thời cứ phép mà điển hình[1]."*

Lên án rồi liền giam Hạ Xương Thời vào ngục.

Cách ba năm sau, nhằm lúc Bao Công phụng chỉ đi tuần hành thiên hạ, đi đến tỉnh Chiết Giang, chưa vào chỗ nhiệm bèn mặc đồ thường đi vào huyện Định Hải. Quan Huyện, tưởng là kẻ gian, bèn bắt mà giam vào ngục, khi Bao Công vào ngục rồi, thì nói với bọn tội nhơn rằng:

- *Ta biết làm đơn trạng, bọn ngươi ai có oan uổng điều chi, thì nói thiệt với ta, ta sẽ làm đơn mà kêu oan giùm cho.*

Hạ Xương Thời bèn đam việc oan tình của mình mà tỏ thiệt ra, Bao Công ghi nhớ vào lòng, rồi viết tờ đóng ấn khiến quân cấm tử đam ra cho quan Huyện mới hay là quan tuần hành, trong lòng thất kinh, liền vào ngục quì mà xin lỗi, rồi thỉnh ra đại đường. Bao Công thăng đường rồi liền khiến dẫn Hạ Xương Thời ra và đòi hết nội vụ đến tra hỏi. Quí Ngọc khai quyết rằng Hạ Xương Thời giết con thị tỳ mà thôi. Bao Công bèn hỏi lại Xương Thời rằng:

- *Việc con tỳ nữ qua nói với ngươi có ai biết hay chăng?*

Hạ Xương Thời bẩm rằng:

- *Việc ấy chẳng có ai biết, song tôi có nói thiệt với một người bạn thiết của tôi là Lý Thiện Phụ, đêm ấy tôi lại ở tại nhà va mà uống rượu, say ngủ quên đi, chừng tỉnh dậy thì thấy va cũng nằm một bên tôi mà ngủ.*

Bao Công nghe nói đến đó thì rõ rồi, song chẳng nói chi, bèn dạy tạm giam lại đó, rồi khiến quân mời hết học trò tại phủ Ninh Ba đến

---

[1] Hình (刑): hình phạt, pháp luật, khác với *hình* (型) là khuôn mẫu. Vậy ở đây là *điển hình* (典刑), impose punishment, tức thi hành hình phạt, khác *điển hình* (典型), typical, là tiêu biểu, đặc trưng, phép tắc có từ xưa.

mà khảo dượt[1], rồi cố ý chấm cho Lý Thiện Phụ đứng đầu, lại mời vào tư nha ân cần thết đãi rất hậu, khi vào đến tỉnh lại viết thơ mời Lý Thiện Phụ tới, lân la thân cận với nhau như vậy hơn trót nửa năm. Ngày kia Bao Công bèn giả ý mà nói với Lý Thiện Phụ rằng:
- *Ta làm quan thanh liêm, cho nên nghèo lắm, nay lại gần gả con, không có chi mà làm đồ tư trang, ngươi biết đâu có thì quơ tạm giùm cho ta, ngày sau ta cũng lo mà báo bổ cho ngươi, vả lại ngươi là một kẻ môn sanh vừa ý của ta, vậy thì việc ngoài ta xin cậy ngươi, ngươi phải hết lòng với ta.*

Lý Thiện Phụ thấy Bao Công đãi mình rất hậu, nên không nghi ngờ chi hết, bèn trở về nhà, cách chừng vài ngày đam đến một đôi ngọc xoa, hai đôi kim xoa, kim phấn hạp[2] một đôi, kim kiến đại[3] một đôi mà dâng cho Bao Công. Bao Công cả mầng, liền khiến dẫn Hạ Xương Thời và nội vụ ra mà tra lại, bày những tài vật ấy ra nơi ghế, rồi dạy biểu nhìn. Quí Ngọc liền bước tới nhìn coi, rồi bẩm rằng:
- *Những đồ này là đồ tôi khiến con tỳ nữ đam cho Hạ sanh lúc nọ.*

Bao Công bèn cho kêu Lý Thiện Phụ đến mà đối nại. Lý Thiện Phụ vào đến công đường, thấy Cao tiểu thơ đã nhìn của ấy thì thất kinh, hồn bất phụ thể; song nói gượng rằng:
- *Đồ này là đồ tôi mua của khách qua đường, sao lại nhìn bất tử như vậy?*

Khi ấy Hạ Xương Thời mới hay lúc nọ mình bị thuốc mê, bèn tranh biện một hồi, Lý Thiện Phụ chối cãi không nổi, nên phải khai thiệt. *Bao Công bèn phê rằng:*

        "*Tra đặng Lý Thiện Phụ là đứa tham lam gian trá, tàn nhẫn tán tâm, dùng thuốc mê mà gạt Hạ Xương Thời nơi giữa tiệc, mong đoạt của mà giết tỳ nữ chốn Huê đình, lợi về mình mà để hại cho*

---

[1] Dượt: nay viết là *duyệt*.

[2] Kim phấn hạp (金粉匣): cái hộp bằng vàng, dùng đựng son, phấn (*hạp* là cái hộp, cái tráp.)

[3] Kim kiến đại: không rõ là gì, đoán là 金鏡袋 (*kim kính đại* - bọc bằng vàng để *đựng gương*), trong đó *đại* là cái bao, cái túi đựng, *kính* là gương (*kiếng*) soi.

người, giết một con tỳ nữ, lại hại một tên học trò, tang tích đã rõ ràng, đáng chết về đao búa, chẳng còn chối cãi, chí như Cao Khoa tham giàu phụ khó, mà nỡ quên lời giao ước của bạn xưa, điên đảo thiệt hư, gần xô rể hiền vô tử địa, nếu lấy theo phép nước mà luận ra, thì ắt không khỏi tội, nhưng mà nghĩ vì dòng giống nhà quan nên cũng tùng khoan[1] mà dung thứ, còn Hạ Xương Thời tuy đã ở trong luy tiết[2], song chẳng có tội chi, Cao Quí Ngọc vẫn thiệt gái trinh, chẳng quên nghĩa cũ, nay cho hai họ giao hôn, về ở với nhau phải cho hòa hảo, phu xướng phụ tùy cho tròn chung thỉ[3]."

Bao Công phê rồi, liền chạy tờ xin xử tử Lý Thiện Phụ, mà răn loài tàn bạo; còn Hạ Xương Thời đã đặng tha về, lại đặng thành hôn, vợ chồng ở với nhau rất hậu, ngày ngày thường cảm mến ơn đước Bao Công, bèn vẽ tượng Bao Công phụng thờ sớm tối.

Sau Hạ Xương Thời thi đậu, làm quan đến chức Cấp Sự, sanh con đẻ cháu rất nhiều, hay thương kẻ cô cùng, duy ghét những bọn sui gia bạc tình và bằng hữu phi nghĩa hơn hết.

22. Cắt Lưỡi Trâu

Lúc Bao Công còn làm quan Thái Thú nơi phủ Khai Phong, thuở ấy tại làng Tiểu Dương có tên Lưu Toàn là người làm ruộng, ngày kia thả trâu cho ăn ngoài đồng, tối lùa về, thấy có một con miệng đầy những máu, coi kỹ lại mới biết trâu ấy bị người ta cắt đứt cái lưỡi

---

[1] Tùng khoan (從寬): mở lượng khoan hồng, xử dễ dãi mà dung thứ, (*tùng* là theo, *khoan* là rộng rãi, tha thứ.)

[2] Luy tiết (縲絏): nghĩa đen là dây thừng, dây cương để buộc ngựa, thường dùng để chỉ xiềng xích, tù tội - theo chữ trong **Luận Ngữ** "tuy tại *luy tiết* chi trung, phi kỳ tội dã" (雖在縲絏之中非其罪也) [nguyên tác viết là "*ly tiết*" nên khó đoán.]

[3] Chung thỉ: từ đầu đến cuối, thường viết là *chung thủy*.

đi, bèn làm đơn vào phủ cáo với Bao Công. Bao Công xem đơn rồi ngẫm nghĩ hồi lâu bèn hỏi rằng:

- *Ngươi ở trong xóm có cừu hận với ai chăng?*

Lưu Toàn không biết ai mà chỉ, duy cứ lạy xin quan trên tra xét. Bao Công bèn lấy ra 500 quan tiền cho Lưu Toàn và bảo về làm thịt con trâu ấy mà bán, đặng lấy tiền rồi hiệp với 500 quan tiền ấy đi mua trâu khác mà cày. Lưu Toàn cúi lạy lãnh tiền ra về. Bao Công bèn dạy thơ lại viết yết thị treo khắp các làng, như có ai làm trâu lậu mà bán thì phải báo quan, quan sẽ thưởng 300 quan tiền.

Còn Lưu Toàn về nhà cứ làm thịt con trâu ấy mà bán cùng xóm, lúc ấy trong xóm có một người tên là Bốc An nhơn có cừu oán với Lưu Toàn, ngày ấy thấy Lưu Toàn làm thịt trâu mà bán, bèn đi đến cáo với Bao Công. Chẳng dè Bao Công đêm ấy nằm chiêm bao thấy một tên quân tuần dắt một người con gái, tay cầm hơn một ngàn cái dao mà nói rằng:

- *Sửu sanh nhơn.*

Bao Công giựt mình thức dậy bàn nghĩ chẳng ra, sáng ngày Bao Công ra khách, thấy có đơn Bốc An đến cáo Lưu Toàn về việc làm thịt trâu, Bao Công thấy tên Bốc An hai chữ mới chợt tỉnh lại thì phù hạp với điềm chiêm bao của mình thấy, mới nghĩ rằng "*tuần quan thiệt là chữ Bốc, con gái thì là nữ tử, trong chữ An thì có chữ nữ, cầm dao thì là cắt, hơn ngàn cái, là thiên cá khẩu, chữ thiên với chữ khẩu là chữ thiệt, chữ thiệt nghĩa là lưỡi, chữ sửu là trâu. Bàn ra rõ ràng Bốc An cắt lưỡi trâu.*" Bao Công bàn rồi mới nghĩ rằng "*nếu quả vậy thì Bốc An có cừu oán với Lưu Toàn, ngày trước cắt lưỡi trâu của Lưu Toàn, nay thấy Lưu Toàn làm thịt trâu bán, lại đi cáo nữa.*"

Bèn truyền cho quân lệ bắt Bốc An tra khảo, Bốc An bị khảo thét, mới khai rằng: nguyên ngày kia mình thiếu củi ươm mới hỏi Lưu Toàn mà mượn. Lưu Toàn không cho mới sanh oán hận, đến sau thấy trâu Lưu Toàn ăn ngoài đồng, lén cắt lưỡi đi cho bõ ghét.

Bao Công lấy lời khai rồi dạy đam Bốc An ra phạt đòn 50 trượng, giam tù một tháng mà răn kẻ tiểu nhơn.

23. Tra Án Ăn Cướp

Huyện Long Dương có tên La Tử Thừa, tánh tình phiêu đãng, không tuân pháp độ, nhà thì rộng lớn, hay tụ chúng cờ bạc đặng lấy xâu, mỗi đêm mỗi chứa, bất kỳ là ai, hoặc côn đồ hoặc ác đảng gì cũng tới lui đặng hết. Có người can gián anh ta rằng:
- *Mình là người tử tế mà đi chơi bời với quân côn đồ ác đảng chẳng sợ liên lụy đến mình sao?*

Tử Thừa trả lời rằng:
- *Trên có trời dưới có đất, thiên đạo chí công, ai làm nấy chịu, miễn là mình giữ phận mình cho đoan chánh thì thôi, dẫu chúng nó có làm điều chi nghịch lý, thì tội hữu sở qui[1], vả lại đại trượng phu ở trong trời đất, há đi khu khu mà phân biệt thanh trược[2], không lòng độ lượng mà chiêu nạp anh hùng thì làm sao cho nên việc.*

Bởi đó, không thèm nghe ai can gián.

---

[1] Tội hữu sở qui (罪有所歸): tội nào cũng có đúng nơi đúng chỗ để qui về, để kết buộc - cũng gần như *tội ai nấy chịu*.
[2] Thanh trược: trong hay đục - ngày nay viết là *thanh trọc*.

Thuở ấy trong làng có tên Vệ Điển nhà giàu có lớn, đêm kia có một lũ ăn cướp hơn năm mươi đứa đều cầm thương giáo áp đến phá cửa xông vào lấy hết bạc tiền rồi kéo nhau đi mất.

Sáng ngày ra, cả nhà Vệ Điển thương tiếc tiền của than khóc om sòm, xóm giềng ai nấy tới lui khuyên giải đông dầy; lúc ấy La Tử Thừa đi ngang qua thấy vậy thì than rằng:

- *Tài đa lụy thân[1], lời cổ ngữ nói không lầm. Giàu hơn cả huyện danh tiếng đồn xa, thì khó mà giữ cho khỏi loài trộm cướp, duy có ta đây là một người bần sĩ, mới đặng thong thả, ăn ngon nằm ngủ khỏi lo chi.*

Khi Vệ Điển hay đặng những lời Tử Thừa nói làm vậy thì giận lắm mà nói với hai đứa con rằng:

- *Xóm giềng ai nấy nghe ta bị cướp thảy thảy đều thương, duy có Tử Thừa mở miệng mà nói như vậy, thì cha tưởng chắc là trong nhà nó chứa những côn đồ ác đảng cờ bạc luông tuồng nên mới sanh ra trộm cướp, mình bị cướp đây quả là bọn nó chẳng sai.*

Bèn làm đơn đến nha ông Bao Công mà cáo. Bao Công bèn sai quân lệ đi bắt La Tử Thừa đến tra hỏi. Tử Thừa bẩm rằng:

- *Phàm bắt ăn cướp phải có tang tài cùng là chứng cớ, nay tôi có một mình không người đồng lõa, vả lại tang tài không có, chứng cớ cũng không; Vệ Điển khi không mà vu cáo cho tôi, thiệt rõ ràng là đất bằng sóng dậy, xin quan trưởng cao minh thẩm xét cho tôi nhờ.*

Vệ Điển lại nài rằng:

- *La Tử Thừa vốn không làm ruộng, buôn bán cũng không, duy cứ tụ chúng côn đồ cờ bạc cả ngày, ấy là ổ trộm cướp, xin quan trên cứu vấn[2].*

Bao Công mới phê rằng:

---

[1] Tài đa lụy thân: nguyên câu lấy từ **Đạo Đức Kinh** "dục đa thương thần, tài đa lụy thân - 慾多傷神財多累身", nghĩa là ham muốn nhiều thì hại tâm, tiền của nhiều thì hại thân.
[2] Cứu vấn (究問): tìm hiểu tra hỏi.

- La Tử Thừa chẳng lo làm ăn cứ chuyên nghề cờ bạc, ai lại chẳng nghi, vả lại hễ đám cờ bạc thì là ổ trộm cướp cũng phải, song đạo tặc là việc rất hệ trượng, mà tang tích không có, chứng cớ cũng không, lại cũng không người đồng lõa thì lấy chi mà cứu vấn.

Bèn nạt Vệ Điển sao có gian cáo cho người, rồi dạy quân đuổi ra. Còn La Tử Thừa thì kêu vào mà quở:

- Sao có qui tụ côn đồ, rượu trà cờ bạc, chẳng lo cải nghiệp làm ăn, mới một lần ta dĩ được nhiêu dung[1], bằng tái phạm thì ta không thứ.

La Tử Thừa mừng rỡ lật đật lạy tạ ra về; từ ấy về sau cải nghiệp, an thường thủ phận, buôn bán làm ăn không dám chứa điếm đàng cờ bạc nữa.

Bao Công đuổi hai đàng về rồi, thì giả đò bỏ qua chẳng thèm cứu vấn đến việc ấy nữa. Thuở ấy trong thành ngoài dân thảy đều đồng truyền cùng nhau rằng:

- Vệ Điển bị ăn cướp, tìm không ra tang tích, nên quan Phủ bỏ qua, không cứu vấn đến nữa.

Chẳng dè thiệt bọn ăn cướp ấy là bọn Thiết Mộc Nhi với Kim Đôi Tử, chúng nó nghe quan chẳng tra hỏi đến việc ấy nữa thì mằng, bèn tựu nhau lại làm heo tạ thần, rồi ăn uống với nhau tới khuya, trò chuyện vui cười, rồi nói rằng:

- Người đồn ông Bao Công là thần minh, nay mới rõ thiệt như vậy chút, vậy thì bọn ta cũng nên cầu nguyện cho người đặng con con cháu cháu nối nghiệp muôn đời, đặng làm quan ra mà trấn tại phủ ta đây hoài thì bọn ta đặng thong thả, khỏi lo khỏi sợ.

(Chẳng dè Bao Công cũng nhơn đám Vệ Điển bị ăn cướp tra vấn chưa ra nên mỗi đêm thường mặc thanh y tiểu mạo[2] giả dạng thường dân mà đi thám dọ cùng thành. Đêm ấy đi đến gần miếu

---

[1] Nhiêu dung (饒容): tha thứ, cho phép.
[2] Thanh y tiểu mạo (青衣小帽): áo xanh nón nhỏ, chỉ quần áo mặc thường ngày, không phải quần áo mặc trong các buổi lễ hay làm việc quan.

Thành Hoàng, phía Tây có một cái nhà, vùng nghe bọn ăn cướp ấy, đang ở trong nhà ăn uống trò chuyện vui cười với nhau, bèn lén bước đến gần ngoài vách rình nghe.)

Khi nghe bọn ăn cướp nói bấy nhiêu lời, thì nghĩ thầm rằng: "*Nó cầu nguyện cho ta đặng con con cháu cháu, nối nghiệp lâu dài, thì chẳng nói làm chi, chí như câu chúng ta đặng thong thả khỏi lo khỏi sợ, thì thiệt nên nghi hoặc nó chắc là bọn ăn cướp đây, chúng nó thấy ta bỏ qua việc Vệ Điển bị ăn cướp mà không tra xét nên vui mừng mà nói như vậy.*" Bèn lấy mũi chùy gạch vào vách tường ba chữ *Tiền* lớn mà làm dấu, rồi bỏ đi qua phía Đông gần miếu Quan Âm, lại nghe một bọn khác nói với nhau rằng:

- *Thành Hoàng thiệt linh, Bao Công thiệt tốt, nếu chẳng phải ổng, thì chúng ta ắt chẳng khỏi phiền não.*

Bao Công nghe vậy, lại nghĩ rằng: "*Lời nói này ắt quả là đồng lõa với bọn kia.*" Bèn lấy ba đồng tiền treo nơi vách rồi về dinh nghỉ ngơi. Sáng ra Bao Công giả chước truyền cho quan quân sắm sửa lễ vật đặng đi với mình lên yết[1] miếu Thành Hoàng, đến nơi yết miếu xong rồi bèn thẳng qua phía Tây coi chỗ có ba chữ *Tiền*, bèn truyền quân vây phủ bắt đặng bọn Thiết Mộc Nhi cả thảy là hai mươi tám người, rồi tức thì trở qua phía miếu Quan Âm chỗ có treo ba đồng tiền, truyền quân vây bắt cả bọn Kim Đôi Tử là hai mươi hai người, rồi dẫn hết về nha tra hỏi. Lúc ấy Bao Công truyền đem bọn Thiết Mộc Nhi ra mà hỏi trước rằng:

---

[1] Yết (謁): gặp mặt, đến thăm, ra mắt, như trong *yết kiến, bái yết*.

- Vệ Điển với ngươi cừu oán chi, mà nửa đêm dám đến ăn cướp của người?

Bọn Thiết Mộc Nhi chẳng chịu. Bao Công vùng nói rằng:
- Bọn ngươi đã muốn cho ta làm quan ở đây lâu dài cho bọn ngươi thong thả khỏi lo khỏi sợ, biết nói như vậy, sao không giữ phép, để đi ăn cướp vậy sao?

Bọn Thiết Mộc Nhi nghe nói y như lời mình nói ban đêm, thì giựt mình thất kinh bèn khai thiệt. Bao Công lại tra hỏi đến bọn Kim Đôi Tử, thì chúng nó cũng không chịu nhận. Bao Công giận nạt rằng:
- Bọn ngươi đều nói Thành Hoàng thiệt linh, Bao Công thiệt tốt, nếu nay bây chẳng chịu khai, thì chúng bây thảy thảy phải sanh phiền não.

Bọn Kim Đôi Tử nghe nói thất kinh rụng rời phải xưng ngay. Lúc ấy tiền của chúng nó chưa kịp chia, nên Bao Công sai đòi Vệ Điển tới mà lãnh về, cha[1] con Vệ Điển mầng rỡ vào lãnh của rồi lạy tạ ra về, hai tên đầu đảng là Thiết Mộc Nhi với Kim Đôi Tử thì xử trảm mà răn loài cường đạo, còn bốn mươi tám tên ăn cướp kia, thảy đều đày đi xứ khác. Ấy cũng nên làm gương cho những kẻ chẳng lo an phận thủ thường, để cưu lòng gian ác, tham công cướp của, mà húng hiếp người lành, dẫu cho người chẳng hay cũng còn có quỉ thần soi xét, trốn tránh đâu cho khỏi. Ô hô! Kỳ khả úy tai[2]!!

24. Tráo Ngựa

Phủ Khai Phong có ông nhà giàu tên Phú Nhơn, nhà có nuôi một con ngựa rất tốt giá đáng trăm lượng. Ngày kia cỡi con ngựa ấy đi

---

[1] Bản gốc in là *cho*, nghĩ là in sai.
[2] Kỳ khả úy tai (其可畏哉): thật là đáng sợ (với nghĩa *vô cùng uy dũng*) thay!

thâu lúa ruộng, khi đến nơi rồi mới tính ở lại ít ngày, bèn sai người đầy tớ tên là Hưng Phước cỡi ngựa về trước, Hưng Phước cỡi đi đến nửa đàng, thấy trời nắng, ngựa mệt đói, bèn xuống ngựa cột cho ăn cỏ, lúc ấy có tên Huỳnh Hồng cỡi một con ngựa ốm đi ngang qua đó ngó thấy ngựa Hưng Phước tốt thì đã sanh lòng tham bèn giả ý xuống ngựa mà nghỉ rồi lần lần làm quen với Hưng Phước, trò

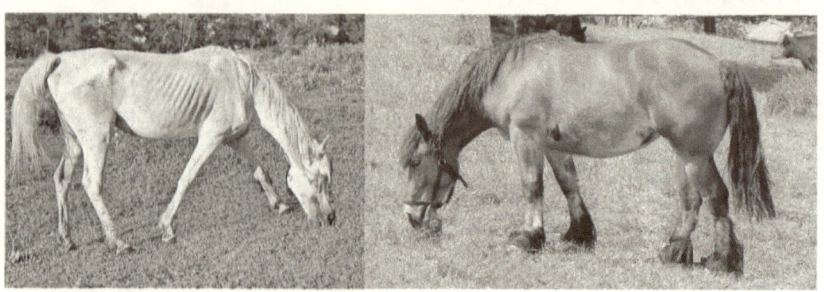

chuyện giây lâu rồi nói rằng:
- *Tôi xem con ngựa của anh thiệt là tốt lắm.*

Hưng Phước nói:
- *Anh biết coi ngựa sao?*

Huỳnh Hồng nói:
- *Tôi là tay buôn ngựa sao chẳng biết coi, vậy xin anh cho tôi cỡi thử một chút coi nó chạy thể nào.*

Hưng Phước tưởng thiệt bèn cầm con ngựa ốm cho Huỳnh Hồng. Huỳnh Hồng thót lên ngựa Hưng Phước rồi giục ngựa chạy mất không trở lại. Hưng Phước hoảng kinh cỡi con ngựa ốm chạy theo, theo sao cho kịp, phải cỡi con ngựa xấu ấy trở lại mà nói cho chủ nó hay. Phú Nhơn tức giận bèn đánh Hưng Phước lại dắt con ngựa ốm ấy đến cáo với Bao Công. Bao Công hỏi Hưng Phước rằng:
- *Mi có biết tên họ cùng xứ sở đứa gian ấy chăng?*

Hưng Phước bẩm rằng:
- *Nhơn gặp giữa đàng nên không biết tên họ xứ sở chi hết.*

Bao Công quở rằng:

- Mi đã không biết tên họ xứ sở ở đâu, thì ta biết làm sao mà tra cho ra.

Hưng Phước lạy khóc mà bẩm rằng:

- Tôi nghe danh quan trưởng đã lâu, chẳng có cái án oan nào mà đoán không ra, nên tôi đến lạy quan trên xin đoái tình dân thứ.

Bao Công mới nghĩ đặng một kế, bèn nói với Hưng Phước rằng:

- Mi để ngựa ốm lại đây, trong ba bữa mi sẽ đến cho ta dạy kế.

Hưng Phước lạy tạ về rồi, Bao Công mới bảo Triệu Hổ đam cầm tàu con ngựa ốm ấy ba bữa chẳng cho ăn, thoắt chút đến bữa thứ ba, Hưng Phước đã đến. Bao Công mới dạy rằng:

- Hưng Phước dắt con ngựa ấy ra đến chỗ cũ thả nó đi rồi Triệu Hổ với ngươi cứ theo sau, như nó chạy thẳng thì thôi, bằng nó đứng hai bên đàng mà ăn cỏ thì đừng cho, cứ đánh đuổi nó, hễ nó chạy đi đâu thì theo đến đó.

Triệu Hổ với Hưng Phước vâng lịnh đam ngựa ra chỗ cũ thả đi, rồi cứ chạy theo sau hoài, chạy hơn mười dặm đàng đến một làng kia kêu là Huỳnh Nê Thôn, thấy có một cái nhà ngói cửa nẻo tử tế, hai bên có chuồng ngựa, con ngựa ấy vùng chạy xông vào chuồng gầm hí có ý đòi ăn, hai người bèn ẩn lại mà coi, chẳng dè nhà ấy là nhà Huỳnh Hồng thấy ngựa mình sút về đặng thì mừng bèn hăm hở ra bắt dắt vào chuồng mà cho ăn. Hưng Phước với Triệu Hổ nom dấu bước vào đến nơi. Hưng Phước thấy ngựa của mình hãy còn cầm nơi tàu, mầng lắm chạy lại bắt. Huỳnh Hồng chạy ra ý muốn đoạt lại, chẳng dè bị Triệu Hổ thộp bắt và người và ngựa dẫn tuốt về nạp cho Bao Công. Bao Công giận lắm nạt lớn lên rằng:

- Sao mi dám đam lòng sâu độc, đang giữa ban ngày mà lường gạt của người, nay ta bắt đặng mi rồi, sao chẳng khai ngay đi, còn chờ thác hay sao?

Huỳnh Hồng biết tung tích rõ ràng, không lẽ chối đặng, phải xưng ngay. Bao Công bèn dạy đam Huỳnh Hồng ra đánh bảy chục trượng rồi đuổi đi, con ngựa tốt thì giao cho Hưng Phước dắt về, còn con ngựa xấu của Huỳnh Hồng thì thâu nhập về quan.

Té ra Huỳnh Hồng có lòng muốn đoạt ngựa người, đoạt đã không đặng, mà ngựa mình lại mất, lại còn bị đòn đáng khác, ấy cũng nên làm gương cho những kẻ tham tâm hay lường gạt của người.

25. Nghe Lời Khai Mà Luận Án

Tỉnh Quảng Đông có một người tên là Triệu Tín làm bạn với Châu Nghĩa, hai người ở với nhau rất hậu, ngày kia rủ nhau hiệp vốn lại đặng qua Bắc Kinh mua vải về mà bán, mới kêu tên Trương Triều là chủ đò mà mướn, giá cả xong rồi, mới dặn Trương Triều đam ghe đậu nơi vàm sông mà đợi. Trương Triều đi xuống ghe rồi, Triệu Tín mới dặn Châu Nghĩa rằng:
- Anh vậy tôi vậy, ai về nhà nấy sắm sửa hành lý cho sẵn, rồi đến sáng mai đam thẳng xuống đó mà đi, chẳng cần là kêu nhau làm chi.

Châu Nghĩa nói:
- Anh tính vậy tiện lắm.

Xong rồi hai người từ giã nhau ai về nhà nấy. Qua chừng canh tư Triệu Tín thức dậy sắm sửa cụ bị rồi vác thẳng xuống đò trước, nằm đợi Châu Nghĩa giây lâu không thấy, bèn ngủ quên đi. Trương Triều biết Triệu Tín trong mình có tiền bạc nhiều, bèn lén chèo ghe ra chỗ vắng, trói Triệu Tín lại, lấy hết tiền bạc rồi quăng Triệu Tín xuống sông chết đi. Xong rồi chèo ghe về đậu nơi chỗ cũ mà giả đò ngủ chẳng ai hay. Trời gần sáng Châu Nghĩa lơn tơn vác đồ xuống kêu chủ đò, Trương Nghĩa làm bộ ngủ mê, kêu hai, ba tiếng mới dậy, Châu Nghĩa xuống đò ngồi đợi Triệu Tín lâu quá mà không thấy, mới sai chủ đò là Trương Triều đi kêu. Trương Triều bèn lên nhà Triệu Tín gõ cửa mà kêu:

- *Chị ơi, chị hỡi.*

Giây lâu vợ Triệu Tín mới dậy. *(Nguyên vợ Triệu Tín ngủ trưa là vì lúc canh tư mắc thức dậy sửa soạn đồ hành lý cho chồng, khi chồng đi rồi thì đóng cửa mà ngủ lại, nên mới ngủ trưa.)* Trương Triều mới hỏi vợ Triệu Tín là Tôn thị rằng:

- *Hôm qua chồng chị có hẹn hò với Châu Nghĩa, nay Châu Nghĩa đã xuống ghe rồi, sao không thấy chồng chị xuống đặng có lui ghe cho sớm?*

Tôn thị sửng sốt nói:

- *Chồng tôi đi đã lâu rồi mà sao chưa xuống tới ghe.*

Trương Triều trở xuống nói với Châu Nghĩa; Châu Nghĩa lấy làm lạ bèn quày quả chạy lên nhà Tôn thị, hai đàng bơ ngơ báo ngáo, tìm kiếm khắp nơi ba bốn ngày không nghe tin tức, Châu Nghĩa mới nghĩ, mình rủ ảnh đi buôn chung với mình xóm giềng đều biết, nay ảnh đâu mất, sợ e họ qui tội cho mình, chi bằng đi cáo quan trước thì hay hơn. Bèn làm trạng đến huyện mà cáo, quan Huyện xem đơn rồi bèn sai đòi Trương Triều, Tôn thị với bàng cận là Triệu Quản với Triệu Hiệp đến tra hỏi. Tôn thị khai rằng:

- *Chồng tôi lúc canh tư thì đã thức dậy, cơm nước xong rồi lấy tiền bạc cùng đồ hành lý mà đi xuống đò, sao mà mất đi tôi không hiểu rõ.*

Tra Trương Triều thì nó khai rằng:

- *Bữa nọ Châu, Triệu hai người kêu tôi mà mướn đò, giá cả hẹn hò xong rồi, qua ngày sau trời còn sớm thấy có một mình Châu Nghĩa xuống đò mà thôi, còn Triệu Tín thì không thấy đến, thuyền đậu chung quanh hơn mấy mươi chiếc cũng đều ngó thấy, khi Châu Nghĩa bảo tôi đi kêu, lên đến nơi thấy cửa còn đóng, tôi kêu người vợ năm bảy tiếng mới thức dậy.*

Tra bàng cận hai người thì chúng nó khai rằng:

- Chúng tôi có nghe sự Triệu Tín tính việc đi buôn thì có, còn lúc trong nhà ra đi thì còn khuya lắm, chúng tôi không hay, không biết.

Quan Huyện thẩm rằng:
- Nếu quả vậy thì quả thiệt Châu Nghĩa thấy Triệu Tín trong mình có tiền bạc, nên giết đi mà lấy của, rồi đến quan mà cáo trước cho khỏi họa.

Châu Nghĩa bẩm rằng:
- Tôi có một mình, lẽ đâu mà giết ảnh cho đặng, lại làm sao mà giấu biệt cái thây, còn nhà tôi thì giàu hơn nhà ảnh, vả lại tôi với ảnh cũng là anh em hậu đãi nhau lắm, tôi còn vì ảnh mà đi minh oan thay, lẽ đâu nỡ đam lòng mưu hại.

Tôn thị lại bẩm rằng:
- Châu Nghĩa với chồng tôi ở với nhau hậu lắm, không lẽ ảnh giết chồng tôi; tôi e chồng tôi xuống đò sớm hoặc là Trương Triều mưu hại chẳng sai.

Lúc ấy Trương Triều lại bẩm rằng:
- Vả chăng một đoàn đò hơn mấy mươi chiếc, như tôi có giết thì giấu sao cho đặng; vả lại lúc Châu Nghĩa xuống thì trời chưa sáng, tôi còn đang ngủ, chúng đều ngó thấy, chớ như Tôn thị nói rằng chồng mình đi khuya lắm, xóm giềng không thấy, khi tôi đến kêu thì va còn ngủ, cửa còn đóng chặt, ấy rõ ràng là va giết chồng va.

Quan Huyện bèn đem Tôn thị ra tra khảo, Tôn thị chịu đòn không nổi, bèn nhận rằng mình có giết chồng. Quan Huyện lại hỏi:

- *Mi bỏ thây chồng mi ở đâu?*

Tôn thị nói:

- *Mưu giết chồng thì là tôi; bằng muốn hỏi thây chồng tôi, thì lấy thây tôi đây mà thế, chớ còn hỏi thây chồng tôi làm chi.*

Quan Huyện tra hỏi hoài, thì nàng cũng cứ vậy mà nói; quan Huyện bèn giam Tôn thị vào ngục rồi chạy tờ cho quan trên, chẳng dè nhằm lúc Bao Công đi tuần tra các xứ, đi đến huyện ấy tra xét các án, xem tới án Tôn thị phút sanh nghi, mới coi lại hết mấy lời khai thì biết chắc Tôn thị bị oan; bèn sai nha lệ đi đòi Trương Triều đến mà hỏi rằng:

- *Mi đã giết Triệu Tín rồi, sao mi lại nhẫn tâm để cho Tôn thị chịu oan làm vậy?*

Trương Triều chối cãi không chịu, Bao Công mới nói rằng:

- *Lúc Châu Nghĩa sai mi đi kêu Triệu Tín, đến nơi cửa còn đóng, sao mi không kêu Triệu Tín, mi cứ kêu người vợ mà thôi, ấy quả thiệt mi đã giết Triệu Tín rồi, mi biết không còn Triệu Tín ở nhà, nên mi cứ kêu người vợ; ấy rõ ràng là mi giết Triệu Tín chẳng sai.*

Trương Triều nghe nói, mặt đã thất thanh[1], song cũng không chịu. Bao Công dạy nha lệ đam ra tra đánh, đánh hơn trăm roi nó cũng không chịu khai. Bao Công biết nó chắc gan, bèn tính lập mưu mới đặng, nhơn dạy đam giam vào ngục. Rồi dạy quân lệ đi bắt hai tên bạn cũ của nó đến, Bao Công mới nhận dối rằng:

- *Tên chủ đò là Trương Triều nó khai rằng hai đứa bây đã mưu giết tên Triệu Tín, vậy thì nay ta phải làm án xử tử chúng bây mà thường mạng cho Triệu Tín.*

Bao Công nói chưa dứt lời, hai tên bạn đò liền lạy mà thưa rằng:

---

[1] Thất thanh: có thể đoán là 失清 (mất sự yên tịnh, an bình), nhưng ít thấy dùng với nghĩa này. Thường dùng hơn là *thất sắc* (失色 - mất màu, ý nói sợ xanh mặt.)

- Ngày nọ lối chừng canh tư, Triệu Tín xuống đò nằm đợi Châu Nghĩa mà ngủ quên, Trương Triều thấy không có ai, bèn chèo đò ra chỗ vắng xô Triệu Tín xuống sông rồi đam đò về chỗ cũ mà đậu và làm bộ ngủ, việc ấy là va muốn giết người mà lấy của, chớ anh em tôi có can cớ chi, sao va lại khai cho anh em tôi, xin quan trên thẩm xét.

Bao Công bèn bảo nha lệ dẫn Trương Triều ra tra vấn, lúc ấy Trương Triều thấy có hai tên bạn của mình đối chứng, cứng họng hết lời chối cãi bèn xưng ngay.

Bao Công làm án xử tử Trương Triều. Tôn thị với bao nhiêu nhân chứng đều tha về hết, còn quan Huyện tra án chẳng minh, phải bị cách chức.

26. Ghen Bậy Mà Hư

Quận Hà Nam, nơi huyện Hà Chiêu có hai anh em ruột ở chung một nhà, người anh tên là Huỳnh Sĩ Lương, vợ là Lý thị có tánh xấu hay ghen vặt, người em tên là Huỳnh Sĩ Mỹ , vợ là Trương Nguyệt Anh tánh rất hiền biết liêm sĩ, mà hai chị em bạn dâu thường hay luân phiên với nhau mà quét nhà, hễ bữa nay chị quét, thì mai em quét, như vậy cũng đã lâu. Ngày kia Sĩ Mỹ mắc đi thâu lúa ruộng, còn vợ Sĩ Lương là Lý thị mắc đi qua bên nhà người dì, duy có Sĩ Lương với em dâu là Nguyệt Anh ở nhà mà thôi, bữa ấy lại nhằm phiên Nguyệt Anh quét nhà, khi Nguyệt Anh quét tước trong ngoài sạch sẽ rồi, mới đam cây chổi qua mà dựng trong buồng người chị, là ý muốn dựng sẵn đó cho Lý thị, kẻo đến mai tới phiên Lý thị mà mất công hỏi, mất công trao, còn Sĩ Lương cũng mắc đi chơi đâu đó. Chiều lại Lý thị về thấy cây chổi dựng trong buồng mình, mới nghĩ rằng: *"Hôm nay Nguyệt Anh nó quét nhà lẽ thì nó dựng chổi bên buồng nó, sao lại dựng bên nầy, hoặc là nó đang quét mà chồng mình kêu nó vào gian dâm, nên nó xách luôn cây chổi vào đây, lúc trăng gió rồi nó về nó bỏ quên lại, việc nầy đã quả rồi."* (Ba mươi đời thứ đờn bà ghen thì thường hay nghi bậy.)

Lúc ăn cơm chiều rồi, chị ta mới kêu chồng vào buồng mà hỏi rằng:
- *Hôm nay mi ở nhà làm những việc chi, phải nói cho thiệt.*

Sĩ Lương nói:
- *Ta chẳng có làm việc chi hết.*

Lý thị nói:
- *Hôm nay mi đã lấy em dâu mi rồi sao còn chối?*

Sĩ Lương nói:
- *Khéo nói bậy không, hôm nay mi uống rượu say rồi về mà nói điên.*

Lý thị nói:
- *Ta chẳng điên, mi có lấy em dâu mi, mới gọi rằng điên chớ.*

Sĩ Lương tức mình, vì không có, mà vợ nó nói mình làm việc quấy như vậy, nên nổi xung mới mắng rằng:
- *Đồ lục súc! Nào chứng cớ đâu mi chỉ ra, chớ mi ghen bậy mà vu những điều phi nghĩa cho ta, ta đánh chết không hay về, nói cho mi biết.*

Lý thị lại nói:
- *Mi đã không biết liêm sĩ mà làm ra việc quấy lại còn nói phách, như mi không lấy em dâu mi thì hôm nay nó quét rồi chổi nó để bên buồng nó, chớ sao lại để bên nầy, chẳng phải là mi dắt nó vào buồng mà gian dâm nên nó cầm luôn cây chổi vào đây sao?*

Sĩ Lương nói:
- *Nó đam cây chổi vào bao giờ ta mắc đi chơi, ta không hay, song ta cũng chẳng biết cớ chi mà nó đam vào đó, há đi lấy cớ ấy sanh ghen mà nói bậy cho người cười sao.*

Lý thị thấy chồng nói vậy lại càng nghi mà mắng nhiếc om sòm. Sĩ Lương nổi xung quơ cây lại đánh; Lý thị phần thì máu ghen nó lừng lên, phần thì bị đánh nên giận mà chưởi lớn lên, lại chưởi luôn đến Nguyệt Anh nữa.

Lúc ấy Nguyệt Anh ở bên kia nghe anh chị rầy rà với nhau không biết việc chi, đến lúc nghe rõ lại thì mới biết chị dâu ghen mình cho anh chồng, bèn mở cửa muốn ra mà phân biện, lại sợ lúc hai vợ chồng đang giận dữ, nếu mình ra nói tiếng chi thì lại càng sanh chuyện ra nữa chăng, bèn trở vào rồi lại nghĩ rằng: "Ta mới mở cửa đây ở bển chỉ đã nghe rồi, ta không nói tiếng chi lại trở vào, ắt chỉ nói ta rằng quả có gian dâm, nên chẳng dám ra mà phân biện, muốn trở ra mà phân biện, thì tánh chỉ bình thường hay ghen vặt, nếu ra nói tiếng chi thì ắt chỉ chưởi mắng lại càng thêm xấu hổ, cũng tại nơi mình, phải đừng dựng chổi bên buồng chỉ thì đâu có việc này, nay đã lỡ ra rồi, biết làm sao cho khỏi sự nghi, thì danh tiết ta đã nhơ rồi, rửa sao cho sạch, chi bằng liều thác thì mới rõ ngay gian." Bèn thắt cổ mà chết đi.

Qua bữa sau, đã gần ăn cơm sớm mai, mà Nguyệt Anh chưa thức. Lý thị xô cửa vào coi thì thấy Nguyệt Anh đã tự ái[1] rồi, lại càng nghi rằng: "Nếu chẳng gian dâm, cớ chi lại sợ xấu mà thác." Sĩ Lương khó bề chối cãi, bèn cho người lên ruộng kêu em về. Sĩ Mỹ về hỏi vợ mình cớ chi mà thác. Vợ chồng Sĩ Lương đều nói:
- Không biết cớ chi, khi không mà thác.

Sĩ Mỹ không tin, bèn làm trạng đến huyện mà cáo vì vợ thác không rõ cớ. Quan Huyện đòi Sĩ Lương đến hỏi:
- Nguyệt Anh cớ nào mà tự ái.

Sĩ Lương bẩm rằng:

---

[1] Tự ái: (自縊): tự thắt cổ mình mà chết - *ái* là treo cổ, thắt cổ cho chết, thường viết và đọc là *ải*.

- Em dâu tôi nhơn mắc chứng đau bụng, đau đớn chịu chẳng nổi nên tức mình tự ái mà thác.

Sĩ Mỹ bẩm rằng:
- Vợ tôi thuở nay không có bịnh ấy, dẫu như có, sao lại chẳng kêu người kiếm thuốc, đến nổi phải liều mình, việc ấy khó tin.

Lý thị lại nói rằng:
- Tại thím tánh nóng, vả lại bữa ấy chú chẳng có ở nhà, thím hay mắc cỡ không muốn kêu ai, để liều mình mà thác.

Sĩ Mỹ nói:
- Vợ tôi tánh tình thuần hậu, chớ chẳng hay nóng nảy, việc ấy cũng không tin đặng.

Quan Huyện bèn bắt vợ chồng Sĩ Lương ra tra tấn. Sĩ Lương không khai. Lý thị chịu đòn không nổi, bèn khai thiệt rằng:
- Bởi việc quét nhà dựng chổi nên nghi anh chồng em dâu gian dâm đến đổi vợ chồng rầy rà đánh lộn với nhau, tối lại bên kia Nguyệt Anh tự ái mà thác, không biết cớ chi.

Đầu đuôi gốc ngọn khai y ra hết.

Quan Huyện mới đoán rằng: "Nếu chẳng gian dâm cớ chi lại thác, ấy là đã có gian dâm, rồi việc lậu ra, sợ xấu nên tự ái mà thác; Sĩ Lương tội lấy em dâu đã ưng xử trảm." Bèn giam Sĩ Lương vào ngục, cụ sở Thượng Ty, chờ ngày hành quyết. Nhằm lúc Bao Công đi tuần án các nơi, khi ghé vào huyện ấy, lúc tra các án, xem đến án Sĩ Lương phát sanh nghi, bèn dạy nha lệ dẫn Sĩ Lương ra mà hỏi. Sĩ Lương mới bẩm rằng:
- Từ xưa đến nay ai ai cũng vậy, cũng phải có một lần chết, như tôi dầu có chết cũng chẳng tiếc chi, ngặt vì tôi mang lấy tiếng oan, nhơ danh mà chết, chết chẳng cam tâm.

Bao Công nói:
- Vợ mi khai đã rõ ràng, còn kêu oan nổi chi?

Sĩ Lương bẩm rằng:

- Tôi vốn không gian dâm với em dâu tôi bao giờ, nay bị con vợ ghen, nó làm cho tôi nhơ danh, em dâu tôi nhơ tiết, còn em ruột lại nghi vợ nghi anh, không đặng rõ chắc, ấy một án mà cả ba đều oan ức, sao gọi không oan.

Bao Công nghe vậy, bèn lấy mấy lời khai khi trước xem qua lật lại ngẫm nghĩ hồi lâu rồi kêu Lý thị mà hỏi rằng:
- Mi nói em dâu mi với chồng mi gian dâm với nhau thì việc ấy đã rõ ràng, song ta hỏi mi, vậy chớ lúc mi thấy cây chổi trong buồng mi mà nhà quét đã sạch rồi chưa?

Lý thị bẩm rằng:
- Trong ngoài đều quét sạch sẽ hết.

Bao Công lại hỏi:
- Vậy chớ cái giỏ đựng rác đã đổ sạch sẽ hay là còn rác?

Lý thị bẩm rằng:
- Cái giỏ đã đã sạch sẽ hết, chẳng có rác rến chi.

Bao Công mới đoán rằng:
- Nhà cũng quét sạch, rác cũng đổ rồi, ấy rõ ràng là ý Nguyệt Anh muốn đam qua buồng mi mà dựng sẵn cho khỏi mắc công giao, chớ chẳng phải mà gian dâm với chồng mi, nếu chồng mi kéo nó vào buồng mà gian dâm thì nhà ắt quét chưa sạch, nếu quét sạch rồi mới kéo vào buồng, thì giỏ rác ắt chưa kịp đổ; như nhà quét sạch rồi, rác cũng hốt đổ rồi, chồng mi mới kéo vào buồng thì cũng không lẽ xách cái giỏ rác theo, nay cây chổi và cái giỏ rác, đều đam vào buồng mà để một chỗ, ấy rõ ràng là Nguyệt Anh quét tước xong rồi đam để sẵn đó cho mi, đến mai khỏi mất công đi kiếm đó mà thôi, chớ không phải lý gian dâm; còn Nguyệt Anh tự ái mà thác, ấy là ăn năn tại vì mình đam để cây chổi trong buồng nên mới bị mi nghi nan mà sanh ra điều xấu hổ không bề đôi chối, chịu oan lấy tiếng nhơ nên liều mình mà thác cho đặng rõ tiết trinh; chớ chẳng phải là có gian dâm rồi sợ xấu mà thác, nay mi đã xô chồng vào nơi bất nghĩa, vu em dâu mang lấy tiếng nhơ, khiến cho em chồng nghi

vợ nghi anh, làm cho người không tội mà thác oan; vậy thì tội mi đã
đành muôn thác[1].

Bao Công đoán rồi, bèn dạy quân tha Sĩ Lương đi. Lúc ấy Sĩ Mỹ
nghe Bao Công đoán vừa rồi bèn quì lạy mà nói rằng:
- *Anh tôi bổn tánh thiệt thà chị dâu tôi thì tánh hay đố kỵ, còn vợ tôi*
bình sanh tánh tình thuần hậu, biết liêm sĩ, lúc nọ tôi quì đơn vào
cáo, ấy tôi nghi chị dâu tôi với vợ tôi rầy rà với nhau, hoặc là vợ tôi
bị chị hiếp đáp điều chi nên mới liều mình mà tự ái, chẳng dè chỉ lại
khai về việc gian dâm, nên khiến cho tôi hoài nghi chẳng quyết, nay
nhờ quan trưởng phân đoán rõ ràng, thiệt là thần sống, một là lòng
nghi tôi đặng giải, hai là huynh trưởng khỏi bị oan, ba là đặng vợ
hiền rõ tiết, bốn là rành đặng tội đứa ghen xàm.

Lý thị lại khóc lạy Bao Công mà bẩm rằng:
- *Lúc ấy chồng tôi không phân biện cho rõ ràng như lời quan trên*
phân đoán nên tôi mới sanh nghi, chớ phải chồng tôi mà biện minh
như vậy thì tôi rầy rà làm chi cho ra đến nỗi này, nay quan trưởng
đã tha chồng tôi rồi thì xin tha tôi luôn thể, tôi phận đờn bà ngu lỗ[2],
ghen vặt nói xàm, nay biết lỗi đã chừa, xin quan trên dung thứ.

Sĩ Mỹ lại nói:
- *Đã thác rồi thì sống lại đặng đâu, vợ tôi tuy thác, song đã đặng rõ*
tiết trinh, dẫu có giết chỉ đi nữa thì cũng không ích chi cho tôi xin
quan trên phóng xả.

Bao Công nói:
- *Luật phép đã đành muôn thác, ta lẽ nào mà để sống cho đặng*
đâu, phải chém gã bêu đầu, mà răn loài ghen bậy.

Nói rồi bèn làm án trảm quyết. Thiên hạ ai ai nghe đều khen ngợi.

---

[1] Muôn thác: *muôn* là mười ngàn, thường dùng làm tiếng phụ với nghĩa "nhiều
lắm", *thác* là chết - *muôn thác* là "nhiều lần đáng chết", có lẽ dịch từ thành ngữ
Hán "vạn tử" (萬死)
[2] Ngu lỗ (愚魯): ngu dốt đần độn, không được sáng suốt lanh lợi.

27. Thằng Bán Heo Ăn Cướp

Làng Bửu Thạch có ông Huỳnh trưởng giả, nhà giàu có lớn, sanh đặng 2 trai, con lớn tên là Huỳnh Thiện, con thứ tên là Huỳnh Từ, Huỳnh Thiện cưới con gái ông Trần Hứa tên là Trần Quỳnh Nương nàng ấy thiệt thà, nết na thuần hậu, từ về nhà chồng, thức khuya dậy sớm, phục sự ông cô[1], hết lòng thảo thuận, chưa đặng một năm, bữa kia có tên đầy tớ bên nhà họ Trần tên là Tấn An, qua nói tin cho Quỳnh Nương hay rằng cha nàng đau nặng lắm. Nàng lật đật nói với chồng xin đi về thăm cha. Huỳnh Thiện không muốn cho vợ đi, nên nói:

- Nay đang lúc lúa chín người gặt rất nhiều không ai coi sóc, để một ít ngày lúa má xong rồi sẽ đi cũng chẳng muộn chi.

Quỳnh Nương thấy chồng không muốn cho đi, thì làm thinh, lo rầu buồn bã, xốn xang áy náy, ăn ngủ chẳng yên, vì không biết cha đau lành dữ thể nào, mới tính trốn về thăm cha. Qua bữa sau chừng lối canh tư, Quỳnh Nương thấy chồng đi rồi liền thay đổi áo quần kêu Tấn An lén mở cửa sau trốn đi. Lúc ấy trời còn mờ mờ đi đặng ít dặm, Tấn An mắc bỏ quên cái chi đó, phải trở lại mà lấy, còn nàng Quỳnh Nương lật đật nên đi trước có một mình, đến chỗ rừng vắng, rủi đâu gặp 3 tên cạo heo[2] cũng đi ngang qua đó, chúng nó thấy Quỳnh Nương trong mình có đeo bông vòng kiền chuỗi, đồ nữ trang rất nhiều, trong bọn ấy có tên Trương Mỗ là người hung bạo, thấy của nhiều bèn mong sanh thói dữ, nó mới tính với hai tên kia rằng:

- Vả ba anh em đi mua heo làm thịt mà bán một ngày lợi có bao nhiêu, chi bằng chận người này mà giựt đồ nữ trang đây thì cũng hơn cái lợi 10 ngày buôn bán.

---

[1] Ông cô: là cha mẹ chồng.   *[chú thích của dịch giả]*

[2] Cạo heo: chỉ chung công việc làm thịt heo (còn gọi *hàng heo*), bao gồm thọc huyết để giết heo, đổ nước sôi lên mình heo, rồi dùng dao *cạo* lông cho sạch.

Còn Quỳnh Nương thấy 3 bợm ấy, coi bộ không vừa, bèn cổi[1] hết đồ mà giấu trong mình. Ba bợm ta xốc tới đè Quỳnh Nương xuống lục lưng lấy hết đồ nữ trang, Quỳnh Nương tiếc của giành lại chẳng buông, tên Trương Mỗ thấy giành giựt lôi thôi, sợ e có người đi đến gặp chăng, bèn lấy dao cạo heo mà chặt tay Quỳnh Nương đau lắm té nhào trong bụi, 3 bợm lấy hết đồ rồi bỏ đó đi mất, khi Tấn An chạy đến thấy Quỳnh Nương nằm đó máu ra lai láng bất tỉnh nhơn sự, thất kinh bèn chạy trở lại báo cho Huỳnh Thiện hay cả nhà đều rộn ràng bèn đam kiệu đi khiêng nàng về, coi lại thì cái tay bị chém đứt thấu xương gần muốn rớt, lật đật rước thầy thuốc đến điều trị, rồi đó Huỳnh Thiện bèn làm đơn vào phủ khóc lạy Bao Công. Bao Công xem đơn rồi đòi Tấn An vào hỏi nó có biết mặt 3 người ấy chăng? Tấn An thưa rằng:

- *Lạ mặt không biết là ai, song nhắm hình dạng thì giống là quân cạo heo.*

Bao Công mới nghĩ rằng: "*Nếu như vậy thì chúng nó chẳng phải ở xa.*" Bèn dạy Huỳnh Thiện về lấy một cái áo vẫn chấm máu đam đến mà chẳng cho ai hay, lại bắt một tên dân phu cho mặc cái áo màu ấy rồi dạy tên công sai là Huỳnh Thắng dắt người ấy đi cùng các nẻo đàng mà rao rằng:

- *Khi ban mai này ta đi ngang qua chỗ rừng Chi Lâm thấy có 3 người hàng heo bị ăn cướp đánh, một người bị giết thác còn hai người chạy mất.*

Huỳnh Thắng vâng lịnh, đi ra khắp cùng đàng, lúc đi ngang qua nhà Trương Mỗ mà rao, thì có vợ Trương Mỗ là A Châu chạy ra đón mà nói rằng:

---

[1] Cổi: cũng viết là *cởi*.

- Sớm mai này có chồng tôi đi mua heo song không biết đi với ai, đến bây giờ sao chưa thấy về mà cũng không biết ai mà hỏi thăm, bị ăn cướp đánh ấy, hoặc là chồng tôi chăng.

Và nói và khóc. Huỳnh Thắng nghe biết chắc là vợ một trong 3 bợm ấy, bèn giả vào quán rượu ngang cửa đó uống rượu cầm chừng mà đợi. Trời vừa đúng ngọ, tên Trương Mỗ đắc ý ngỡ là chẳng ai hay biết, len ten gánh heo về nhà, bị Huỳnh Thắng xốc ra bắt trói dẫn về cho Bao Công. Bao Công dạy xét trong mình nó thì đồ nữ trang hãy còn. Bao Công mới nói với nó rằng:
- Trong bọn mi 3 đứa, mi chỉ ra cho hết thì ta sẽ tha mi.

Trương Mỗ liền khai rằng:
- Hai người kia có 1 người họ Lưu với một người họ Ngô cũng là hàng heo.

Bao Công liền sai Huỳnh Thắng đi bắt hết hai người ấy đến, rồi đam hết cả 3 ra tra tấn, chúng nó đều xưng ngay, xét lại trong mình chúng nó thì đồ nữ trang hãy còn đủ. Bao Công bèn giao lại cho Huỳnh Thiện lãnh đam về còn 3 tên cướp ấy đều bị làm án xử tử. Sau lại Trần Quỳnh Nương nhờ thầy thuốc hay cứu chữa chỗ vít chém mới lành, từ đó vợ chồng ăn ở với nhau thuận hòa như trước.

28. Xử Án Tình Cờ

Bao Công thường hay đi tuần tra các xứ, ngày kia đi ngang qua chỗ rừng vắng, bỗng thấy có một đàn ruồi bay ngang qua, trước đầu ngựa. Bao Công sanh nghi bèn sai tên lính lệ là Lý Bửu bắt mò theo bầy ruồi mà coi, hoặc có ai bị giết bỏ thây lối rừng này chăng? Lý Bửu vâng lịnh tuốt theo bầy ruồi, theo đến chỗ chùm cây rậm, thấy có một cái thây nằm chết trong bụi, nhan sắc chưa đổi, hình như mới chết, Lý Bửu bèn quày quả về báo với Bao Công. Bao Công bèn khiến Lý Bửu dắt đàng đi đến đó khán nghiệm, đến nơi coi thì trong mình cái thây ấy không có vật chi, duy có một con dấu nhỏ để đóng in vải, đeo trong mình. Bao Công mở lấy con dấu để trong đãy, rồi dạy quân chôn cái thây đó đi, xong rồi lên ngựa thẳng đến huyện Trần Lưu, đến nơi quan Huyện ra tiếp rước vào nhà quán dịch nghỉ ngơi. Ngày thứ hối quân dọn dẹp nha môn rồi rước Bao Công đến. Bao Công vào nha xem xét các việc xong rồi mới nghĩ thầm trong bụng rằng: "Chỗ cái thây bị giết ấy với huyện này thì cũng chẳng bao xa, vả lại cũng chẳng lâu chi, thì ắt đứa gian ấy vẫn còn ở nội thành này." Bèn kêu nha lệ mà nói dối rằng:

- Nội thành này mi biết có tiệm nào bán vải tốt, mi đi đòi đến đây, vì ta có ý muốn kiếm vải tốt mà mua.

Tên nha lệ vâng lịnh đi kêu đặng tên Trương Khải là người trữ đủ các thứ vải tốt đến. Bao Công bèn hỏi rằng:

- Ngươi là người buôn lớn, những vải của ngươi trữ, bởi đâu mà đến?

Trương Khải bẩm rằng:

- Nội tỉnh Hà Nam này đều có vải tốt, duy có tiệm tôi trữ đủ thứ vải, bất kỳ vải xứ nào đến tôi cũng trữ hết.

Bao Công nói:

- Vậy thì ngươi đam mỗi thứ một cây cho đủ các thứ vải của ngươi trữ trong nhà cho ta lựa, thứ nào đành bụng thì ta mua.

Trương Khải lãnh mạng, về nhà mỗi thứ vải đều lựa một cây mà đam đến. Bao Công coi hết các thứ vải, thấy một cây vải kia có đóng in hiệu, phù hạp với con dấu hiệu mình đã lấy đặng nơi cái thây bữa nọ, bèn giả chước nói rằng:

- Mấy thứ vải kia ta không muốn, duy có thứ này ta muốn mua chừng vài chục cây, chẳng hay mi còn đủ chăng?

Trương Khải bẩm rằng:

- *May quá! Vải này tôi mới mua cách ít bữa đây, của người bên huyện Thái Khương tên Lý Tam đam qua, tôi mới mua chưa bán cây nào, như quan trên muốn mua thì tôi sẽ đam đến đủ mười hai cây.*

Bao Công lại nói:
- *Vậy thì ngươi dắt người bán vải ấy lại chơi luôn thể.*

Trương Khải về tiệm nói với Lý Tam rồi, hai người vác vải đến nha. Bao Công coi đi coi lại cái hiệu mười hai cây vải đều giống y như cái con dấu hiệu của mình, bèn hỏi rằng:
- *Bọn đi bán vải với mi có mấy người?*

Lý Tam bẩm rằng:
- *Có bốn người.*

Bao Công lại hỏi:
- *Còn ở tại tiệm chăng?*

Lý Tam bẩm rằng:
- *Còn đủ.*

Bao Công bèn sai đòi đến hết, rồi vuốt râu mà cười rằng:
- *Chúng bây đã cướp vải rồi lại giết người bỏ thây nơi rừng vắng, nay tang tích đã rõ ràng phải khai ngay, kẻo ta chẳng thứ.*

Lý Tam nghe nói thất thanh, song còn nói gượng rằng:
- *Vải này thiệt là của tôi mua đam đến đây mà bán, chớ chẳng có cướp giựt của ai.*

Bao Công mới lấy con dấu hiệu ra dạy quân lệ đam đọ với hiệu vải của Lý Tam đều y nhau hết, chẳng sai chạy chút nào. Lý Tam cứ kiếm điều chối cãi Bao Công nổi giận hét quân lệ đam chúng nó ra tra tấn; chúng nó hoảng kinh bèn xưng thiệt. Bao Công bèn làm án trảm quyết Lý Tam là tên đầu đảng, còn ba tên kia đều đày ra biên địa. Sau thám đặng xứ sở người bị giết ấy, bèn sai đòi người con đến mà giao hết những vải lại. Chừng ấy người con mới biết rằng cha mình bị ăn cướp giết đi bèn rống khóc một hồi, rồi lạy tạ Bao Công xin lấy cốt cha đam về quê quán mà chôn.

29. Án Ăn Cướp Ngỗng

Huyện Đồng An có tên Củng Côn vợ là Lý thị, nhà giàu có lớn mà tánh hay hà tiện, bữa kia cha vợ là Lý trưởng giả ăn ngày sanh nhựt, Củng Côn mới sai tên đầy tớ là Trường Tài đam lễ vật qua cung hạ[1], lúc sai đi lại dặn rằng:

- Mấy vật khác để cho ổng lấy, còn con ngỗng này thì mi phải làm thế nào cho ổng đừng lấy đặng đam về cho ta.

Trường Tài vâng dạy ra đi, qua đến nơi Lý trưởng giả thấy lễ vật thì mằng lại hỏi:

- Sao chủ mi không qua mà uống rượu?

Trường tài nói:

- Chủ tôi mắc bận bịu việc nhà đi không đặng, nên mới sai tôi.

Trưởng giả bèn kêu đầy tớ ra mà nói rằng:

- Đồ của rể tao gởi qua đó, bây coi món nào lấy một hai món lấy thảo mà thôi, còn bao nhiêu bảo Trường Tài nó đam về cho chủ nó.

Tên đầy tớ ra coi, thấy lễ vật chẳng có món nào cho đáng, duy có con ngỗng, bèn bắt con ngỗng đam vào. Trường Tài thấy bắt con ngỗng thì rầu rĩ quá sức, vì sợ về bị chủ rầy, nên buồn bực ngồi đứng không yên, uống ít chén rượu rồi quảy giỏ không mà về, và đi và sợ, về đến xóm kia ở gần thành cách chừng vài dặm, thấy có một bầy ngỗng đang ăn cỏ dưới ruộng, ngó bốn phía không thấy ai, bèn lựa ngỗng lớn bắt một con đam xuống ao mà nhúng lông lá ướt mềm, bùn lấm lem luốc, rồi bỏ vào giỏ mà quảy đi; chẳng dè đứa chăn ngỗng ấy tên là Chiêu Lộc lúc ở ngoài ruộng mà về thì gặp Trường Tài quảy giỏ không, đến khi trở ra thấy trong giỏ Trường Tài có ngỗng thì biết là ngỗng của mình, bèn chạy theo kêu lại, Trường Tài chẳng thèm ngó lại, cứ xăm xúi đi mãi, đi đặng một khúc đàng

---

[1] Cung hạ (恭賀): cung kính chúc mừng.

bỗng có chủ nhà của Chiêu Lộc đi chợ về, Chiêu Lộc bèn kêu chủ mình mà nói rằng:

- *Người đi trước đó nó ăn cắp ngỗng của mình, nó quảy đi đó, chận nó lại.*

Người chủ nghe nói bèn chận bắt Trường Tài lại. Trường Tài để giỏ ngỗng xuống mà nói rằng:

- *Chú vô phép quá, can cớ chi mà chú bắt tôi.*

Người chủ nói:

- *Đang giữa ban ngày mà mi ăn cắp ngỗng của ta, còn nói không can không cớ.*

Hai người giành giựt cãi lẫy om sòm , người đi đàng thấy vậy đứng coi rất đông, có kẻ lại nói với người chủ rằng:

- *Hai đàng nói rằng ngỗng của mình hết, thì biết chắc là của ai, vậy thì đam thả vào bầy nó, như nó nhập bầy với nhau thì phải của chú, bằng nó không nhập bầy thì là ngỗng của Trường Tài.*

Trường Tài nói:
- *Mấy ông nói nhằm lẽ quá, vậy thì xin đam thả mà coi.*

Lúc đam thả vào bầy, mấy con ngỗng kia thấy

con ngỗng nọ mình mấy lông lá bùn lấm chèm nhèm, tưởng không phải một bọn với mình, nên xúm nhau rượt cắn không cho nhập bầy, mấy người đi đường đều nói là ngỗng của Trường Tài, lại mắng thầy trò Chiêu Lộc nhìn bậy. Người chủ lại chưởi mắng Chiêu Lộc. Chiêu Lộc nói:

- *Tôi lúc về nhà thì gặp va quảy giỏ không, khi trở ra ruộng vừa thấy va ở dưới ruộng bước lên có ngỗng trong giỏ thì chắc là ngỗng của mình, sao nó lại chẳng nhập bầy.*

Lúc đang cãi lẫy bỗng có ông Bao Công đi ngang qua đó thấy vậy hỏi ra hai đàng thì mới biết là sự giành ngỗng bèn coi lại con ngỗng, rồi nghĩ rằng:

- *Không lẽ Trường Tài đang giữa ban ngày mà dám bắt trộm ngỗng của người ta.*

Mới lập một kế, bèn dạy quân đem ngỗng về nha, còn mấy người kia thì bảo về hết rồi mai sớm đến tại nha mà hầu, hai đàng vâng lịnh ra về. Sáng ngày ra hai đàng đến đủ. Bao Công dạy đam con ngỗng ra rồi nói rằng:

- *Con ngỗng này quả thiệt của Chiêu Lộc.*

Trường Tài bèn bẩm rằng:

- *Hôm qua có mấy người đi đường cũng đều biết là của tôi, nay quan trên lại đoán rằng của va, thiệt ức tôi quá.*

Bao Công nói:

- *Mi ở trong thành nuôi ngỗng thì phải cho ăn bằng lúa, còn Chiêu Lộc nó ở chốn quê mùa thả ăn ngoài ruộng, thì nó ăn những là rau cỏ, mà phàm ăn lúa thì ỉa phẩn phải vàng, còn ăn rau thì phẩn xanh, nay con ngỗng này ỉa ra phẩn xanh thì quả là của Chiêu Lộc, người còn dám tranh sao?*

Trường Tài bẩm rằng:

- *Nếu như ngỗng của va, sao hôm qua thả nó vào bầy mấy con ngỗng kia không chịu, cứ rượt cắn hoài.*

Bao Công giận nạt lên rằng:

- *Mi đam nhúng dưới bùn, lông lá ướt mem, bùn lấm tèm lem, bầy ngỗng kia thấy lạ, lẽ nào không rượt.*

Trường Tài nghẹn họng hết lời chối cãi, Bao Công bèn dạy quân đam Trường Tài ra đánh 20 roi rồi đuổi đi, còn ngỗng thì giao lại cho Chiêu Lộc lãnh lấy đam về. Cả huyện nghe xử, thảy đều khen ngợi.

30. Làm Ơn Mắc Oán

Thuở xưa tại quận Đằng Châu có một chỗ gọi là Thị Đầu Trấn, dân cư đông đảo, không đủ đất mà ở, đến đỗi phải cất nhà sàn dài theo mé sông mà ở, nhưng mà dân tình xứ ấy người lành thì ít, kẻ dữ thì nhiều, duy có một người ở xóm phía Đông, tên là Thôi trưởng giả[1], ưa làm lành ham bố thí, ít hay tranh tụng với ai, vợ là Trương thị, tánh cách ôn nhu, ở ăn cần kiệm, sanh đặng một đứa con trai, tên là Thôi Khánh, tuổi vừa 18, mà bổn tánh thông minh, say mê mùi đạo, học hành giỏi, thi phú thông, vợ chồng Thôi trưởng giả xem như châu báu.

Ngày kia có một ông thầy chùa đến nhà mà phú quyến, và nói rằng:
- *Tôi tu tại Ngũ Đài San, nhơn vân du mà đến đây, nghe đồn ông là người háo thiện, nên ghé vào mà xin nhờ một bữa cơm chay.*

Thôi trưởng giả rước vào trung đường mời ngồi, rồi lạy và nói rằng:
- *Tôi không dè thầy đến đây, thất việc nghinh tiếp xin thầy thứ tội.*

Ông thầy chùa liền đỡ dậy và nói rằng:
- *Tôi có ý đến đây cho biết viên ngoại, vì nghe đồn đã lâu, xin viên ngoại chớ làm như vậy.*

Trưởng giả cả mừng, liền hối gia đinh dọn cơm chay mà thết đãi ông thầy chùa rất hậu. Lúc đang ăn uống, ông trưởng giả bèn hỏi ông thầy chùa rằng:
- *Chẳng hay thầy đến đây có việc chi chăng?*

Thầy chùa nói:

---

[1] Bản in gốc lúc thì ghi là *trưởng lão* (長老), lúc thì ghi là *trưởng giả* (長者) - ở đây dựa theo bản chữ Hán trong ***wikisource***:
https://zh.wikisource.org/zh-hant/百家公案/059
sửa tất cả lại thành *trưởng giả*.

- *Tôi nhơn vân du các xứ mà đến đây, muốn vào ra mắt viên ngoại[1] mà bẩm một chuyện.*

Trưởng giả nói:
- *Như thầy muốn hóa duyên hay là hóa trai lương[2] tôi chẳng hề dám tiếc.*

Thầy chùa nói:
- *Ấy là viên ngoại có lòng tốt, tôi rất cám ơn, nhưng mà tôi đến đây chẳng phải là có ý hóa duyên, nhơn vì thấy trong xứ này chẳng bao lâu đây sẽ có nước lụt, nên đến mà nói trước cho viên ngoại hay, đặng có sắm thuyền bè mà lánh nạn, duy có bấy nhiêu đó mà thôi, chớ chẳng có sự chi khác nữa.*

Trưởng giả nghe nói cảm tạ chẳng cùng, rồi lại hỏi rằng:
- *Chẳng hay cái thủy nạn ấy chừng nào sẽ thấy?*

Thầy chùa nói:
- *Phải coi chừng nơi đường phía Đông có con sư tử bằng đá, chừng nào máu con mắt chảy ra thì phải sửa soạn cho sẵn mà lánh nạn.*

Trưởng giả nói:
- *Nếu có đại tai như vậy thì tôi phải nói cho làng xóm đặng hay.*

Thầy chùa cười rằng:
- *Trong làng của ông đây đều là người làm dữ, họ có tin ở đâu, phòng nói cho mất công, còn viên ngoại có tin tôi mà lánh cái nạn này, thì cũng chẳng khỏi cái ách khác nữa.*

      [Trưởng giả nói . . .

      Thầy chùa nói:][3]

- *Không hại chi, hãy đam giấy bút ra đây, tôi viết cho vài câu thì rõ.*

---

[1] Viên ngoại (員外): tiếng dùng để gọi những người giàu có (phú hào) mà không có chức vị gì.

[2] Hóa trai lương: *hóa trai* là (nói về các nhà sư) đi xin cơm ăn mỗi ngày, lương (糧) là thức ăn khi đi đường, như trong *lương thực*, với *thực* (食) là thức ăn khi ở nhà.

[3] Ở đây ngờ là bản gốc in thiếu mất một câu nói của trưởng giả.

Trưởng giả bèn hối gia đình đam giấy mực ra, ông thầy chùa tiếp lấy rồi viết ra 4 câu như vầy:

> *Đương cơn nước lụt nổi ba đào*
> *Thấy vật phải toan cứu khỏi mau*
> *Bằng gặp người ta đừng cố tới*
> *Ơn đam cừu trả há nài sao.*[1]

Viết rồi liền trao cho trưởng giả. Trưởng giả xem qua lật lại một hồi lâu mà không hiểu chi hết. Ông thầy chùa lại dặn rằng:

- *Hãy xem cho kỹ rồi cất lấy để dành ngày sau sẽ rõ.*

Nói rồi liền đứng dậy từ giả ra đi. Trưởng giả lấy ra mười lượng bạc ròng mà đền ơn. Ông thầy chùa từ chối không chịu lấy, lại nói rằng:

- *Tôi là người tu hành vân du khắp xứ, dẫu có bạc tiền thì có chỗ đâu mà cất.*

Nói rồi quày quả ra đi. Trưởng giả đưa ông thầy chùa đi rồi, bèn trở vào nhà mà nói cho vợ hay, rồi mướn thợ mộc đóng hơn mười mấy chiếc thuyền rất lớn. Thiên hạ thấy vậy thì hỏi đóng thuyền làm chi nhiều vậy, ông trưởng giả cũng nói thiệt rằng sẽ có nước lụt, nên đóng thuyền đặng mà lánh tai, ai nấy nghe đều cười rộ. Ông trưởng giả chẳng nói chi hết, ai chê cười mặc ý, cứ mỗi ngày sai người ra nơi đường phía Đông mà thăm chừng coi con sư tử đá có chảy máu con mắt hay chăng? Người ấy đi đã nhiều lần, lối xóm có hai tên hàng heo, thấy vậy thì hỏi, người ấy cũng cứ nói thiệt. Hai tên hàng heo đợi cho người ấy về rồi bèn nói với nhau mà cười rằng:

- *Trên đời đâu lại có người điên như vậy, trong lúc này trời đương nắng hạn, thì nước ở đâu mà lụt bây giờ, huống chi con sư tử này là vật bằng đá, thì máu ở đâu trong con mắt mà chảy ra.*

---

[1] Nguyên tác chữ Hán:

天行洪水浪滔滔	*Thiên hành hồng thủy lãng thao thao*
遇物相援報亦饒	*Ngộ vật tương viên báo diệc nhiêu*
只有人來休顧問	*Chỉ hữu nhơn lai hưu cố vấn*
恩成冤債苦監牢	*Ân thành oan trái khổ giam lao*

Bèn toa rập với nhau tính gạt chơi; đêm ấy làm heo rồi lấy huyết đam rưới vào con mắt con sư tử ấy. Sáng ra người nhà ông trưởng giả đến xem, thấy có máu chảy, liền vội vã chạy về phi báo, ông trưởng giả bèn hối gia đình lo dọn đồ đạc xuống thuyền.

Ngày ấy trời nắng chang chang, khí trời nóng nực, ông trưởng giả già trẻ cả nhà xuống thuyền vừa rồi thì trời đã huỳnh hôn; bỗng đâu mây kéo mịt trời, mưa ào xuống như xối, ba đêm ba ngày mà chẳng dứt, nước dưới sông tràn lên, chợ búa phố phường thảy đều ngập hết. Trong giây phút nhà cửa thiên hạ tiêu điều, dân sự trôi chết hơn hai vạn. Ấy là tại dân cư xứ ấy làm dữ quá lắm, cho nên Trời xuống hoành tai[1] mà hại cho tuyệt diệt, duy có vợ chồng ông Thôi trưởng giả tu nhơn tích đức vui sự làm lành, nên mới có thần nhơn giáng thế mà mách bảo trước mà cứu người lành.

Ngày ấy mười mấy chiếc thuyền của ông trưởng giả, trôi theo dòng nước ra khỏi vàm sông, bỗng thấy nơi dưới mé núi có một con vượn con bị nước lụt trôi theo dòng nước, ông trưởng giả bèn hối gia đinh đưa cần tre xuống mà vớt lên bỏ trên bờ núi, giây lát tỉnh lại chạy đi. Thuyền đi chừng một đỗi nữa, lại thấy một cây rất lớn cũng bị trốc gốc mà trôi, nơi nhánh cây lại có một ổ quạ, có mấy con quạ con bị ướt lông bay không nổi, ông trưởng giả lại khiến gia đinh vớt lên, trong giây phút khô lông mới bay đặng. Đi đến một chỗ, lại gặp một người đang bị sóng nhồi hụp lên hụp xuống, miệng thì kêu cứu om sòm, trưởng giả xem thấy, liền hối gia đinh vớt lên. Trương thị bèn cản rằng:

- *Viên ngoại đã quên lời ông hòa thượng dặn dò rồi sao?*

Trưởng giả nói:

- *Rất đỗi là loài vật, mà còn phải cứu thay, huống chi là người ta, lẽ nào chẳng thương xót đến sao.*

---

[1] Hoành tai (宏災): đại nạn, thiên tai lớn lao - *ở đây hoành* có nghĩa là to lớn, như trong *hoành tráng*.

Long Đồ Công Án

Nói rồi cũng cứ khiến gia đình lấy sào mà vớt lên thuyền, lại lấy quần áo mà cho thay đổi. Qua bữa sau trời dứt mưa, trưởng giả bèn khiến gia đồng trở về mà thăm nhà, thấy cả xứ nhà cửa tan hoang như đồng trống, duy có một mình nhà họ Thôi, tuy có bị nước ngập hư hao chút đỉnh song nhà cửa hãy còn nguyên như cũ. Gia đồng trở lại nói cho trưởng giả hay, trưởng giả bèn cho kêu thợ sửa lại, rồi dắt hết gia tiểu trở về, thấy trong xóm mười phần chết hết tám chín, trưởng giả bèn kêu người vớt đặng mà hỏi rằng:
- *Ngươi muốn về nhà ngươi chăng?*

Người ấy khóc rằng:
- *Kẻ tiểu nhơn là con họ Lưu vẫn là người hàng heo ở nơi xóm trước, tôi tên là Lưu Anh, nay bị thủy tai, cửa nhà trôi sạch, cha mẹ chết hết, nên tình nguyện theo viên ngoại mà làm tay chơn, đặng có đền ơn cứu mạng.*

Trưởng giả nghe nói rất vui lòng, bèn nói rằng:
- *Như ngươi muốn ở đây, thì ta nhận làm con nuôi, ngươi lớn tuổi hơn con ta thì ngươi làm anh cả.*

Lưu Anh lạy tạ rồi ở đó cũng đặng thong thả tấm thân.

Lần hồi ngày tháng như thoi đưa, lật đật đã đặng nửa năm. Thuở ấy tại Đông Kinh bà Quốc Mẫu là Trương nương nương làm mất ngọc ấn, không biết hạ lạc về đâu, Nhơn Tôn Hoàng Đế bèn hạ bản văn ra khắp chư châu, hễ ai biết ngọc ấn hạ lạc chỗ nào mà chỉ ra, thì đặng phong quan lớn. Đêm kia Thôi trưởng giả nằm chiêm bao, thấy thần nhơn đến mách bảo rằng:

- *Nay trào đình Đông Cung Trương nương nương làm mất một cái ngọc ấn, rớt nơi giếng lưu ly[1] phía sau cung, Thượng Đế thấy ngươi ở có âm chất[2], nên sai ta xuống đây mà mách bảo cho ngươi hay, ngươi hãy cho con ruột của ngươi xuống kinh mà chỉ cái ngọc ấn cho triều đình, đặng có lãnh tước lộc mà nhờ.*

Khi ông trưởng giả thức dậy, bèn thuật việc chiêm bao ấy cho vợ con nghe. Kế thấy gia đinh về nói rằng:

- *Tại trước nha môn quận Đăng Châu có bản văn treo khắp mấy cửa thành.*

Tên gia đinh thuật hết đầu đuôi nghe ra thì cái lời rao trong bản ấy với điềm chiêm bao của ông trưởng giả thì phù hiệp nhau lắm. Trưởng giả cả mầng, ý muốn sai con mình là Thôi Khánh xuống kinh mà chỉ ngọc ấn đặng có thọ chức. Trương thị bèn can rằng:

- *Nhà ta duy có một đứa con, lẽ đâu lại cho nó đi xa, giàu sang đều có mạng, ông nó khéo vọng tưởng làm chi.*

Lúc ấy Lưu Anh đứng một bên, nghe hai ông bà bàn luận với nhau thì bước ra mà nói rằng:

- *Tôi từ ngày mông ơn cha mẹ cứu đặng đam về, lại có lòng nuôi dưỡng, không biết lấy chi mà báo đáp cho vừa lòng; nay mà thần nhơn mách bảo như vậy, thì tôi tình nguyện đi thế cho em tôi, xuống kinh đô mà báo tin, thoảng đặng quan chức chi rồi thì tôi sẽ về đây mà nhượng lại cho em tôi.*

---

[1] Lưu ly (琉璃, lapis): tên một thứ ngọc (đá quí) trong suốt, màu lam - giếng *lưu ly* có thể đoán là giếng mà thành hay miệng giếng được làm bằng đá *lưu ly*.
[2] Âm chất: làm việc phước đức nhưng không ai biết - làm việc thiện bây giờ để con cháu về sau được hưởng sự lành thì gọi là "để *âm chất* lại cho con cháu."

Trưởng giả vui mầng, bèn lo sắm sửa hành lý và tiền bạc cho Lưu Anh để ăn đi đường.

Qua bữa sau Lưu Anh từ biệt lên đường, trưởng giả bèn dặn rằng:
- *Như may mà con có đặng việc rồi, xin chớ phụ cha.*

Lưu Anh vâng lời từ tạ ra đi.

Cách ít ngày xuống tới kinh thành, Lưu Anh bèn thẳng đến triều môn mà gỡ cái bản văn. Quân sĩ bèn bắt Lưu Anh dẫn đến nạp cho Vương Thừa Tướng. Lưu Anh vào xưng tên họ và hương quán, rồi mới nói qua việc ngọc ấn. Vương Thừa Tướng liền dạy quân đưa Lưu Anh đến nhà quán dịch ở đó nghỉ ngơi mà chờ lịnh.

Sáng ra bữa sau Vương Thừa Tướng bèn sắm sửa vào trào mà tâu việc ấy. Vua Nhơn Tôn bèn vời nương nương đến mà hỏi. Chừng ấy nương nương mới nhớ lại, nhơn lúc trung thu trăng tỏ, dẫn bọn cung nữ ra dạo chơi gần bên giếng lưu ly, chắc là rớt xuống giếng mà mình không hay. Liền khiến cung giám[1] xuống giếng mà mò, quả đặng cái ngọc ấn. Vua Nhơn Tôn bèn vời Lưu Anh vào điện mà hỏi, vì làm sao mà biết ngọc ấn ở dưới giếng. Lưu Anh chẳng giấu, bèn đam việc thần nhơn mách bảo mà tâu lại. Vua Nhơn Tôn bèn phán rằng:
- *Bởi nhà người có tính âm chất, nên mới đặng như vậy.*

Liền hạ chỉ phong cho Lưu Anh là Tây Thính Phò Mã[2], đam con gái của bà Huỳnh Hậu nương nương là Đệ Nhị Công Chúa mà gả cho Lưu Anh. Lưu Anh tạ ơn, vui mầng chẳng xiết. Triều đình lại hạ chỉ thiết lập cung phủ Phò Mã cho Lưu Anh ở. Từ đó Lưu Anh vinh hiển, quyền thế chẳng ai bì, rồi lại quên phứt cái ơn xưa nghĩa cũ đi, chẳng thèm nhớ chi đến Thôi trưởng giả.

---

[1] Cung giám (宮監): người coi sóc công việc trong cung điện vua.
[2] Phò Mã (駙馬): con rể hay anh, em rể của nhà vua. Còn đọc là *phụ mã*, có nghĩa là con ngựa đi bên cạnh xe chính hoặc đóng vào chiếc xe phụ đi kèm bên xe chính của nhà vua. Quan trông coi các xe ngựa phụ này gọi là Phụ Mã Đô Úy, và thường thì con rể hay anh, em rể của nhà vua được giữ chức này.

Nói về Thôi trưởng giả. từ ngày Lưu Anh đi rồi đã hơn hai tháng, đêm ngày huyền vọng[1] trông đợi tin chàng; xảy nghe có người ở Đông Kinh về thuật chuyện Lưu Anh, nay đã đặng làm Phò Mã sang trọng chẳng cùng. Thôi trưởng giả bèn sai gia nhơn là tiểu nhị[2] theo con mình là Thôi Khánh mà xuống kinh. Thôi Khánh lạy từ cha mẹ rồi dắt tiểu nhị, tớ thầy vầy đoàn nhắm Đông Kinh tấn phát.

Cách ít ngày đi đã đến Đông Kinh, tìm quán nghỉ ngơi. Qua bữa sau bèn hỏi thăm phủ quan Phò Mã. Bổng có người chạy vào nói rằng:
- Phía trước đây có quân nạt đường, ấy là quan Phò Mã người đi chơi đó.

Thôi Khánh bèn ra đứng một bên đường mà đợi, xảy thấy Lưu Anh đang ngồi trên ngựa, hớn hở đi tới, Thôi Khánh cố ý bước ra đón đường, muốn nhìn anh mình. Chẳng dè Lưu Anh ngó thấy Thôi Khánh thì nạt rằng:
- Thằng nào ngang dọc, dám cả gan xông pha đến trước ngựa ta, quân sĩ ở đâu, hãy bắt nó cho ta.

Thôi Khánh thất kinh, bèn nói rằng:
- Đại ca sao lại sơ nghĩa anh em sớm lắm vậy?

Lưu Anh cả giận nạt rằng:
- Ta có anh em gì với ngươi.

Chẳng để nói chi hết, hối quân trói lại đam về đánh hết mười roi lan can côn[3], thương hại cho Thôi Khánh, bị đòn thịt văng máu chảy; rồi lại giam vào ngục. Khi tiểu nhị hay đặng chủ mình bị nạn, bèn chạy đến thăm, song vào chẳng đặng. Khi Thôi Khánh vào ngục rồi, bèn đam hết tình do mà thuật cho lại cho bọn ngục tốt[4] nghe. Ngục tốt

---

[1] Huyền vọng (懸望): ước mong, trông đợi, luôn luôn nghĩ đến.

[2] Tiểu nhị (小貳): trẻ nhỏ giúp việc. - thường dùng hơn với nghĩa "người trẻ phục vụ trong nhà hàng hay quán rượu ngày xưa."

[3] Lan can côn (欄杆棍): gậy gỗ hay sắt để đánh tội nhơn, giống như cột dùng làm hàng rào (lan can.)

[4] Ngục tốt (獄卒): người coi tù, lính canh gác trong nhà giam.

thấy vậy thì thương nên chẳng khổ khắc cho lắm. Nhưng mà, Thôi Khánh là con nhà giàu sung sướng đã từng quen, nay chịu khổ sở không nổi, lúc đương đói khát, lại thèm thịt ngon. Xảy thấy một con vượn chuyền theo nhánh cây trèo tường mà vào, tay cầm một miếng thịt dê đã nướng chín rồi, đam dâng cho Thôi Khánh. Thôi Khánh thấy vậy thì lại nghĩ rằng: "*Đây chắc là con vượn mà cha ta đã cứu nơi khi nước lụt.*" Bèn tiếp lấy miếng thịt mà ăn. Con vượn ấy đi rồi ít ngày lại đam đồ ăn đến mà dâng hoài, chẳng hề dứt. Ngục tốt thấy vậy bèn hỏi Thôi Khánh. Thôi Khánh thuật hết lai do. Ngục tốt bèn than rằng:

- *Rất đỗi là loài vật còn biết nghĩa mà đền, huống chi người sao lại chẳng bằng.*

Ngày kia lại thấy bầy quạ bay đến đậu vây theo ngục kêu tiếng thảm thiết, nghe ra rất buồn. Thôi Khánh nghi chắc là bầy quạ của cha mình đã cứu, bèn kêu mà nói rằng:

- *Quạ ôi quạ, như mi có thương ta thì xin làm ơn đam thơ giùm về cho cha ta.*

Bầy quạ hiểu ý bèn bay xuống đậu nơi trước mặt, Thôi Khánh bèn hỏi ngục tốt mượn giấy mực viết một phong thơ, rồi buộc vào chơn con quạ. Con quạ thấy buộc thơ rồi vùng bay bổng đi cách ít ngày đã bay đến nhà; nhằm lúc vợ chồng Thôi trưởng giả đang ngồi trước sân mà trông tin con, bỗng thấy con quạ ở đâu bay tới đáp xuống gần một bên mình. Trưởng giả lấy làm lạ, coi lại thì thấy nơi chơn con quạ có buộc một phong thơ, bèn mở ra xem, thì thấy rõ ràng bút tích của con mình, gởi về mà thuật việc Lưu Anh phụ nghĩa, bắt cầm vào ngục khổ sở nhiều bề. Trưởng giả đọc rồi vùng khóc rống lên; Trương thị thất kinh hỏi thăm duyên cớ. Trưởng giả thuật hết đầu đuôi. Trương thị cũng khóc mà trách chồng rằng:

- *Lúc nọ tôi đã biểu ông đừng cứu nó, ông chẳng nghe lời tôi, nay quả nhiên nó lấy ơn làm cừu mà hãm hại con tôi nơi vòng luy tiết, vậy thì liệu làm sao mà cứu con trẻ bây giờ.*

Trưởng giả nói:

- Rất đỗi là cầm thú còn biết ơn mà trả, huống chi nó là loại người, sao mà phi nghĩa lắm vậy, việc này tôi phải tuốt xuống Đông Kinh mà dọ coi mới xong.

Trương thị nói:
- Con tôi đã bị khổ sở, ông phải đi cho kíp, chớ khá dần dà.

Qua bữa sau ông trưởng giả bèn sắm sửa hành lý từ biệt vợ con tuốt xuống kinh sư.

Chừng mấy ngày đi đã đến nơi, bèn tìm chỗ nghỉ ngơi cơm nước, ngụ đó một đêm, sáng ra thức dậy sớm, tính đi ra đường hỏi đon[1] tin tức, xảy thấy gia nhơn của mình là tiểu nhị, áo quần xơ xải đang đi ăn xin, trưởng giả bèn kêu lại. Tiểu nhị thấy chủ mình, thì chạy lại ôm mà khóc ròng. Trưởng giả rất nên thảm thiết, bèn hỏi lại căn do. Tiểu nhị liền đam hết đầu đuôi các việc mà thuật lại một hồi. Trưởng giả chưa tin ý muốn tuốt vào trong phủ cho thấy mặt Lưu Anh, coi ra thể nào cho biết. Tiểu nhị kéo lại không cho đi, e bị độc thủ. Bỗng nghe người nói:
- Phò Mã đi tới kia cà.

Ai nấy đều tránh hết, duy có một mình ông trưởng giả đứng lại mà chờ.

Lưu Anh vừa đi tới, trưởng giả bèn kêu rằng:
- Bớ Lưu Anh nay con đặng hưởng chữ sang giàu, sao con không nghĩ tới cha.

Lưu Anh nghe kêu, bèn ngó nghiêng một cái, biết là Thôi trưởng giả song chẳng thèm nhìn, cứ giục ngựa xăm xăm đi riết. Trưởng giả bèn chạy theo phía sau, song theo không kịp, Lưu Anh đi tuốt vào phủ hồi quân đóng cửa lại. Trưởng giả tức mình bèn nói rằng:
- Mi chẳng nhìn tới cha con ta thì thôi, mặc ý mi, sao mi lại bắt con ta mà cầm ngục, khổ sở nhiều bề ta há dễ nhịn thua hay sao.

---

[1] Đon: cặn kẻ, mau lẹ, lăng xăng, như hỏi đon là hỏi han lăng xăng, đon đả là chào hỏi sốt sắng.

Long Đồ Công Án

Liền làm trạng đến phủ Bao Công mà cáo. Nhằm lúc Bao Công đi hành hương[1] mà về. Trưởng giả bèn quì trước đầu ngựa mà dâng trạng lên. Bao Công thâu trạng rồi dắt trưởng giả về nhà mà thẩm vấn. Trưởng giả khóc lạy rồi đam hết sự tình đầu đuôi các việc mà bẩm lại một hồi. Bao Công liền dạy trưởng giả trở về chỗ ngụ mà chờ, rồi khiến công bài đi đòi ngục tốt đến nhà mà hỏi thăm có tên Thôi Khánh ở trong ngục hay chăng. Ngục tốt bèn bẩm rằng:

- *Quả có tên ấy đang ở trong ngục, bị Phò Mã bắt mà giam cầm, chẳng cho ăn uống chi hết, rất nên khổ sở.*

Bao Công nghe rõ đầu đuôi, bèn cho ngục tốt trở về, qua bữa sau bèn sai người đi thỉnh Lưu Phò Mã đến phủ mình mà ăn tiệc. Lưu Anh nghe Bao Công cho thỉnh, liền hớn hở đi qua dự tiệc. Bao Công bèn mời vào hậu đường mà thết đãi, lại dặn dò quân sĩ rằng:

- *Hôm nay ta phán đoán về sự Thôi Khánh, bọn người phải giữ gìn cửa phủ cho nghiêm, chớ cho ai vào ra xao động.*

Dặn rồi bèn đóng cửa lại, hối quân dọn tiệc ra, rượu vừa nửa chừng, lại chẳng thấy kẻ dọn châm thêm; Bao Công bèn hỏi rằng:
- *Sao chẳng đam rượu mà châm thêm?*

Kẻ dọn liền bẩm rằng:
- *Đã hết rượu rồi.*

Bao Công mỉn cười[2] mà nói rằng:
- *Nếu đã hết rượu thì đam nước lã ra đây mà châm thêm cũng tốt vậy.*

Kẻ dọn vâng lời, liền khiêng ra một thùng nước lạnh, Bao Công bèn dạy lấy chén lớn múc một chén nước lạnh trao cho Lưu Anh mà nói rằng:
- *Xin Phò Mã uống đỡ một chén.*

Lưu Anh tưởng là Bao Công khi mình, bèn nổi giận mà nói rằng:

---

[1] Hành hương: đi cúng chùa, tới chùa thắp hương (nhang) lạy Phật.
[2] Mỉn cười: cũng viết là *mỉm cười*, hơi hé môi để cười (không thành tiếng.)

- Bao Thái Doãn sao khi ta lắm vậy? Nội trong trào, những các quan cao sang cả, có ai mà dám chẳng vì chẳng kính đến ta, sao ngươi dám mời ta đến đây, lấy nước lã làm rượu mà đãi ta thể ấy?

Bao Công nói:

- Xin Phò Mã chớ chấp, những quan khác thì cung kính Phò Mã, chớ tôi đây thiệt chẳng kính, trong lúc tháng Sáu rồi đây, một sông nước ngài còn uống đặng, huống chi nay có một chén, lẽ nào mà uống chẳng đặng sao.

Lưu Anh nghe nói giựt mình tay chơn bủn rủn. Xảy thấy Thôi trưởng giả bước ra chỉ mặt Lưu Anh mà mắng rằng:

- Loài vong ân phụ nghĩa, nay mi đã phụ ta, thì ngày sau mi ắt phụ triều đình; xin đại nhơn làm chủ mà xử đoán cho tôi nhờ.

Bao Công liền nạt quân bắt Lưu Anh trói lại, lột áo mão ra rồi đè xuống đánh 40 côn, dạy phải khai cho thiệt. Lưu Anh biết mình ở quấy, nhắm chối không khỏi, bèn tỏ hết chơn tình, chiêu khai minh bạch. Bao Công liền hối quân đóng gông lại đam giam vào ngục.

Sáng ra bữa sau, Bao Công bèn cụ sớ vào trào mà tâu hết các việc. Vua Nhơn Tôn liền cho đòi trưởng giả vào trào mà thẩm vấn. Trưởng giả bèn đam hết đầu đuôi mà tâu lại một hồi, Nhơn Tôn khen rằng:

- Ngươi là người trọng nghĩa như vậy thì con của ngươi đáng thọ tước lộc, ngày mai trẫm sẽ hạ chỉ mà phong thưởng cho.

Trưởng giả tạ ơn lui ra.

Ngày thứ Nhơn Tôn hạ chỉ phú cho Bao Công phê phán vụ ấy. Bao Công tuân chỉ bèn phán đoán như vầy:

"Lưu Anh mạo công vong nghĩa, tàn ngược bất nhơn, tội đáng xử tử, còn Thôi Khánh là con nhà lương thiện háo nghĩa, đáng phong làm Võ Thành Huyện Úy, duy có Thôi trưởng giả là người nhứt sanh hảo thiện, phải khiến quan Hữu Tư lập nghĩa phường mà khen tặng người lành."

Bao Công phê phán rồi, liền cho thỉnh Thôi Khánh ra, cấp ban áo mão và văn bằng cho đi phó nhiệm, cha con Thôi trưởng giả mừng rỡ tạ ơn, lui ra sắm đồ hành lý nội ngày ấy đến nơi chỗ nhiệm, làm quan thanh chánh[1], vui sướng trọn đời sanh con đẻ cháu liền liền, doi[2] nối một nhà lương thiện. Còn Lưu Anh thì bị xử trảm. Ấy nên để làm gương cho những kẻ vong ơn phụ nghĩa.

31. Rùa Bò Vào Giếng

Thuở ấy tại đất Chiết Tây có một người họ Các tên Hồng nhà giàu có lớn, mà Các Hồng tánh tình từ thiện, nhơn đức cho đến loài vật. Ngày kia có một ông già xách một giỏ rùa đến bán. Các Hồng hỏi rằng:

- *Rùa này ở đâu mà ông bắt đặng vậy?*

Ông già nói:

- *Hôm nay tôi đi ngang qua miếu Long Vương gặp trọn một hang, nên tôi bắt hết đam đến đây cho cậu.*

Các Hồng nói:

- *Ông có lòng đam đến đây mà bán cho tôi, vậy thì tôi phải mua hết cho ông.*

Giá cả xong rồi, bèn khiến gia đinh đam nhốt nơi sau nhà bếp đặng để dành mà đãi khách.

Đêm ấy Các Hồng nhơn có việc chi đó, bèn xách đèn đi xuống nhà bếp, bỗng nghe như có tiếng người than khóc. Các Hồng lấy làm lạ,

---

[1] Thanh chánh: thanh liêm và chánh trực. Bản gốc in là *than chánh*, không rõ là gì, nghĩ là in sai.

[2] Doi: làm theo, bắt chước, dùng như *noi* - chẳng hạn *doi theo* là noi theo.

mới nghĩ thầm rằng: "Chừng này thì gia đinh đã ra ngoài mà nghỉ hết rồi, sao lại có tiếng ai than khóc vậy cà!" Bèn đi lần tới, thì nghe tiếng khóc ấy ở trong lu nước. Các Hồng liền dở lu nước ra mà coi, mới hay tiếng than khóc ấy là rùa. Các Hồng thấy vậy thì chẳng nỡ làm thịt mà ăn, chờ cho sáng ra mới khiến gia đinh đam hết bầy rùa ra nơi miếu Long Vương mà thả hết nơi dưới đầm.

Nguyên Các Hồng có một người anh em bạn tên là Đào Hưng ở nơi phía Đông Ấp, người ấy tánh tình lang độc miệng lưỡi chẳng ai tày, nhơn thấy Các Hồng có tiền nên thường hay bợ đỡ Các Hồng mong gạt Các Hồng mà lấy của, nhưng mà Các Hồng không ngờ, tưởng là người chơn chất mà thôi. Ngày kia Các Hồng cho mời Đào Hưng đến, bày tiệc ăn uống với nhau, rượu vừa xoàng xoàng[1] Các Hồng bèn nói rằng:

- *Ta nhờ của tổ phụ để lại, của tiền cũng dư dả ít hơi[2], nay ta ý muốn mua hàng hóa chở qua Tây Kinh, trước bán buôn sau chơi luôn thể, ngặt e vì đường sá xa xuôi, không ai bậu bạn, muốn cậy em đi theo chơi cho có bạn, chẳng hay ý em thể nào?*

Đào Hưng nghe rủ thì mằng lắm, vì gặp dịp tiện cho mình, bèn giả ý cười mơn mà nói rằng:

- *Nay anh muốn đam em qua đất Tây Kinh, dẫu gặp cơn nước lửa em cũng chẳng nài, xin anh chớ ngại.*

Các Hồng nói:

- *Vậy thì tốt lắm, nhưng mà từ đây cho tới bến đò Lư Gia, phải đi bộ hết bảy ngày, thì mới xuống thuyền mà đi đặng, vậy thì em hãy đi trước, xuống tới bến đò Lư Gia mà chờ anh, để anh sắp đặt việc nhà yên rồi anh sẽ đi sau.*

Đào Hưng từ giã đi liền. Chừng Các Hồng trở vào nhà trong, vợ là Tôn thị hay đặng việc ấy, ý muốn cản trở, ngặt vì Các Hồng đã cho

---

[1] Xoàng xoàng: chếnh choáng, hơi say, cùng nghĩa với *xình xoàng*. *Xoàng xoàng* còn có nghĩa khác là *hơi "xoàng"*, với *xoàng* là tầm thường, không đáng kể.
[2] Ít hơi: một chút, chút ít, chút đỉnh.

chở hàng hóa đi trước rồi. Khi Các Hồng sắm sửa gần đi, Tôn thị lại khuyên cản chồng rằng con còn nhỏ dại lắm, Các Hồng nói:

- *Ý ta đã quyết nàng chớ cản trở làm chi, lâu thì một năm, mau chừng sáu tháng, ta cũng trở về, nàng ở nhà duy phải giữ gìn nhà cửa cho cẩn thận, săn sóc lấy con thơ, việc chi khác nữa thì ta chẳng cần dặn bảo.*

Nói dứt lời rồi, liền từ giã ra đi, Tôn thị không biết nói làm sao phải lau nước mắt mà trở vào nhà trong.

Nói về Đào Hưng, ở tại bến đò Lư Gia mà đợi hơn 7 ngày, Các Hồng mới đến, Đào Hưng cả mừng, bèn lo chở hàng hóa xuống thuyền, rồi mới sanh một kế, nói với Các Hồng rằng:

- *Hôm nay trời đã tối rồi, vậy thì anh em ta đi tới xóm trước đây, uống chơi ít chén rồi trở về mà nghỉ, đặng sáng mai có lui ghe cho sớm.*

Các Hồng không dè là kế, bèn đi theo Đào Hưng đến trước xóm, vào tiệm Huỳnh Gia mua rượu mà uống. Đào Hưng cố ý khuyên mời, Các Hồng uống luôn ít chén thì đã say mèm, trời vừa chạng vạng[1], Đào Hưng hối thúc biểu về, Các Hồng say vùi, song cũng gắng gượng đi theo Đào Hưng mà về. Đi đến Tân Hưng Dịch, bên đàng có một cái giếng xưa sâu không thấy đáy, Đào Hưng mới nghĩ thầm rằng: "*Chỗ này phải chỗ cho ta ra tay lắm.*" Nhắm nhía 4 phía không ai, bèn ra sức xô Các Hồng xuống đó. Các Hồng phần thì say rượu, phần bị thình lình trở tay không kịp, nên phải té nhào xuống giếng. (*Thương hại cho Các Hồng, trọn đời ở ăn lương thiện, nay trong một phút mà tử ư phi mạng[2].*) Còn Đào Hưng khi hại đặng Các Hồng rồi, liền trở về thuyền mà ngủ, sáng ra bữa sau hối bạn trương buồm đi tuốt.

---

[1] Chạng vạng: lúc trời sẩm tối.
[2] Tử ư phi mạng (死於非命): chết oan - *tử* là chết, *ư* là tiếng đệm như ở, cho, lúc, tại, v.v. ..., *phi mạng* là không phải số mạng của mình - ý nói chết một cái chết oan uổng, không đáng chết mà lại chết.

Khi đến Tây Kinh, hàng hóa bán đắt, chẳng mấy ngày bán đã sạch trơn, tính lại thì lời gần thập bội, bèn sắm sửa trở về. Khi về đến nhà rồi, để tiền bạc lại cho mình phân nửa, còn phân nửa thì đam qua mà giao cho vợ Các Hồng. Tôn thị bèn hỏi rằng:

- *Chú nó đã về đây, còn anh chú sao chưa về?*

Đào Hưng nói:

- *Anh tôi tánh hay ham vui, hễ gặp quán thì ghé vào uống rượu, gặp xứ nào vui vẻ, thì nán lại dạo chơi, khi đến Biện Hà, lại gặp người quen, bèn dắt nhau đi chơi, tôi đợi không đặng, ảnh sợ tôi phiền, nên biểu tôi đam tiền bạc về trước mà giao cho chị.*

Tôn thị nghe nói thì tin, lại hối gia đinh dọn tiệc rượu thết đãi, ăn uống rồi từ giã ra về.

Cách vài bữa sau, Đào Hùng muốn cho êm việc ấy, tìm mồ mã người chết mới chôn, lén đào lên lấy thây đam bỏ dưới sông Biện Hà, lại lấy cái túi gấm của Các Hồng ngày thường hay buộc theo mình, mà buộc vào lưng cái thây ấy, qua bữa thứ ba bèn tuốt qua nhà Các Hồng mà nói với Tôn thị rằng:

- *Mấy bữa rày rồi mà anh tôi không về, tôi mới nghe những người qua lại họ đồn rằng có một cái thây chết trôi, tấp nằm trên bãi cát, hoặc là ảnh đó chăng, chị hãy sai người đi coi thử, có phải hay không.*

Tôn thị nghe nói thất kinh, liền sai gia đinh đi coi thì té ra mặt mày đã khác nhìn không ra (*thường hễ chết trôi thì cái thây thiệt khó nhìn.*) Song lục trong mình thì thấy có mang một cái túi gấm, bèn mở đam về mà nói với Tôn thị rằng:

- *Chủ tôi mặt mày đã rã hết, khó nhìn cho đặng, duy thấy trong lưng có mang cái túi này, nên tôi phải mở đam về cho chủ mẫu nhìn coi.*

Tôn thị xem thấy cái túi gấm ấy thì biết của mình, bèn khóc mà nói rằng:

- *Cái túi này là của mẹ ta thêu, chồng ta đi đâu thường hay đam theo trong mình; nếu vậy thì cái thây ấy quả thiệt là chồng ta rồi.*

Nói rồi vùng khóc rống lên, rồi khiến bà con anh em sắm sửa quan mộc[1] đi vớt thây tẩn liệm đam về, lo chôn cất xong xuôi. Đào Hưng cũng tới lui giả đò lo lắng săn sóc trong ngoài, lại khuyên giải Tôn thị rằng:

- *Nay anh tôi chẳng may mà thác đi rồi dẫu chị có khóc cho lắm thì anh tôi cũng không sống đặng, vậy xin chị rán mà làm khuây, để lo coi sóc việc nhà, và nuôi dưỡng cháu tôi cho khôn lớn thì hay hơn.*

Tôn thị thấy nói cảm tình, lần hồi cũng nguôi lòng bi thảm.

Lật bật đã hơn một năm, Đào Hưng nhờ vốn của Các Hồng buôn bán lời nhiều hóa ra giàu có, lại chắc ý rằng việc ấy chẳng ai biết đặng.

Ngày kia nhằm lúc Bao Công đi vãng dân nơi đất Chiết Tây, nhơn đi đến Tân Hưng Dịch, bèn dừng ngựa vào đó mà nghỉ, đang ngồi nơi công thính[2], xảy thấy có một con rùa đen bò vào đến trước mặt, nhướng mắt dòm sửng Bao Công, dường như kiện cáo chi đó, rồi quày lại bò ra. Bao Công phát nghi, liền khiến quân công bài nom theo con rùa ấy mà coi. Tên công bài vâng

lịnh nom theo, cách nhà công thính chừng vài dặm, thấy có một cái giếng xưa đã bỏ hoang, con rùa bèn nhảy tuốt xuống giếng ấy. Quân công bài trở về bẩm lại. Bao Công nói:
- *Nếu vậy thì dưới cái giếng ấy ắt có duyên cớ chi đây.*

Liền đòi thợ lặn xứ ấy đến, rồi khiến xuống giếng mò coi, mò đặng một cái thây. Bao Công bèn dạy vớt lên cho mình khán nghiệm,

---

[1] Quan mộc (棺木): cả hai chữ đều có nghĩa là quan tài, cái hòm.
[2] Công thính (公廳): chỗ quan ngồi làm việc, nhà khách công cộng - chữ 廳 (thính) thường đọc là sảnh.

thấy nhan sắc chẳng đổi. Bao Công hỏi người trong xứ ấy, có ai nhìn biết hay chăng? Cả xóm ấy thảy đều chẳng biết. Bao Công bèn khiến quân lục hết trong mình mà coi, thấy có một cái giấy thông hành, làng xóm tên họ rõ ràng. Bao Công bèn sai Lý Nghi và Trương Triệu tìm đến xứ ấy bắt hết bà con Các Hồng đến mà tra hỏi. Mấy người bà con đều khai rằng:

- *Các Hồng hôm nọ đi ngang qua sông Biện Hà đã té xuống sông mà chết rồi.*

Bao Công nghe khai lại càng sanh nghi hơn nữa, bèn nghĩ thầm rằng: "*Lạ dữ cà! Chúng nó khai rằng đã té xuống sông mà chết, sao nay lại ở trong giếng này, không lẽ một người mà chết hai chỗ.*" Bèn cho đòi người vợ đến mà hỏi lại. Tôn thị cũng khai y như lời mấy người khai trước; Bao Công bèn dạy nhìn cái thây ấy thử coi, Tôn thị nhìn rồi, bèn ôm cái thây ấy mà khóc và nói rằng:

- *Cái thây này quả thiệt là chồng tôi.*

Bao Công hỏi:

- *Vậy chớ cái thây trước đó ai nói là chồng mi.*

Tôn thị bẩm rằng:

- *Vì tôi thấy có cái túi gấm của chồng tôi, nên tôi tưởng là thây chồng tôi.*

Bao Công lại dạy kiếm trong mình cái thây này coi có cái túi gấm hay chăng? Tôn thị kiếm lại thì không có. Bao Công bèn hỏi đầu đuôi lai lịch người chỉ cái thây trước thể nào. Tôn thị bèn đam việc chồng mình đi với Đào Hưng qua Tây Kinh buôn bán, đầu đuôi bẩm hết một hồi. Bao Công nghe rõ tình do rồi nói rằng:

- *Nếu vậy thì rõ ràng là Đào Hưng mưu giết chồng mi rồi lại mở cái túi gấm mà buộc qua thây người khác, cho mi tin đặng có giấu cho nhẹm chuyện này.*

Liền sai Lý Nghi và Trương Triệu đi bắt Đào Hưng đam về tra hỏi. Ban đầu Đào Hưng không chịu, đến khi Bao Công dạy đam cái thây mà đối chứng thì Đào Hưng sửng sốt, mặt mày thất thanh; chối cãi chẳng đặng, nên phải khai thiệt rằng mình mưu giết. Bao Công bèn làm án xử tử Đào Hưng, rồi tịch hết gia tài mà giao về cho Tôn thị. Bao Công phê phán rồi, lại đam việc con rùa đi minh oan cho chồng Tôn thị mà thuật lại cho nảng[1] nghe, Tôn thị cũng thuật lại việc chồng mình đã phóng sanh bầy rùa lúc nọ. Bao Công nghe nói than rằng:

- *Bởi hay làm lành với các loài vật, cho nên rùa cũng biết báo ơn.*

Nói rồi bèn cho Tôn thị lãnh lấy thây chồng đam về mà chôn cất. Đến sau con trai của Các Hồng học hành giỏi, thi đậu luôn mấy khoa, làm quan đến chức Tiết Đạt Sứ. Còn con cháu Đào Hưng thì chết hết tuyệt nòi tuyệt giống, ấy cũng nên để mà làm gương cho quân hung bạo, coi lấy đó mà ăn năn đặng mà cải tà qui chánh.

32. Giết Chồng Đoạt Vợ

Thuở ấy tại Tây Kinh, phủ Hà Nam cách thành chừng 5 dặm, có một ông viên ngoại họ Sư, cửa nhà giàu có; khi thác rồi có để lại hai người con trai, người lớn tên là Sư Quan Thọ, người nhỏ tên là Sư Mã Đô, hai người đều có chí khí, Sư Mã Đô thì ở tại Dương Châu lập sở dệt gấm, còn Sư Quan Thọ thì ở nhà, cưới vợ là Lưu Đô Trại, nàng này tư dung đẹp đẽ, nhan sắc chẳng ai tày, vợ chồng ở với nhau rất nên hòa thuận, sanh đặng một đứa con trai, tên là Kim Bảo, mới đặng 5 tuổi. Lúc ấy nhằm lúc tháng Giêng, Nguơn Tiêu[2] giai tiết[3], tại Tây Kinh đại phóng huê đăng[4], Lưu thị bèn thưa với mẹ

---

[1] Nảng: nàng ấy (khi nói mau), cũng như *ảnh* (anh ấy), *chỉ* (chị ấy), *bả* (bà ấy), ...

[2] Nguơn Tiêu (元宵): lễ lớn ở Trung Hoa, vào đêm rằm tháng Giêng âm lịch, nay thường viết *Nguyên Tiêu*.

[3] Giai tiết (佳節): ngày tốt đẹp, dịp lễ Tết vui vẻ.

[4] Đại phóng huê đăng (大放花燈): trưng bày, đốt đèn hoa rất rầm rộ.

chồng, rồi sửa sang quần áo, trâm giất lược cài, dắt con tỳ nữ là Mai Hương, với một tên gia đinh là Trương Viện Công vào thành mà coi đèn. Khi đi đến chùa Ngao Sơn Tự, thiên hạ đông đảo, lộn xộn ra vào, tớ thầy vùng lạc phứt nhau đi. Lưu thị mảng xem đèn, chừng day lại thì tôi tớ lạc mất hết, trong lòng lo sợ phập phồng, bỗng đâu có một trận cuồng phong thổi ù tới, đèn đuốc tắt sạch, những kẻ coi đèn, đều phân nhau tứ tán về hết duy còn có một mình Lưu thị chẳng thuộc đường đi, còn đứng bơ vơ tại đó, bỗng nghe có tiếng nạt đường, có vài mươi tên quân theo một vị Quí Hầu, đàng kia đi tới đèn lồng sáng chói, chẳng biết là bao nhiêu, chẳng dè người ấy là hoàng thân Triệu Vương, đang ngồi trên ngựa, liếc thấy Lưu thị dung nhan đẹp đẽ, trong lòng mằng thầm, bèn hỏi rằng:

- *Nàng là con cái nhà ai, đêm hôm tăm tối đi đâu một mình làm vậy?*

Lưu thị bèn bẩm dối rằng:

- *Tôi là người ở Đông Kinh, đi theo chồng tôi đến đây mà xem đèn chẳng dè gió thình lình, đèn đuốc tắt hết, không biết chồng tôi lạc đi ngả nào, nên tôi phải ở đây mà đợi.*

Triệu Vương nói:
Bây giờ trời đã khuya rồi, vậy thì nàng hãy theo ta về phủ, rồi sáng mai sẽ ra đây mà tìm kiếm.

Lưu thị không dè là kế, phần thì đêm tối bợ ngỡ một mình, không biết tính làm sao, cực chẳng đã phải theo Triệu Vương về phủ, về đến nơi rồi Triệu Vương bèn sanh ra một kế, khiến thế nữ dắt nàng Lưu thị vào để ở nơi một cái phòng riêng, rồi Triệu Vương nối gót theo sau, vào phòng nói với Lưu thị rằng:

- *Ta đây là nhành vàng lá ngọc, nếu nàng khứng ý lấy ta làm chồng, thì ắt hưởng chữ sang giàu chẳng cùng, bằng mà chẳng chịu, thì cũng khó mà thoát thân cho khỏi.*

Lưu thị nghe nói thất kinh, làm thinh cúi đầu, chẳng nói chẳng rằng chi hết, muốn thác cũng khó nỗi liều mình, mà nhắm chống cự lại cũng khôn bề chống cự, cực chẳng đã nên phải để Triệu Vương làm chi mặc ý; đêm ấy Triệu Vương mặc sức mây mưa, vô cùng khoái lạc.

Nói về Trương Viện Công và Mai Hương, đêm ấy tớ thầy thất lạc, tìm kiếm khắp nơi không đặng, nên phải trở về mà nói lại cho Sư bà hay. Sư bà với Sư Quan Thọ rầu rĩ chẳng cùng, bèn sai người vào thành mà dọ thám tin tức. Nghe người đồn rằng ở tại phủ Triệu Vương, song chưa rõ chắc.

Ước chừng một tháng, Lưu thị tuy ở trong vương phủ sung sướng vô hồi, song ngày ngày hằng thương nhớ chồng con chẳng dè ngày kia chuột cắn nát cái áo gấm của Lưu thị đi, Lưu thị lo buồn, mặt mày dã dượi; Triệu Vương thấy vậy thì hỏi vì làm sao mà buồn dữ vậy? Lưu thị bèn thuật việc chuột cắn đồ. Triệu Vương cười rằng:
- *Tưởng là việc chi mà buồn, chớ thứ y phục, hễ rách cái đó thì sắm cái khác, thôi, để ta đòi những thợ biết dệt gấm ở tại Tây Kinh đây, vào đến vương phủ, rồi ta biểu chúng nó dệt cái mới khác thì xong.*

Qua bữa sau Triệu Vương bèn ra cáo thị, cho những thợ xứ ấy đặng hay. Ai ngờ là nhà họ Sư, ròng nghề dệt gấm ấy. Sư Quan Thọ đang muốn kiếm cơ hội mà dọ nghe tin vợ, song chưa có dịp, nay sẵn dịp này, bèn thưa cho mẹ hay rồi hiệp với bọn thợ dệt vào phủ mà ra mắt Triệu Vương. Triệu Vương nói:
- *Nếu ngươi biết dệt gấm ấy, thì ở tại trong phủ ta đây, coi theo kiểu đó mà dệt.*

Sư Quan Thọ vâng mạng ra nơi đông lang[1] mà dệt, chẳng dè có người vào nói với Lưu thị rằng:

- Nay vương gia có đòi 5 tên thợ dệt vào ở nơi đông lang mà dệt gấm.

Lưu thị nghe nói thì nghĩ rằng: "*Nội đất Tây Kinh này thì duy có một mình nhà họ Sư biết dệt gấm ấy, mà nay Sư nhị thúc thì còn ở bên Dương Châu chưa về, có ai mà vào đây, trong thế chắc là chồng ta, chớ chẳng có ai.*" Nghĩ rồi bèn bước ra nhìn coi, còn Sư Quan Thọ cũng nhìn biết rõ ràng quả thiệt vợ mình, hai người bèn ôm nhau mà khóc. Mấy người thợ dệt, thảy đều sửng sốt, không biết duyên cớ làm sao. Khi Triệu Vương tỉnh rượu, chẳng thấy Lưu Đô Trại bèn hỏi thăm thị nữ, mới biết là đi coi dệt gấm, bèn ra đó mà tìm, vừa đến nơi thì thấy Sư Quan Thọ với Lưu Đô Trại còn đang ôm nhau mà khóc. Triệu Vương nổi giận, bèn khiến quân đao phủ bắt hết năm người thợ dệt đam ra chốn pháp tràng mà xử trảm. Thương hại cho Sư Quan Thọ và bốn người thợ dệt, vô tội mà thác oan. Triệu Vương chém năm người ấy rồi còn e hậu hoạn, nên toan mưu bứng cỏ nhổ chồi; liền sai năm trăm quân khoái tử[2], đến nhà họ Sư, bắt trọn cả nhà bất kỳ là bé lớn, thảy đều giết sạch, còn gia tài thì chở hết đam về vương phủ, lại khiến quân nổi lửa vô tình trong một lúc cả nhà cháy rụi. Lúc ấy may vì Trương Viện Công bồng tiểu chủ nhơn là Kim Bảo ra chợ mua bánh chưa về, nên mới thoát khỏi, khi về đến nơi, ngó thấy thây nằm chật đất máu chảy dầm dề, nhà cửa thì cháy ra tro bụi, Trương Viện Công thất kinh, bèn hỏi thăm lối xóm, mới hay là bị Triệu Vương sát hại, bèn chẳng dám nói chi, bồng tiểu chủ nhơn suốt đêm trốn ra Dương Châu mà báo tin cho Sư Mã Đô hay.

Còn Triệu Vương về đến phủ rồi, thì lại nghĩ rằng: "*Ta đã giết sạch cả nhà họ Sư rồi, song còn Sư Mã Đô đang ở bên Dương Châu mà làm thợ, nếu nó hay đặng việc này, thì chắc nó đi cáo ta.*" Nghĩ như

---

[1] Đông lang (東廊): hành lang, chái nhà, hiên nhà, ở phía Đông.
[2] Khoái tử (劊死): chặt đầu, chém cho chết - ở đây chỉ quân chuyên giết người.

vậy rồi, bèn viết một phong thơ, sai quân đam về Đông Kinh trao cho Giám Quan là Tôn Văn Nghi, dặn dò phải giết Sư Mã Đô cho đặng. Tôn Văn Nghi ý muốn bợ đỡ Triệu Vương liền sai quân tuốt ra Dương Châu tìm bắt Sư Mã Đô.

Nói về Sư Mã Đô ở tại Dương Châu, đêm ấy nằm chiêm bao ngó thấy một người gia nhơn mình đầy những máu, sáng ra nghi sợ trong lòng, bèn đi tìm thầy bói mà cậy bói giùm. Thầy bói mới đoán là điềm rất dữ, cả nhà phải bị nạn to, Sư Mã Đô lo sợ bồi hồi, bèn mướn một con ngựa hay, lìa khỏi Dương Châu trở về Tây Kinh. Đi vừa đến Mã Lăng Trang, xảy gặp Trương Viện Công đang bồng Kim Bảo mà đi tới, vừa thấy Sư Mã Đô thì khóc rống lên, và thuật hết đầu đuôi các việc. Sư Mã Đô nghe nói hồn phách rụng rời, đang ngồi trên ngựa vùng té xỉu xuống đất, chết giấc một hồi lâu mới tỉnh lại, rồi dắt Trương Viện Công thẳng đến Khai Phong Phủ dâng trạng mà cáo. Khi đi đến nơi, Sư Mã Đô bèn dặn dò Trương Viện Công ngồi nơi tiệm nước trà mà đợi, còn mình thì tuốt vào thành, quyết đến Khai Phong Phủ mà đầu trạng. Chẳng dè đi vừa nửa đường rủi gặp quân sĩ của Tôn Văn Nghi, bị chúng nó bắt quách đam về nạp. Tôn Văn Nghi chẳng để nói chi, cứ việc hối quân đánh chết, rồi khiến lục xét trong mình lấy đặng một tờ trạng cáo Triệu Vương, trong lòng mầng lắm, bèn nói rằng:
- Thiệt là may quá, nếu hôm nay mà ta không gặp hắn, thì hóa ra ta phụ ý Triệu Vương rồi.

Nghĩ như vậy rồi lại lo sợ Bao Công hay đặng, bèn lén khiến bốn tên tài quân, bỏ thây Sư Mã Đô vào trong cái giỏ, ở trên thì bỏ dưa cải cho lấp đi rồi khiến đam xuống sông mà bỏ cho tuyệt tích.

Nhằm lúc Bao Công ra phủ dạo chơi, đi vừa đến Tây Môn Phường, con ngựa vùng đứng lại không chịu đi. Bao Công bèn kêu kẻ tả hữu mà nói rằng:
- Con ngựa này có ba việc nó không chịu đi, một là, Hoàng Đế ngự giá ra đường, nó không chịu đi, hai là, Hoàng Hậu hoặc Thái Tử ra

đường, nó không chịu đi, ba là, gặp oan hồn, nó cũng không chịu đi. Nay mà nó không chịu đi đây thì ắt có việc chi.

Liền sai Trương Long và Triệu Hổ, đi khắp mấy nơi trà phường tửu điếm dọ nghe động tịnh, Trương Long Triệu Hổ vâng mạng đi một hồi lâu rồi trở về bẩm rằng:
- Nơi đường chẹt có bốn người đang khiêng một giỏ dưa cải, coi hình dớn dác, dường như sợ sệt điều chi.

Bao Công liền dạy bắt về mà hỏi, bốn tên bài quân bèn bẩm rằng:
- Tôn lão gia vừa mới dạo chơi thấy bốn anh em tôi bán dưa cải ngoài đường, người quở trách bọn tôi sao có làm cho dơ đường dơ sá, rồi người lại dạy bọn tôi phải khiêng xuống sông mà đổ đi.

Bao Công phát nghi, bèn nói rằng:
- Phu nhơn của ta có bịnh, đang thèm ăn dưa cải, vậy thì bọn ngươi hãy khiêng thẳng vào phủ, ta sẽ mua hết cho.

Bốn tên bài quân thất kinh, song phải gắng gượng khiêng vào. Bao Công bèn lấy tiền ra mà cho bọn ấy rồi dặn rằng:
- Bọn ngươi chớ nói với ai, rằng ta mua dưa cải cho phu nhơn ăn, e họ chê cười.

Bốn tên bài quân lạy tạ ra về, Bao Công bèn dạy quân xốc dưa cải lên mà coi, thấy có một cái tử thi ở trong giỏ cải, diện mạo như sống. Bao Công bèn nghĩ rằng: "Người này chắc bị Tôn Văn Nghi hại thác." Liền khiến ngục tốt khiêng để nơi Tây lao, đặng có tìm mưu mà tra thẩm.

Nói về Trương Viện Công, bồng Kim Bảo ngồi nơi quán nước mà đợi Mã Đô, hèn lâu chẳng thấy ra, bèn tuốt đến công phủ mà tìm, thấy trước cửa Khai Phong Phủ có treo cái trống, liền lướt tới lấy dùi trống đánh lia đánh lịa. Bao Công nghe trống liền kêu quân mà dặn rằng:
- Bây ra đó mà coi, bất kỳ là đờn ông đờn bà, hoặc ông già hay là con nít, bây chớ làm cho nó sợ, hãy dắt vào đây.

Quân sĩ lãnh mạng ra dẫn Trương Viện Công vào đến thính đường. Bao Công bèn hỏi rằng:
- *Ngươi muốn thưa bẩm việc chi?*

Trương Viện Công bèn đam việc nhà của mình là họ Sư bị hại đầu đuôi gốc ngọn bẩm hết một hồi. Bao Công lại hỏi rằng:
- *Việc như vầy mà sao thằng nhỏ năm tuổi này lại thoát khỏi nạn đặng?*

Trương Viện Công nói:
- *Nhơn vì nhớ mẹ mà khóc hoài, tôi phải bồng ra chợ mua bánh mà dỗ, nên mới lánh khỏi cái họa ấy.*

Bao Công lại hỏi:
- *Còn Sư Mã Đô ở đâu?*

Trương Viện Công nói:
- *Hồi sớm mai này chủ tôi vào phủ mà đầu trạng cáo, sao không thấy tin tức chi hết.*

Bao Công nghe vậy thì đã hiểu rõ rồi, bèn khiến Trương Viện Công ra nơi Tây lao mà nhìn cái tử thi ấy, Trương Viện Công ra đến nơi xem thấy tử thi thì khóc rống lên và nói rằng:
- *Quả thiệt chủ tôi là Sư Mã Đô đây chẳng sai.*

Bao Công thấy vậy thì ngẫm nghĩ hồi lâu, rồi khiến quân thắng ngựa, tuốt lên miếu Thành Hoàng van vái một hồi, trở về dinh lấy thuốc hồi dương đơn khiến quân cạy răng Sư Mã Đô mà đổ vào. Qua đến canh ba thì Sư Mã Đô nhờ thuốc hồi dương mà sống lại.

Sáng ra bữa sau, quân sĩ vào bẩm lại. Bao Công dạy dắt Sư Mã Đô vào mà hỏi. Sư Mã Đô bèn khóc mà bẩm hết việc mình bị Tôn Văn Nghi đánh chết. Bao Công nghe rõ đầu đuôi, rồi dạy tớ thầy Sư Mã Đô ở trong phủ mà chờ. Rồi đó Bao Công mới tính gạt Triệu Vương về đến Đông Kinh, bèn sanh ra một kế, giả đau nằm riết trong giường, chẳng ra khách luôn hơn mấy ngày. Nhơn Tôn hay đặng bèn sai Ngự Viện Y Quan đến mà chẩn mạch. Lý[1] phu nhơn bèn nói với Y Quan rằng:

- *Thái Doãn người đau nặng lắm, hễ thấy người ta thì sợ, vậy xin ngài chớ vào.*

Y Quan nói:

- *Không hề chi, phu nhơn hãy đam dây vào mà buộc nơi tay ngài, tôi ở ngoài này cầm lấy mối dây mà coi cũng đặng.*

Phu nhơn bèn lấy mối dây, đam buộc vào nơi tấm bình phương, Y Quan ở ngoài này chẩn mà coi, thấy mạch không còn động địa chi nữa hết, liền vội vã vào trào mà tâu.

Còn Bao Công khi thấy Y Quan về rồi thì kêu phu nhơn mà nói:
- *Tôi đã giả chết, hễ Thánh Thượng có hỏi tôi lúc gần tắt hơi có trối trăng việc chi chăng, thì phu nhơn phải tâu rằng, tôi có trối lại tiếng Tây Linh Phủ Triệu Vương làm quan thanh chánh, đáng thế cho tôi mà nhậm lấy chức Khai Phong Phủ này.*

Phu nhơn nghe theo lời, sáng ra bữa sau bèn đam hết ấn thọ vào trào và khóc và tâu hết các việc. Văn võ các quan thảy đều than thở. Nhơn Tôn bèn phán rằng:
- *Bao khanh tiến cử ngự đệ đáng nhậm chức Khai Phong Phủ, vậy thì phải sai quan ra đó rước về.*

Phán rồi liền hạ chỉ sai người đi rước Triệu Vương, còn một phía thì sai Hàng, Vương hai vị đại thần thay mặt cho triều đình mà tế Bao Thái Doãn.

Nói về sứ mạng vâng chỉ ra đến Hà Nam, vào phủ Triệu Vương đọc thánh chỉ vừa rồi, Triệu Vương vui mừng chẳng xiết, liền sắm sửa dọn thuyền đặng có về kinh mà phó nhậm.

---

[1] Lý phu nhơn: giữ theo bản gốc. Bản chữ Hán trong
    (http://www.guoxue123.com/xiaosuo/0000/ltga/010.htm)
thì ghi là *Bao* (包) phu nhơn.

Đi chẳng mấy ngày về tới Đông Kinh, vào trào bái yết. Nhơn Tôn mừng nói:

- Bao khanh lúc gần tỵ thế, có di chúc lại mà tiến cử ngự đệ, nên trẫm phải triệu về mà trọng gia quan chức, vậy ngự đệ phải cứ theo qui củ của Bao khanh mà làm.

Triệu Vương tạ ơn lui ra.

Qua bữa sau Triệu Vương bèn hiệp với Tô Văn Nghi, sắm sửa nghi tiết 10 phần oai mãnh, tiền hô hậu ủng, kéo đến Khai Phong Phủ mà thượng nhậm, đi dọc đàng bá tánh sợ sệt, thảy đều đóng cửa lại hết, chẳng dám léo hánh ra đàng. Triệu Vương ngồi trên ngựa, thấy vậy thì nổi giận mà nói rằng:

- Bọn dân này nó không hiểu đạo lý chi hết, những quân theo ta xưa rày cũng đã lâu rồi, tiền phí lộ đã hết, lẽ gì bọn nó mỗi nhà phải nạp gấm vóc một cây, sao chúng nó lại làm lơ mà đóng cửa như vậy.

Liền khiến quân vào phố muốn lấy chi thì lấy, quân sĩ nghe lịnh, liền đua nhau ào vào cướp giựt của bá tánh sạch trơn. Khi Triệu Vương vừa vào đến phủ, thấy có dựng cây tràng phan[1], bèn hỏi của ai. Quân sĩ bẩm rằng:

- Vì quan cửu của Bao Thái Doãn hãy còn tại đó.

Triệu Vương nổi giận nạt rằng:

- Ta đã chọn đặng ngày lành mà đáo nhậm, sao chưa dời đi nơi khác.

Trương Long, Triệu Hổ thấy Triệu Vương đã đến, bèn lén đi bẩm cho Bao Công hay. Bao Công nghe nói dặn rằng:

- Hai ngươi hãy đi sắm sửa hình cụ[2] cho sẵn đi.

----

[1] Tràng phan (長幡): cờ, phướn dài, thường chỉ để treo trong chùa.

[2] Hình cụ: vật dùng trừng phạt người có tội (cùm, gông, máy chém) hay vật dùng tra tấn khi điều tra (kềm, kẹp, máy điện,...)

Lại khiến phu nhơn ra nói với Triệu Vương, còn nửa tháng nữa mới dời đi chỗ khác. Triệu Vương nghe nói vậy lại càng nổi xung hơn nữa, bèn mắng lớn lên rằng:

- *Bao phu nhơn thiệt là không biết phương tiện chi hết.*

Nói chưa dứt lời, xảy thấy Bao Công ở đâu trong buồng bước ra hét lớn lên rằng:

- *Có biết Bao Hắc Tử đây chăng?*

Triệu Vương sửng sốt. Bao Công liền khiến Trương Long và Triệu Hổ đóng cửa phủ lại, rồi bắt Triệu Vương đam giam nơi Tây lao, còn Tô Văn Nghi thì giam nơi Đông lao.

Qua bữa sau Bao Công ra khách, khiến quân khiêng cái quan mộc ra ngoài mà đốt đi, rồi dạy dẫn Triệu Vương và Tô Văn Nghi ra để quì nơi giữa sân, hai bên thì có hai mươi bốn tên quân vô tình hớn[1] đứng hầu, phía trước thì có 36 món hình cụ để sẵn, chính giữa thì có thánh chỉ bài, Bao Công liền dạy dẫn Sư Mã Đô ra mà đối chứng, lại lấy tờ cáo trạng ra mà đọc cho Triệu Vương nghe. Triệu Vương ban đầu còn chẳng chịu khai, sau bị Bao Công hối quân khảo thét,

---

[1] Vô tình hớn (無情漢): người tàn nhẫn, lạnh lùng, không để lộ tình cảm.

chịu đòn không nổi, túng phải khai thiệt những việc mình mưu đoạt Lưu Đô Trại, và sát hại cả nhà họ Sư, kế lấy Tô Văn Nghi cũng khó bề chối cãi, nên phải khai thiệt rằng mình có đánh chết Sư Mã Đô. Bao Công lấy lời khai xong rồi bèn kết thành văn án, định về tử tội, rồi bổn thân lãnh quân khoái tử thủ[1] dẫn Triệu Vương và Tô Văn Nghi ra chốn pháp trường mà xử trảm.

Qua bữa sau Bao Công bèn vào trào mà tâu cho Nhơn Tôn hay. Nhơn Tôn bèn vỗ về rằng:

- Trẫm nghe hiền khanh bịnh thác, nên trẫm buồn bực cả ngày, nay mới hay cũng vì việc ấy mà khanh giả thác, còn ngự đệ với Tô Văn Nghi, tội ấy cũng đáng, trẫm chẳng hề nghi ngại điều chi.

Bao Công tạ ơn lui về công phủ, cho Sư Mã Đô về nhà Lưu Đô Trại cũng giao về nhà họ Sư mà thủ chế, còn gia quyến của Triệu Vương thì đuổi hết ra làm dân, gia tài sự sản vàng bạc lụa là, một nửa thì nhập kho, còn một nửa thì cấp cho Trương Viện Công, mà thưởng vì có công đi báo oan cho chủ.

Thiên hạ nghe đặng việc ấy, thảy đều kính phục Bao Công.

33. Xin Keo Lấy Chồng

Tại tỉnh Sơn Đông, xứ Đường Châu, có một nàng tên là Phòng Thoại Loan, mới 16 tuổi thì đã lấy chồng tên là Châu Đại Thọ, qua đến 22 tuổi thì người chồng đã qua đời, để lại một đứa con trai một tuổi, tên là Châu Khả Lập, nàng ấy bèn ở vậy mà thủ tiết cho chồng, siêng năng lam lụ, kiếm chác mà nuôi con, lần lần ngày tháng như thoi, Khả Lập đã 18 tuổi, bửa củi giã gạo, cày cấy một mình mà nuôi mẹ

---

[1] Khoái tử thủ (劊死手): người chém đầu tội nhơn, ta thường gọi là đao phủ (nghĩa từng chữ: đao là *dao*, phủ là *búa*.)

rất nên hiếu kỉnh, xóm làng đều kính phục. Phòng thị bèn nghĩ rằng:

- Nay con nó đã trưởng thành rồi, ngặt vì nhà nghèo, chẳng cưới đặng vợ cho nó, hễ nó làm đặng bao nhiêu thì đủ nuôi ta mà thôi, nếu như vậy hoài thì ta tuy thủ tiết với chồng ta, mà rồi chồng ta ắt phải vô hậu, con ta trở nên bất hiếu, thủ tiết như vậy cũng chẳng ích gì.

Bèn đốt hương mà vái với chồng rằng:

- Tôi thủ tiết với chàng đã 17 năm nay, lòng ngay thẳng quỉ thần soi xét, nếu nay mà chàng dạy tôi thủ tiết trọn đời , thì xin cho tôi bói hai keo đều sấp hết, còn như chàng mà muốn cho tôi cải giá, đặng lấy bạc ấy cưới vợ cho con mà lo hậu tự cho chàng, thì xin cho tôi một keo ngửa.

Vái rồi liền dẫn tiền mà xin keo, quả đặng một keo ngửa, rồi lại vái rằng:

- Phàm xin keo, hễ chẳng sấp thì ngửa, tôi chưa dám tin, như chàng có linh, lấy sự hậu tự làm trọng, mà cho tôi cải giá, thì tôi xin một keo nữa.

Vái rồi liền dẫn luôn hai keo đều ngửa hết. Bèn dặn dò lân lý về sự mình cải giá. Châu Khả Lập hay đặng việc ấy thì khóc mà can rằng:

- Nếu mẹ muốn cải giá, thì sao không tính cho sớm, lúc còn trẻ, để cho đến nay tuổi đã già rồi, mới tính cải giá thì uổng cái công thủ tiết mười mấy năm dư, hay là tại con bất hiếu, không phụng dưỡng cho mẹ đặng thường, vậy xin mẹ hãy đánh đòn con, cho con biết lỗi mà chừa.

Phòng thị nói:

- Ý mẹ đã quyết, con chớ cản trở làm chi.

Lúc ấy ở tại xóm trên, có một người nhà giàu, tên là Vệ Tư Hiền, mới 50 tuổi mất vợ, bấy lâu vẫn có nghe danh Phòng thị là người hiền đước, nay nghe việc cải giá, liền cậy mai đến nói, lại đam 30 lượng bạc mà làm sánh lễ. Phòng thị lấy bạc ấy rồi kêu con mà nói rằng:

- *Con hãy lấy bạc này bỏ vào rương khóa lại cho mẹ đam theo, còn chìa khóa thì con giữ lấy, trong chừng hai tháng mẹ sẽ trở về thăm con.*

Khả Lập nói:

- *Con đã bất hiếu, sắm y phục cho mẹ không nổi, há dám lấy bạc của mẹ làm chi, xin hãy đam hết theo, chớ con không dám giữ gìn chìa khóa.*

Rồi đó mẹ con khóc lóc với nhau một hồi mà phân biệt.

Khi Phòng thị vào cửa họ Vệ rồi vừa đặng hai tháng, bèn nói với chồng rằng:

- *Ý tôi thiệt chẳng muốn cải giá, ngặt vì nhà nghèo, không biết lấy chi mà cưới vợ cho con, nên phải cam thất tiết mà lấy chồng, vậy xin chàng cho tôi đam bạc này về mà lo vợ cho con tôi, rồi tôi sẽ trở lại.*

Tư Hiền nói:

- *Nếu nàng có ý như vậy, thì sẵn phía trước xóm đây, có tên Lữ Tấn Lộc là người thuần hậu chất phác, có một đứa con gái tên là Nguyệt Nga hình dung trang trọng lại có phước tướng, mới đặng 18 tuổi, một tuổi với con nàng, để ta làm mai giùm cho.*

Phòng thị vui lòng về nhà nói với con rằng:

- *Những bạc ấy mẹ sợ con lãng phí, nên phải đam theo, nay nghe Lữ Tấn Lộc có một đứa con gái cũng một tuổi với con, vậy thì con phải lấy bạc này mà cưới vợ.*

Khả Lập nghe lời. Khi cưới đặng Nguyệt Nga rồi thì quả là trang trọng nữ tử. Phòng thị xem thấy cả mầng, chờ cho con hiệp cận xong rồi, mới trở về nhà họ Vệ, chẳng dè Khả Lập là người chí hiếu, tuy là yêu thương Nguyệt Nga mặc dầu, song chẳng chịu ăn nằm, ban ngày thì niềm nở ân cần, còn ban đêm thì để quần áo y nguyên mà ngủ. Nguyệt Nga lúc này tuổi đã trộng rồi cũng có nghe biết việc đời, thấy chồng mình như vậy đã trọn một năm, không động địa chi tới, cực chẳng đã nên phải nói rằng:

- Tôi tưởng chàng ghét tôi té ra không phải, coi bộ cũng thương yêu tôi lắm, tôi tưởng chàng chưa biết việc đời, thì cũng không phải, chàng đã trộng tuổi rồi, lẽ nào không, song không hiểu làm sao mà cưới hỏi nhau hồi tháng Tư năm ngoái, đến tháng Giêng năm nay, đã gần một năm, mà chẳng thấy chàng tưởng đến việc vợ chồng, chàng đã chẳng chịu khích tôi, nên tôi phải khích chàng, cho biết vì cớ nào mà việc mây mưa chàng không tưởng tới.

Khả Lập nói:

- Tôi há đi chẳng biết, hễ là vợ chồng còn nhỏ thì tình mặn ý nồng, ngặt mà tôi mà cưới nàng đây, là tiền của mẹ tôi đi lấy chồng, nên mới có mà cưới vợ cho tôi, thiệt tôi chẳng nỡ lấy tiền bán mẹ mà làm sự khoái lạc với nhau, nên tôi muốn chí thú làm ăn, để dành cho đủ ba mươi lượng bạc mà trả lại cho mẹ tôi rồi, thì tôi mới dám giao hiệp với nàng.

Lữ thị nói:

- Vợ chồng ta có hai tay không, có làm cho lắm thì bất quá đủ mà độ nhựt, biết bao giờ mới có dư đặng bấy nhiêu bạc ấy, có phải là ở vá cho đến trọn đời hay chăng?

Khả Lập nói:

- Trọn đời chẳng trọn đời, nếu nàng sợ quá lứa thanh xuân, thì đi lấy chồng khác cho vui vẻ mặc ý.

Lữ thị nói:

- Vợ chồng chẳng hòa nhau mà đi lấy chồng khác, ấy là sự cực chẳng đã, chớ vì có một điều tình dục mà đi lấy chồng khác ấy là

Long Đồ Công Án

loại muông săn[1], tôi há đi làm điều như vậy hay sao? Thôi, để tôi trở về nhà ở với cha mẹ tôi mà làm cho có bạc, đặng trả lại cho mẹ, rồi vợ chồng ta sẽ ăn ở với nhau, chớ hai đứa ta mà làm như vầy biết bao giờ có dư đặng.

Khả Lập nói:
- Vậy thì tốt lắm.

Bèn sắm sửa đưa vợ về cho cha mẹ vợ.

Qua đến tiết Trọng Đông, Lữ Tấn Lộc bèn muốn đưa con trở về nhà chồng. Nguyệt Nga không chịu về. Tấn Lộc nổi giận la rầy. Nguyệt Nga bèn tỏ thiệt cho cha nghe. Tấn Lộc không tin, bèn nói lại cho người anh là Lữ Tấn Thọ nghe, Tấn Thọ nói:
- Việc ấy quả thiệt như vậy. Hôm trước anh có đi đòi bạc Vương Văn, nhà ở gần cháu rể, anh có hỏi thăm nó ở đời thể nào, Vương Văn có nói với anh rằng nó là một người hiếu tử, nhơn không có bạc mà trả lại cho mẹ, nên chẳng chịu ăn nằm với vợ, điều ấy đã quả chẳng sai.

Tấn Lộc nói:
- Phải chi tôi có dư, thì tôi cũng giúp cho nó, ngặt vì nhà làm không đủ ăn, còn con thì không chịu cải giá, biết liệu làm sao bây giờ.

Tấn Thọ nói:
- Cháu gái thì hiền đước, còn cháu rể thì hiếu thuận, người như vậy thì Trời há để cho nghèo hay sao? Cũng vì việc ấy mà anh đã mót máy xưa rày đặng hai mươi lượng, còn mười lượng nữa, để anh thế một miếng ruộng[2] của anh cho đủ ba mươi lượng, đặng cho cháu nó ăn ở với nhau, như sau nó có mà trả lại cũng tốt, bằng trả không đặng, thì anh cũng tình nguyện cho luôn, mà tặng người hiếu tử,

---

[1] Muông săn: *muông* là tiếng chỉ chung loài thú, nhưng thường hiểu là loài *chó*, vậy *muông săn* là *chó săn*.
[2] Thế một miếng ruộng: *thế* là "cầm", nghĩa vay tiền có để đồ có giá trị lại làm vật bảo chứng (collateral), vậy *thế miếng ruộng* là "cầm" miếng ruộng để vay tiền.

cũng chẳng hại chi, phàm làm người có tiền mà không làm điều phải để mà giữ bo bo trong túi, thì có khác chi là mọi giữ tiền.

Nói rồi liền trở về nhà lo thế ruộng cho đủ ba mươi lượng bạc, đam qua cho Nguyệt Nga.

Khi Nguyệt Nga đặng bạc của bác mình cho, thì mừng rỡ bội phần, bèn lạy tạ đặng trở về nhà chồng. Tấn Lộc bèn khiến con trai là Bá Chánh đưa Nguyệt Nga về. Bá Chánh vâng mạng cha đưa chị về đến nhà anh rể rồi mới giã từ mà trở lại.

Nguyệt Nga về đến nhà thì Khả Lập còn ở ngoài đồng chưa về, Nguyệt Nga bèn đi thẳng vào phòng, để bạc ra nơi ghế, đếm đi đếm lại một hồi, rồi gói lại để dưới đầu nằm, trở ra sau bếp lấy gạo nấu cơm. Chẳng dè có tên Tiêu Hắc nhà ở khít vách, khi nghe Nguyệt Nga khua bạc thì vạch vách mà dòm, thấy Nguyệt Nga để bạc đó bỏ đi nấu cơm, bèn lỏn vào ăn cắp phứt gói bạc đi. Lúc ấy Nguyệt Nga ở sau bếp có nghe khua cửa phòng, song tưởng chồng mình về, chẳng thèm coi chừng. Trong giây phút Khả Lập về, đi thẳng ra sau bếp, thấy vợ mình có sắc vui, còn Nguyệt Nga thì mừng rỡ khoe khoang, cơm nước xong rồi bèn vào phòng mà lấy bạc, té ra không thấy, mới hỏi chồng rằng:

- Gói bạc tôi để đây, chàng cất ở đâu rồi?

Khả Lập sửng sốt không biết lai do, bèn hỏi lại vợ rằng:
- Bạc gì đâu mà nàng nói tôi cất?

Nguyệt Nga nói:
- Chàng chớ có khi tôi, tôi đã hỏi của bác tôi đặng ba mươi lượng, đam về cho chàng đặng trả lại cho mẹ, tôi đếm đã rõ ràng, gói bằng cái khăn vải xanh, mới để tại nơi dưới đầu nằm, khi chàng bước vào thì tôi có nghe khua cửa buồng, rõ ràng đà lấy rồi, lại còn chối làm chi.

Khả Lập nói:
- Tôi vào nhà thì đi ngay ra sau bếp, chớ không có vô phòng bao giờ, còn bác của nàng thì giàu có chi, mà giùm nổi cho nàng đến ba

mươi lượng, nàng chớ có bày quỉ kế về đây mà gạt tôi đặng có ăn ở với tôi, thiệt tôi thề quyết gả nàng cho chỗ khác, chớ không để cho mắc mưu nàng đâu.

Nguyệt Nga nói:

- Té ra chàng đã có ý với ai, cho nên chẳng ăn ở với tôi, nay lại lấy bạc của tôi đi, rồi đòi gả tôi cho chỗ khác, việc ra cớ đỗi làm vậy, tôi biết lấy bạc đâu mà trả lại cho bác tôi.

Khả Lập cũng chẳng tin, cứ nói rằng vợ gạt mà thôi. Còn Nguyệt Nga tưởng chắc sau đêm ấy vợ chồng sẽ đặng ăn ở với nhau, không dè mà sanh việc rủi ro như vậy, thì tức giận bồi hồi, bèn đi lấy dây mà tự ái. May nhờ đứt dây té xuống, xóm giềng hay đặng chạy tới cứu khỏi, rồi đi đến quan mà bẩm. Bao Công sai quân truy tầm, dọ không ra mối, trong lòng lo buồn, mỗi đêm thường vái Trời, xin cho rõ minh bạch.

Ngày kia có một người, đang đi thình lình bị Trời đánh chết, thiên hạ xúm coi, nhìn biết người ấy tên là Tiêu Hắc, áo quần đều cháy sám[1], song lục trong mình thì thấy có một gói chi nhỏ nhỏ, gói bằng vải xanh, bèn mở ra mà coi thì là gói bạc, ước chừng 30 lượng, ai nấy đều nói rằng:

- Vợ chồng Khả Lập đang cãi lẫy với nhau về sự mất 30 lượng bạc, hay là bạc này đây chăng?

Bèn lấy cân cân thử mà coi, thiệt rõ ràng 30 lượng, chẳng thiếu chẳng dư, bèn đam giao lại cho Nguyệt Nga nhìn thử, thì quả gói bạc của mình, chừng ấy mới hay Tiêu Hắc mà bị Trời đánh, là vì tội

---

[1] Cháy sám: đúng ra là *cháy sém* (cháy phớt bên ngoài vỏ, cháy nám mặt ngoài.)

ăn cắp bạc này. Trong giây phút Lữ Tấn Lộc, Lữ Tấn Thọ, Vệ Tư Hiền và Phòng thị, hay đặng việc ấy, đều dắt nhau tới coi, mới hay thiên đạo rất linh, thần minh cảm cách[1], ai nấy đều khen Châu Khả Lập chí hiếu, Lữ Nguyệt Nga tiết nghĩa, chẳng chịu cải giá cho nên mới cảm động lòng Trời, còn Lữ Tấn Thọ thì trượng nghĩa khinh tài[2], ai nấy thảy đều khen phục. Vệ Tư Hiền lại nghĩ rằng: "*Lữ Tấn Thọ nhà không đầy trăm lượng, mà dám sức ra 30 lượng giúp cháu cho trọn niềm tiết hiếu, huống chi ta nhà giàu hơn muôn lượng duy có hai đứa con trai, dẫu xuất ra 3 trăm lượng mà cho nó thì chẳng gọi là nhiều.*" Bèn về nhà viết giấy chia sản nghiệp ra đủ 3 trăm lượng mà cho Khả Lập, Khả Lập cáo từ không chịu lãnh, lại nói rằng:

- Tôi muốn cho mẹ tôi về đặng tôi phụng dưỡng, thì đã đủ rồi, chớ như sản nghiệp thiệt tôi không muốn.

Vệ Tư Hiền nói:

- Ấy là tại nơi ý mẹ ngươi, chớ ta có cầm cọng mà làm chi.

Phòng thị nói:

- Tôi có ý ấy đã lâu, song đã mang ơn chàng rất nặng nên phải ở mà cung phụng đặng báo đáp cho trọn niềm, chừng nào chàng có trăm tuổi đi rồi thì tôi sẽ trở về mà phụng tự họ Châu, nay mà chàng có lòng tốt như vậy, thiệt tôi rất cám ơn, ngặt vì tôi có thai đã hơn 3 tháng, cho nên việc cũng lưỡng nan.

Vệ Tư Hiền nói:

- Không hề chi, như nàng có sanh đẻ rồi, bất kỳ là trai hay gái, nàng hãy nuôi cho khôn lớn rồi sẽ giao lại cho tôi, song nó phải kể vợ trước của tôi là mẹ, bởi vì con nàng có mẹ, còn tôi đây cũng có vợ trước, nếu ép nàng ở đây với tôi, thì con nàng đã không có mẹ, mà chồng trước của nàng cũng không có vợ, ấy là tôi đoạt vợ và mẹ của người đó, chí như ba trăm sản nghiệp của tôi cho, mà con nàng

---

[1] Thần minh cảm cách (神明感激): làm các vị thần linh cũng cảm động - *cảm cách* nay thường viết và đọc là *cảm kích*.

[2] Bản gốc in thiếu chữ *nghĩa*, ở đây thêm vào cho đúng câu thành ngữ.

không chịu lấy, nay tôi giao hết cho nàng, đặng mà đền cái nghĩa vợ chồng với nhau đã trọn một năm.

Bao Công hay đặng việc ấy đăng bảng trước cửa mà khen tặng người có nghĩa, Phòng thị về với con rồi, đến sau sanh đặng một đứa con trai, đặt tên là Vệ Thứ nuôi đến 10 tuổi mới giao lại cho nhà họ Vệ, đến sau học hành giỏi thi đổ Kinh Khôi[1], còn vợ chồng Châu Khả Lập ăn ở với nhau rất nên hòa thuận, sanh đặng 4 đứa con trai thảy đều thi đậu vinh hiển trong đời. Ấy rõ ràng là hoàng thiên bất phụ hiếu tâm nhơn đó.

34. Nhờ Câu Đối Mà Tra Ra Án

Đời nhà Tống tại Hà Nam, phủ Hứa Châu, huyện Lâm Đỉnh, có một người học trò họ Tra tên Di, cũng là tay văn nhã, cưới vợ ở làng gần đó tên là Y Trinh Nương, vừa đêm động phòng huê chúc Tra sanh vừa muốn thay áo vào phòng mà ngủ, Y Trinh Nương bèn cản lại mà nói rằng:
- *Thiếp nghĩ cho chàng tự nhỏ đến lớn, phấn chí học hành, quyết muốn dương danh cho hiển vang cha mẹ, chớ chẳng phải là kẻ phàm phu tục tử tầm thường mà sánh đặng. Đêm nay là đêm giao hội, không lẽ làm thinh đi ngủ vậy sao? Thiếp có nghĩ một câu quê dốt, nếu lang quân mà đối đặng liền, thì thiếp sẽ với chàng chung gối, bằng đối không xong, thì xin chàng phải lo mà học thêm, cho khá đã; chớ đêm nay đây tôi e chẳng đặng vừa lòng.*

---

[1] Kinh Khôi (經魁): người đậu *đầu* (*khôi*, như trong *khôi* nguyên, hoa *khôi*) một cuộc thi ngày xưa, theo đó thi cả năm quyển *kinh* (*ngũ kinh*: Thi, Thư, Lễ, Nhạc, Xuân Thu), người nào đứng đầu một *kinh* thì gọi là *Kinh Khôi*, năm người đứng đầu gọi chung là *Ngũ Khôi*.

Tra sanh nghe nói, liền khiến ra đề. Trinh Nương bèn ra câu đối rằng:

Điểm đăng đăng các, các công thơ¹.

Tra sanh suy nghĩ hồi lâu mà đối không đặng, có ý hổ thầm, bèn từ giã vợ tuốt lên trường học. Lúc ấy anh em bạn học trong trường, thấy Tra sanh nửa đêm mà đến, thì xúm nhau lại mà hỏi rằng:
- Đêm nay là đêm động phòng huê chúc, lẽ phải ở nhà vầy bạn với tân nhơn², vui tình trăng gió, sao lại bỏ chỉ một mình mà tới đây là cớ chi vậy?

Tra sanh nhơn thấy anh em hỏi lắm, bèn tỏ thiệt việc của mình, lại đọc câu đối cho ai nấy nghe; song nội bọn ấy cũng chẳng ai đối đặng. Chẳng dè trong đám anh em bạn ấy lại có một người tên là Trịnh Chánh, vẫn là đứa bất lương, nghe Tra sanh nói như vậy thì tiềm tâm, nội đêm ấy lén tuốt đến nhà Tra Sanh, đi thẳng vào phòng Trinh Nương mà ngủ.

Nguyên nàng Trinh Nương vẫn tưởng ra đối mà chơi, chớ không có ý làm khó cho chồng, chẳng dè chồng đối không đặng nên mắc cỡ bỏ ra mà đi, thì trong lòng nàng ăn năn đà chẳng kịp. Còn đang áy náy, bỗng thấy Trịnh Chánh vào phòng; lúc ấy đèn đã tắt rồi, cho nên Trinh Nương không thấy rõ mặt mày hình dạng, ngỡ là chồng mình về đó mà thôi, bèn hỏi rằng:
- Khi nãy lang quân đối không đặng mà đi, trong giây phút mà lại trở về, hoặc có tìm đặng câu đối rồi chăng?

Trịnh Chánh làm thinh, không nói rằng chi hết. Trinh Nương sợ chồng hổ thẹn, nên chẳng hỏi nữa. Trịnh Chánh cứ vầy cuộc gió trăng phỉ tình khoái lạc. Trời chưa kịp sáng, Trịnh Chánh tuốt ra đi mất.

Sáng ra Tra sanh về nhà vòng tay thi lễ mà nói với vợ rằng:

---

¹ Điểm đăng đăng các, các công thơ (點燈登閣各攻書): thắp đèn lên gác, (mọi người) đều xem sách.
² Tân nhơn là vợ mới cưới, người mới.   [*chú thích của dịch giả*]

- Lúc ban đêm nàng ra câu đối, ngặt vì tôi học vẫn còn sơ, chẳng đối lại đặng, hổ thẹn trong mình nên chẳng dám vầy bạn với nàng, xin nàng miễn chấp.

Trinh Nương nói:
- Hôi hôm thiếp thấy chàng về, sao chàng nói vậy?

Bèn cật hỏi đôi ba phen; Tra sanh cũng cứ thiệt rằng không về mà đáp lại. Trinh Nương nghe chồng quả quyết không về, thì nghĩ trong lòng, biết mình đã bị đứa gian nó làm nhục rồi, bèn nói với Tra sanh rằng:
- Nếu chàng thiệt quả không về, vậy thì tiền trình muôn dặm, xin rán lo phấn chí học hành, chớ có quyến luyến đến thiếp làm chi mà vô ích.

Nói rồi liền trở vào phòng mà tự ái. Hồi lâu Tra sanh mới hay, bèn kêu cha mẹ xúm chạy vào phòng mở dây mà cứu, song cứu chẳng kịp. Tra sanh thương xót, không biết cớ chi, bèn nằm lăn khóc rống, chết giấc đôi ba phen. Cha mẹ cứu dậy, an ủi vỗ về hồi lâu mới tỉnh. Rồi đó lo sắm sửa quách quan chôn cất xong xuôi.

Lần hồi ngày tháng như thoi đưa, lật bật đã đặng 3 năm. Lúc ấy nhằm tiết Trung Thu tháng Tám, Bao Công đi tuần án ra đến Dĩnh Huyện, nghỉ ngơi nhà công thính, trước sân có cây ngô đồng, dưới gốc mát mẻ. Bao Công liền khiến kẻ tả hữu dời ghế lại gần gốc cây đồng đặng có thưởng trăng mà chơi cho tiêu khiển, sẵn dịp ấy người mới ngụ ý mà nghĩ ra một câu đối rằng:
  Di ỷ ỷ đồng, đồng ngoạn nguyệt[1].

Rồi ý muốn nghĩ ra một câu nữa mà đối cho xứng, song hồi lâu mà nghĩ chưa ra. Chẳng dè mỏi mệt nằm dựa nơi ghế, hiu hiu muốn ngủ, Lúc đáng mơ màng, xảy thấy một nàng con gái tuổi vừa hai tám, đẹp đẽ vô song, đi thẳng đến gần quì xuống mà thưa rằng:

---

[1] Di ỷ ỷ đồng, đồng ngoạn nguyệt (移椅倚桐同玩月): dời ghế dựa cây (ngô đồng), cùng ngắm trăng.

- Câu đối của đại nhơn đó, phải kiếm mà nghĩ làm chi cho mệt, sao chẳng đối

     Điểm đăng đăng các, các công thơ.

Bao Công thấy đối rất hay, bèn hỏi rằng:

- Nàng là con gái ở đâu, nhà cửa xứ nào, tên họ là chi? Hãy nói cho ta rõ biết.

Người con gái ấy đáp rằng:

- Đại nhơn muốn biết lai lịch của tôi, thì phải tra hỏi mấy anh Tú Tài nội trong huyện này thì rõ.

Nói rồi liền hóa trận thanh phong mà đi mất. Bao Công thức dậy, suy tới nghĩ lui lấy làm quái gở. Sáng ra liền sai kẻ tả hữu đi đòi hết những bọn Tú Tài nội huyện Lâm Dĩnh cho người khảo dượt. Khi các Tú Tài tựu đến đủ rồi, Bao Công bèn ra câu sách Luận Ngữ là *Kỉnh quỉ thần nhi viễn chi*[1] mà làm đề mục cho học trò làm văn; lại lấy câu:

     Di ỷ ỷ đồng, đồng ngoạn nguyệt.

mà biên ra phía sau. Trong bọn Tú Tài, có tên Tra Sanh, nhơn thấy câu đối ấy xứng với câu đối của vợ mình đã ra cho mình năm trước, bèn viết ra mà đối rằng:

     Điểm đăng đăng các, các công thơ.

---

[1] Kỉnh quỉ thần nhi viễn chi (敬鬼神而遠之): kính trọng quỉ thần nhưng nên tránh xa quỉ thần, thường nói gọn lại thành "kính nhi viễn chi".

Khi học trò làm văn vừa rồi Bao Công bèn dạy ra ngoài mà chờ, rồi xem hết các quyển, nhơn thấy câu đối của Tra Sanh, phù hạp với điềm chiêm bao, bèn kêu Tra sanh vào mà hỏi rằng:

- *Ta xem văn chương của ngươi vẫn còn tầm thường, song có câu đối hay lắm, ta nghĩ chắc câu đối ấy của người khác làm, chớ không lý ngươi mà làm đặng; nay ta đã biết rõ ra rồi, vậy thì ngươi hãy nói thiệt đi, chớ nên giấu giếm.*

Tra sanh nghe hỏi, bèn đam hết đầu đuôi nhứt nhứt các việc mà bẩm lại. Bao Công nghe vậy thì hỏi rằng:

- *Nếu vậy thì ta định chắc đêm ngươi lên trường học, trong bọn anh em bạn học của ngươi ắt có một người bình nhựt tánh hay hí hước[1], biết ngươi không về, nên thừa dịp giả làm như ngươi rồi lén đến nhà mà ô nhục vợ ngươi; sáng ra vợ ngươi biết rõ thì hổ thẹn mà liều mình, ngươi nói cho rõ hết đầu đuôi, thì ta sẽ có thế mà làm ra cho rõ điều oan ức của ngươi.*

Tra sanh bẩm rằng:

- *Trong trường học của tôi, duy có tên Trịnh Chánh bình sanh tánh hay hí hước mà thôi.*

Bao Công nghe nói liền sai Trịnh Cường và Lý Can, đi bắt Trịnh Chánh đến mà tra hỏi.

Trịnh Chánh ban đầu còn chối, sau bị hình tra nặng lắm chịu không nổi, nên phải khai ngay và xin chịu tội. Bao Công lấy lời khai rồi, bèn lên án trảm quyết. Ai nấy nghe đặng chuyện ấy thảy đều khen ngợi.

---

[1] Hí hước (戲謔): nói đùa, giỡn cợt.

35. Ăn Trộm Vải

Tại tỉnh Chiết Giang, phủ Hàng Châu, huyện Nhơn Hòa, có một người họ Sài tên Thắng, học tập nghiệp nho, nhà cửa giàu có, cha mẹ song toàn, vợ là nàng Lương thị, phụng sự cha mẹ chồng rất nên hiếu nghĩa, em ruột là Sài Tổ tuổi vừa hai tám, cũng có vợ rồi.

Ngày kia cha mẹ kêu Sài Thắng mà nói rằng:

- Nhà ta tuy là giàu có mặc dầu, song cha nghĩ vì làm ra thì khó, còn làm cho hao mòn thì dễ như chơi, cha nghĩ đến chừng nào thì lại càng lo chừng nấy, ngày đêm ăn ngủ chẳng yên. Đời nay những các bực con quan, cùng con cháu nhà giàu có, chỉ biết có một điều là sớm nhiễu tối sa[1], trưa ngon chiều béo, kiêu nhơn ngạo vật, ăn uống chơi bời, vầy đoàn kết lũ, lãng phí xai ba[2], đã chẳng biết quí trọng của tiền, lại chẳng nghĩ mình mà đặng ấm no ấy cũng nhờ có ông cha mình xưa cần kiệm cực nhọc mà làm ra. Vậy thì con chớ nên bắt chước những bọn ấy mà làm chi, phải lo cần kiệm sanh nhai, cho khỏi bị tiếng thế gian dị nghị; nay cha tính để em con là Sài Tổ ở nhà mà coi sóc việc gia đình, còn con thì phải đi ra mà buôn bán, như may mà đặng té lợi ít nhiều, phòng có để dành mà dùng khi huỡn cấp, chẳng biết ý con thể nào?

Sài Thắng nói:

- Lời cha dạy phải, con đâu dám chối từ, song chẳng biết ý cha muốn định cho con đi xứ nào mà buôn bán?

Sài ông nói:

- Cha nghe nơi miệt Đông Kinh tại phủ Khai Phong, duy có một món vải thì bán chạy lắm, vậy thì con hãy đam vốn ra nội phủ Hàng Châu

---

[1] Sớm nhiễu tối sa: chỉ lo ăn mặc phù phiếm (*nhiễu, sa* là tên hai loại tơ lụa.)

[2] Xai ba: theo mạch văn, nghĩa là *xa hoa* (奢華), sang trọng - đoán là 侈吧 (*xỉ ba*, lãng phí, phù phiếm) - do 侈 (*xỉ*) cũng đọc là "xai", và 葩 (*hoa*) cũng đọc là "ba".

ta đây mà mua vải cho nhiều rồi đam qua đó mà bán, trong chừng một năm, hoặc năm bảy tháng thì con sẽ trở về.

Sài Thắng vâng theo lời cha, bèn lấy bạc vốn, dạo khắp Hàng Châu mua đặng ba gánh vải, rồi từ biệt cha mẹ vợ con anh em mà đi.

Dọc đường đêm nghỉ ngày đi, gần trót tháng trời mới đến phủ Khai Phong, Sài Thắng bèn ghé vào tiệm của Ngô Tử Thâm ở gần ngoài thành nơi cửa phía Đông mà nghỉ. Ở đó vừa đặng vài ngày, chưa kịp buôn bán chi, bữa nọ Sài Thắng trong lòng chẳng vui, bèn khiến tên gia đồng mua rượu đặng uống mà giải buồn, ai ngờ vui miệng uống nhiều, thầy trò đều say hết.

Chẳng dè trong xóm của Ngô Tử Thâm, có tên Hạ Nhựt Hạo cũng ở gần lối đó, thấy Sài Thắng đam vải đến nhiều, đêm ấy vừa lúc canh ba, lén tuốt vào nhà ăn trộm hết ba gánh vải.

Sáng ra bữa sau, Sài Thắng tỉnh rượu mà thức dậy, chừng ấy mới hay ăn trộm đã lấy hết vải rồi, mặt mày tái ngắt, không biết tính làm sao, bèn kêu chủ tiệm là Ngô Tử Thâm mà nói rằng:
- *Anh là chủ nhà ở đâu quen đó, còn tôi là khách lạ phương xa, ở nhà thì quen nhà, đi ra thì nhờ chủ, chớ sao hồi hôm này anh thấy tôi say rượu, nên đam dạ bất lương, dắt ăn trộm tới nhà mà lấy của tôi hết ba gánh vải, vậy thì anh là chủ tiệm, lỗi ấy khó từ, phải tìm kiếm mà trả lại cho tôi, bằng chẳng vậy thì tôi sẽ tới quan mà kiện.*

Ngô Tử Thâm nói:
- *Tôi là chủ tiệm, lấy khách sạn mà làm căn bổn áo cơm, lẽ đâu lại xúi kẻ trộm lấy đồ, thì ai mà còn dám tới lui nơi tiệm tôi nữa.*

Sài Thắng không nghe, bèn níu Ngô Tử Thâm kéo tuốt tới nha Bao Bông mà cáo. Bao Công nói:
- *Hễ bắt ăn trộm thì phải có đồ tang, mới có lý do mà đoán đặng, chớ chẳng có đồ tang, thì làm sao mà đoán cho ra lẽ.*

Sài Thắng cứ năn nỉ kêu nài. Bao Công liền khiến dẫn Ngô Tử Thâm vào mà tra hỏi. Ngô Tử Thâm cũng cứ cãi chối như trước hoài; Bao

Công không biết xử làm sao, liền dạy quân dẫn hết cả hai đam giam tại đó, đặng tìm phương thế mà xử cho ra.

Chẳng dè đã trọn ba ngày mà dọ không ra tin tức chi hết; không biết tính làm sao, bèn khiến quân dẫn hết hai người ra rồi nói với Sài Thắng rằng:
- *Vải của ngươi không biết ai lấy, đến nay đã ba ngày rồi, không thấy hình dạng chi hết thì ta biết làm sao mà phân đoán cho minh bạch.*

Nói rồi liền khiến quân đánh cho mỗi người là một chục roi, rồi thả cho về hết.

Nguyên tên Hạ Nhựt Hạo này, khi lấy đặng vải rồi, thì đam giấu nơi vắng vẻ, bôi hết những nhãn hiệu, rồi lấy con dấu của mình mà in vào đó, làm cho đừng ai biết đặng, làm xong hết rồi, mới gánh vào thành mà bán cho tiệm

của Uông Thành, lấy bạc đam về, không ai hay biết chi cả.

Nói về Bao Công, khi đánh đuổi Sài Thắng với Ngô Tử Thâm về rồi, liền sanh ra một kế, dạy quân khiêng tấm bia đá ở trước nha vào, lại khiến Trương Long và Triệu Hổ ra ngoài mà truyền rao rằng:
- *Nay quan lớn tính khảo tấm bia đá đặng đòi vải lại mà trả cho Sài Thắng.*

Ai nấy nghe vậy đều dắt nhau tựu đến mà coi. Bao Công thấy có người đến coi thì giả ý hét lớn lên rằng:
- *Tấm bia đá này đáng ghét, hãy đánh nó hai chục cho ta.*

Hối đánh xong rồi lại dở các đơn từ mà kiểm duyệt, giây phút lại hối đánh nữa. Làm như vậy đôi ba lần. Thiên hạ nghe nói chuyện kỳ như vậy, rùng rùng rủ nhau đến coi rất đông. Bao Công thấy dân đến coi đã nhiều rồi, bèn khiến quân khiêng tấm bia đá bỏ dẹp dưới thềm, nạt quân hối đóng cửa lại, rồi khiến bắt bốn người làm đầu trong bọn ấy đến làm bộ giận dữ mà quở rằng:

- Ta đang xử đoán tại giữa công đường, chẳng ai đặng tới đây lộn xộn, sao bọn người chẳng tuân pháp độ, dám cả gan vào chốn công đường, tội ấy khó dung cho đặng, vậy thì 4 người phải khai hết tên họ từ người trong bọn coi đây; hễ ai bán gạo thì phạt gạo, ai bán thịt thì phạt thịt, ai bán vải phải phạt vải, bán chi phạt nấy, chớ cho sót một người; ta giao cho 4 người, phải coi mà thâu phạt cho đủ rồi đam đến mà nạp cho ta, chớ nên trễ nải.

Bốn người lãnh mạng về thâu góp chẳng sót một ai. Trong giây phút đam đủ thứ hàng, đến phủ Bao Công mà nạp. Bao Công xem đủ các món thấy có vải thì dạy để riêng ra, rồi kêu bốn người ấy lại mà nói rằng:

- Vải này phải để lại đây, ngày mai ta sẽ trả lại cho, còn mấy món kia, của ai thì trả về cho nấy, chớ có sai sót của người nào.

Bốn người lãnh đồ về rồi, Bao Công lại khiến quân đòi Sài Thắng và Ngô Tử Thâm đến, song còn e Sài Thắng nhìn lầm, nên lấy vải của phu nhơn đã dệt sẵn trong nhà, đam ra hai cây mà thử; bèn cố ý mà hỏi Sài Thắng rằng:

- Người nhìn thử vải này có phải là vải của người hay không?

Sài Thắng liền lấy vải xổ ra, nhắm nhía hồi lâu rồi quì xuống mà bẩm rằng:

- Vải này không phải của tôi, nên tôi không dám nhận.

Bao Công thấy vậy thì biết Sài Thắng thiệt thà, bèn khiến đam vải kia ra, dạy Sài Thắng nhìn lấy. Sài Thắng coi đi coi lại một hồi, rồi cúi đầu mà bẩm rằng:

- Vải này thiệt vải của tôi, song chẳng biết ở đâu mà Tướng công tìm đặng?

Bao Công nói:
- Vải này nhãn hiệu khác nhau, sao mà người nhìn đặng?

Sài Thắng bẩm rằng:

- Vải này tuy là nhãn hiệu kẻ trộm nó đã đổi rồi, song nhờ thước tấc của tôi bao nhiêu thì tôi đã biết, nên tôi mới nhìn đặng, như Tướng công không tin, thì mỗi cây thước tấc bao nhiêu tôi kể hết ra, rồi Tướng công dạy đo lại mà coi, nếu chẳng y như lời tôi thì tôi cam chịu tội.

Bao Công y lời, dạy đo thử mỗi cây, thiệt quả không sai một mảy. Liền khiến đòi bốn người kia đến mà hỏi vải ấy của ai? Bốn người bèn bẩm rằng:

- Vải của tiệm Uông Thành.

Bao Công liền dạy bắt Uông Thành đến nha mà tra hỏi. Uông Thành khai rằng vải mình mua của Hạ Nhựt Hạo. Bao Công liền sai quân đi bắt Hạ Nhựt Hạo về, đè xuống đánh thôi, thịt văng máu chảy, nát hết cả mình. Hạ Nhựt Hạo chịu đòn không nổi, nên phải khai thiệt ra rằng: "*Mình có ăn trộm ba gánh vải ấy, song mới bán có một gánh cho Uông Thành, còn lại hai gánh vẫn còn giấu nơi vắng vẻ.*" Bao Công bèn sai quân dẫn Hạ Nhựt Hạo đi lấy hết vải đam về, rồi trả lại đủ cho Sài Thắng. Sài Thắng và Ngô Tử Thâm mừng rỡ, lãnh vải rồi lạy tạ ra về. Bao Công bèn lên án bắt Hạ Nhựt Hạo đày đi xứ xa, từ đó nội phủ Khai Phong chẳng còn nghe trộm cướp chi nữa.

36. Hòa Thượng Bị Hàm Oan

Tại Đông Kinh cách thành ba mươi dặm, có một ông già tên là Đổng trưởng giả, sanh đặng một người con trai tên là Đổng Nhơn; nhà ở tại bến tàu, nên có lập một tiệm ngủ, để tiếp những người thương khách tứ xứ tới lui đình trú; một ngày một đông, đặng lợi nhiều, lần lần trở nên giàu có lớn; cưới vợ cho Đổng Nhơn là con gái họ Dương, vẫn là người bán trà ở nơi phía Đông. Nàng ấy dung nhan xinh đẹp, phụng sự cha mẹ chồng lại thêm cung kính, hiềm vì có tánh phong tình; Đổng Nhơn lại thường hay đi buôn bán xứ xa, hoặc một tháng hoặc hai tháng mới về. Gần đó lại có một người chủ đò, tên là Tôn Khoan; thường tới lui nơi tiệm họ Đổng, hay chuyện vãn cười giỡn với Dương thị, một ngày một lâu, hai đàng bèn xáp việc với nhau dường như vợ chồng.

Ngày kia Tôn Khoan thừa lúc Đổng Nhơn đi khỏi, bèn dụ dỗ Dương thị rằng:

- Tôi với nàng tình hảo, chẳng phải là một ngày, việc thương yêu nhau thiệt đã mặn nồng, ngặt vì nàng là gái có chồng, khó mà tới lui thường cho đặng; như nàng mà thiệt dạ thương tôi, thì tom góp tiền bạc áo quần rồi theo tôi mà trốn đi xứ khác, thì ở với nhau mới đặng lâu dài.

Dương thị hứa chịu, hai đàng chỉ trời vạch đất mà thề thốt với nhau; rồi ước hẹn đến ngày hai mươi mốt tháng mười một, giờ Tý thì đi với nhau.

Đến ngày ấy Dương thị bèn tom góp đồ đạc sẵn sàng mà chờ Tôn Khoan.

Chẳng dè đêm ấy lại có một ông hòa thượng đến ngụ nơi tiệm Đổng ông, xưng mình là người ở chùa Đại Bi, núi Túy Ngọc, đất Lạc Châu, nay đến đây mà phú quyến, nhơn lúc trời tối, nên phải vào mà ngụ đỡ một đêm. Nguyên Đổng ông là người có tánh hay làm phước, nên thấy hòa thượng thì tiếp đãi rất hậu, khi ăn uống vừa rồi, hai đàng đều lo đi ngủ. Lúc ấy khí trời lạnh lẽo, tuyết xuống đầy đường, vợ chồng Đổng ông đóng cửa mà ngủ, qua đến đầu canh hai, Tôn Khoan đến gõ cửa nhẹ nhẹ, Dương thị thức chờ đã sẵn, nghe tiếng gõ cửa thì biết là Tôn Khoan, bèn mở cửa xách gói đi theo, ra tới đường cái, thấy trời mưa lâm râm đường sá ướt át, phần thì tuyết xuống mịt mù, lạnh lẽo khó đi. Dương thị bèn nói với Tôn Khoan rằng:

- Đêm nay mưa gió lạnh lùng khó đi lắm, vậy thì để đêm mai đi cũng chẳng muộn chi.

Tôn Khoan nghe nói thì nghĩ thầm rằng:

- *Nếu để diên trì mà lậu việc này ra, thì khó mà gặp dịp khác.*

Và nghĩ và ngó chừng gói đồ, coi mòi vàng bạc nặng túi, bèn rứt[1] dao mà chém phứt Dương thị, đoạt lấy gói đồ, rồi ném thây xuống dưới giếng loạn[2] bỏ đó mà đi. (*Quân gì mà tàn nhẫn quá; mà cũng đáng kiếp cho cái đời dâm bôn, đã có chồng mà còn vượt vồng[3] theo chúng, ba mươi đời những loài dâm phụ chết cũng đáng đời.*)

Qua đến canh ba ông hòa thượng mắc sông[4], bèn mở cửa lần đường tìm chỗ mà đi sông, chẳng dè nhà lạ không thuộc đường, phần thì trời tối đen như mực, đi lớ quớ sẩy chơn sụp luôn xuống giếng; giếng ấy sâu hơn mấy trượng khó lên cho đặng.

Trời vừa sáng ra, tên tiểu tăng thức dậy không thấy ông hòa thượng, tìm kiếm không ra, bèn kêu chủ tiệm mà hỏi; Đổng ông cũng thức dậy tìm kiếm khắp nơi cũng không đặng; bèn vào phòng Dương thị đặng hỏi thăm, té ra Dương thị cũng đi đâu không biết, coi lại thì quần áo và đồ đạc trong phòng mất hết. Đổng ông bèn nghĩ thầm rằng: "*Đây chắc là Dương thị đã trốn theo hòa thượng rồi.*" Bèn sai người tìm kiếm đông tây khắp xứ mà không ra tông tích, bèn đến thầy bói mà cầu bói giùm. Thầy bói chiếm quẻ rồi thì biểu cứ hướng Đông Nam mà tìm thì đặng, Đổng ông nghe theo lời, tìm đến chỗ nhà tiêu, gần một bên miệng giếng, thấy có dấu máu trên ngọn cỏ, ai nấy đều nghi hoặc; xảy nghe dưới giếng vẳng vẳng có tiếng người; Đổng ông bèn khiến người bắt thang xuống giếng mà coi, thấy ông hòa thượng ở tại dưới giếng than khóc om sòm, lại nói:

- *Dương thị đã bị ai giết mà ném dưới giếng đây này.*

---

[1] Rứt: lấy ra, móc ra.

[2] Giếng loạn: giếng bỏ hoang - *loạn* ở đây nghĩa là bỏ mặc, đầy cỏ rác.

[3] Vượt vồng: không theo thứ tự trên dưới, không hỏi ý kiến người trên, tự ý làm - ở đây ý nói làm cho bằng được, bất chấp mọi thứ.

[4] Mắc sông: muốn đi tiêu (đại tiện.) Ngày trước đi tiêu thường phải xuống bờ sông... nên gọi là *đi sông* - cũng nói là *đi cầu* vì ngồi trên *cầu ở trên sông...*

Người ấy bèn lấy dây trói quách hòa thượng kéo lên, rồi đó ai nấy xúm lại mà đánh hòa thượng tưng bừng; ông hòa thượng ấy la khóc kêu oan, song chẳng ai nghe, đánh hết sức rồi lại làm đơn giải đến cho quan Huyện, quan Huyện bèn khiến quân đánh khảo, biểu phải khai cho thiệt. Hòa thượng chịu đòn không nổi, nên phải khai bướng rằng mình có giết Dương thị. Quan Huyện liền làm tờ giải đến phủ nha. Bao Công bèn dạy quân dẫn hòa thượng vào mà hỏi. Hòa thượng bèn than rằng:

- Ấy chẳng qua là tại kiếp trước tôi có mang cái oan trái chi đó, nên nay mới vương mang lấy cái họa tình cờ.

Bèn đọc hết đầu đuôi tình thiệt cho Bao Công nghe. Bao Công nghe vậy thì nghĩ rằng: "Vả chăng tên hòa thượng này ở tại Lạc Châu, thì cách xa tiệm họ Đồng hơn 7 trăm dặm, không lẽ đến chưa đầy một đêm, mà tư thông với người đờn bà ấy đặng; việc này chắc thiệt là oan."

Bèn dạy quân tạm giam nơi ngục, rồi mỗi ngày hằng để ý phỏng sát luôn luôn, song cũng không rõ cho ra minh bạch, bèn sanh ra một kế, đòi quan coi ngục đến, dạy lựa một tên tội xử tử, rồi khiến quân cạo trọc đầu tên tội ấy đi, giả làm hòa thượng, dẫn ra chợ mà chém, rồi bêu đầu mà làm hiệu lịnh ba ngày, lại khiến quân dương ngôn[1] rằng:

- Tên hòa thượng ở bên Lạc Châu chùa Đại Bi, mưu giết dâu họ Đồng là Dương thị, nay tra đã rõ ràng, nên phải xử quyết.

Làm như vậy rồi lại khiến mấy tên công sai giả dạng thường dân, lén đi khắp trong thành ngoài rẫy mà dọ nghe việc ấy, hoặc có ai nghị luận thị phi về vụ ấy, thì phải về mà báo bẩm cho mau. Quân công sai vâng lịnh đi ra khỏi thành chừng ba mươi dặm, ghé vào tiệm trà mà uống nước, xảy có một bà già bước đến hỏi rằng:

- Mấy cậu ở trong thành, có khi hiểu biết việc nhơn mạng của dâu họ Đồng; chẳng hay vụ ấy quan trên phán đoán thể nào?

---

[1] Dương ngôn (揚言): nói lên cho mọi người biết, phao tin đồn lên.

Mấy tên công sai nói:

- *Đã chém tên hòa thượng ấy rồi.*

Bà già ấy liền dậm chơn kêu Trời mà nói rằng:

- *Cha chả! Thiệt tội nghiệp cho ông hòa thượng chết oan thì thôi.*

Mấy tên công sai nghe nói, liền giả ý hỏi phăng lần tới, bà già ấy bèn nói rằng:

- *Cách đây chừng mười dặm, có một thằng chủ đò, tên nó là Tôn Khoan thường tới lui nơi nhà họ Đổng, lại trai gái với Dương thị cũng đã lâu rồi, sau nó lại gạt Dương thị mà đoạt lấy bạc tiền, rồi giết phứt Dương thị đi mà quăng thây xuống giếng, chớ còn ông hòa thượng ấy thì có can cớ chi, nay bị chết chém thiệt là uổng mạng.*

Mấy tên công sai nghe nói chíp lấy, trở về bẩm với Bao Công. Bao Công liền sai quân đi bắt Tôn Khoan đóng gông lại đam về tra hỏi; Tôn Khoan chẳng chịu khai, cứ chối rằng mình không biết đến việc ấy. Bao Công bèn dùng chước dạy quan Huyện đam hết mấy tờ khai nội vụ đam đến án đường, rồi nói rằng:

- *Xưa nay hễ giết một người, thì một người phải thường mạng; mà việc này thì hòa thượng đã thường mạng xong rồi có lý nào mà thường tới hai người hay sao? Nhưng mà họ Đổng khai rằng có mất bạc vàng đồ đạc hơn bốn trăm món, nếu ngươi có lượm đặng thì đam mà trả lại, thì ngươi ắt khỏi tội.*

Tôn Khoan nghe vậy rất mừng, bèn khai rằng:

- *Hôm nọ người bên nhà họ Đổng, có gởi vàng bạc và quần áo cho tôi một gói, đến nay tôi còn giấu tại trong cái tủ nhỏ của tôi.*

Bao Công liền sai quân dẫn Tôn Khoan về lấy gói đồ đam đến, rồi đòi Đổng Nhơn tới mà nhìn, Đổng Nhơn xem thấy đồ ấy thì nhìn quả của mình, Bao Công lại hỏi có gởi cho Tôn Khoan hay không? Đổng Nhơn khai rằng: mình chẳng hề gởi bao giờ; bắt bà già nơi tiệm trà đến mà đối chứng, Tôn Khoan cũng chẳng chịu khai, Bao Công bèn nói rằng:

Long Đồ Công Án

- Chồng nàng Dương thị mắc đi buôn bán đường xa, ngươi đến chọc ghẹo rồi lấy vợ người, sau ngươi thấy của mà tham, nên đến đỗi hại mạng người, nay vàng bạc tang tích đã rõ ràng rồi, còn chối cãi mà chẳng chịu khai nữa sao?

Tôn Khoan nghe nói hồn phách rụng rời, liệu chối không đặng nữa, bèn khai thiệt hết đầu đuôi. Bao Công liền kết án, rồi dạy quân dẫn Tôn Khoan ra chợ mà xử trảm, còn ông hòa thượng thì tha về. Ấy cũng nhờ Bao Công thần minh, nên ông hòa thượng ấy mới khỏi tử ư phi mạng.

37. Ỷ Thế Hiếp Người

Thuở ấy tại phủ Triều Châu, huyện Triều Thủy, xóm Hiếu Liêm, làng Thiết Khâu, có một người Tú Tài họ Viên tên Văn Chánh, vợ là Trương thị, đã xinh đẹp mà lại hiền, vợ chồng ở với nhau sanh đặng một đứa con ba tuổi, Viên Tú Tài nghe nói tại Đông Kinh gần mở khoa thi; nên tính với vợ muốn đi ứng thí. Trương thị nghe chồng nói vậy thì than rằng:
- Nhà thì nghèo, con thì nhỏ dại, nếu chàng đi rồi, thiếp biết nương dựa với ai.

Viên Tú Tài nói:
- Mình là con nhà học trò, công mười năm đèn sách, trông cho gặp hội rồng mây, nếu bậu sợ ở nhà hiu quạnh một mình, vậy thì đi với nhau có khi tiện hơn.

Vợ chồng tính rồi bèn tom góp y phục sắm sửa dắt nhau ra đi.

Khi đến Đông Kinh rồi bèn vào tiệm Huỳnh Hà mà ở ngụ.

Qua bữa sau vợ chồng Viên Tú Tài bèn thay đổi y phục rồi bồng con dắt nhau vào thành dạo xem phong cảnh. Những mảng xem chơi, vùng nghe có tiếng quân nạt đường, vợ chồng bèn đứng qua một bên đường mà tránh, liếc thấy một vị hiển quan cỡi ngựa đi tới, xem rõ lại người ấy là Tào Nhị Quốc Cựu[1], vẫn là một vị hoàng thân. Còn Tào Nhị Quốc Cựu ngồi trên ngựa xem thấy Trương thị xinh đẹp thì lại động tình, bèn khiến quân sĩ mời hai vợ chồng đến phủ mà chơi. Viên Tú Tài nghe nói Quốc Cựu cho mời thì không dám từ chối, bèn dắt vợ con thẳng đến Tào Phủ, Quốc Cựu ra ngoài đón rước vào trong trà nước xong rồi mới hỏi thăm lai lịch. Viên Tú Tài bèn bày tỏ việc mình muốn đi ứng thí. Tào Quốc Cựu làm bộ mừng rỡ ân cần, lại khiến sử nữ[2] dắt Trương thị vào nơi hậu đường mà thiết đãi, rồi hối kẻ tả hữu dọn bày tiệc rượu nghiêm trang, ân cần khuyên dỗ Viên Tú Tài uống cho say vùi, rồi khiến quân tâm phúc đam ra nơi vắng lấy dây thắt họng chết tươi, tội nghiệp cho đứa con tuổi mới nên ba, cũng đều đập chết. Thương hại cho Viên Tú Tài, kinh luân chứa đã đầy lòng, chưa kịp trổ tài mà tử ư phi mạng.

Đến khi Trương thị trở ra, muốn kêu chồng trở về chỗ ngụ, Quốc Cựu bèn nói gạt rằng:

- Tú Tài đã say quá chén, nên đã đam vào phòng mà ngủ đi rồi.

Trương thị nghe nói trong lòng sanh nghi, song chẳng biết làm sao, phải nán lại mà chờ cho chồng tỉnh rượu.

Qua đến chiều tối, Tào Quốc Cựu mới khiến sử nữ nói cho Trương thị hay rằng chồng nàng đã chết và biểu nàng phải ở lại đó mà kết nghĩa với mình. Trương thị nghe rõ đầu đuôi, bèn nằm lăn mà khóc, muốn chết theo chồng. Tào Quốc Cựu thấy vậy thì khiến đam

---

[1] Quốc cựu (國舅): cha vợ của vua, hoặc anh, em trai của vợ vua - do cựu (cũng đọc là *cữu*, Việt hóa thành *cậu*) là cha chồng, hoặc anh, em trai của mẹ - mà đàn ông Trung Hoa thường dùng để gọi anh em trai của vợ mình.

[2] Sử nữ (使女): người hầu gái, tỳ nữ, do *sử* là sai khiến, như trong *sử dụng* (使) nghĩa là dùng - đừng lầm với *xử nữ* (處女) là con gái, thiếu nữ chưa có chồng, do *xử* là ở ẩn, chưa ra đời, còn ở trong nhà.

vào phòng kín mà giam, lại khiến sử nữ ngày đêm khuyên dỗ, mà Trương thị cũng chẳng thèm nghe, quyết muốn liều mình mà chết, ngặt bị bọn sử nữ gìn giữ đêm ngày, không biết làm sao mà chết cho đặng.

Ngày kia Bao Công ở trào mà về phủ, nhơn đi ngang qua chỗ Thạch Kiều, bỗng thấy một trận gió trốt cứ vần vần nơi trước đầu ngựa hồi lâu mà không tan. Bao Công sanh nghi, bèn nghĩ thầm rằng: *"Chắc có việc oan uổng chi đây."* Liền sai Vương Hưng và Lý Kiết chạy theo luồng gió trốt ấy mà coi cho biết hạ lạc về đâu. Vương, Lý hai người lãnh mạng chạy theo luồng gió. Chẳng dè luồng gió ấy cứ xây vần[1] và chạy lần đến nha của Tào Quốc Cựu rồi tan mất. Hai người ấy đứng lại mà coi, thì thấy bốn phía vách tường cao vọi, nơi trên cửa ngõ có đề mấy chữ lớn rằng: *"Nếu ai dòm ngó thì khoét con mắt, còn ai chỉ trỏ thì chặt bàn tay."* Hai người công sai thấy vậy thì sợ, bèn dắt nhau trở về bẩm với Bao Công. Bao Công nghe vậy thì giận lắm mà nói rằng:

- *Không phải là cung điện của Hoàng Thượng, mà nó dám đề như vậy.*

Liền bổn thân đến đó xem coi, quả nhiên một tòa nhà cao lớn vô cùng, song không biết là nhà của vị vương hầu nào đó. Bèn khiến quân đi kêu đến một ông già ở gần lối đó mà hỏi coi cho biết. Ông già ấy bẩm rằng:

- *Chỗ này là phủ của một vị hoàng thân là Tào Quốc Cựu đó.*

Bao Công nói:

- *Dẫu cho hoàng thân đi nữa, cũng không lẽ mà cất nhà cao lớn như vậy.*

Ông già lại than dài mà nói rằng:

- *Nếu đại nhơn không hỏi thì già không dám nói, vì cái quyền thế của ổng mà sánh với Hoàng Thượng thiệt qua hơn nữa, ai mà phạm nhằm tay ổng thì ắt bị gông xiềng bằng sắt, thấy vợ ai mà xinh tốt,*

---

[1] Xây vần: day trở qua lại, xoay vòng quanh - *xây* cũng viết là *xoay*.

thì ổng bắt liền, tự thuở đến nay ổng giết người ta đà không biết mấy mạng rồi. Mới đây, vì giết người ta nhiều lắm, cho nên trong phủ ban ngày mà cũng thấy ma, bởi cớ ấy nên đã dời hết cả phủ mà đi nơi khác rồi.

Bao Công nghe nói liền lấy bạc ra mà thưởng ông già và cho về. Rồi khiến quân sĩ bẻ khóa mở cửa vào nơi nhà thính mà ngồi. Nhắm xem bốn phía giống tợ hoàng cung. Rồi đó Bao Công bèn khiến Vương Hưng và Lý Kiết ra đòi con ma gió trốt khi nãy hầu tra. Hai người sửng sốt, song không dám cãi lịnh, cũng bước ra ngoài cửa mà kêu lớn lên. Trong giây phút xảy có một trận gió vù vù thổi đến, thấy có một con ma oan hồn, tay bồng đứa con ba tuổi theo hai người vào phủ ra mắt Bao Công. Bao Công thấy con ma ấy, đầu bỏ tóc xõa, máu vấy đầy mình, bước đến gần quì xuống bẩm sự mình muốn đến Kinh mà thi, bị Tào Quốc Cựu giết chết, bỏ thây xuống giếng nơi phía sau vườn, từ đầu chí cuối bẩm hết một hồi. Bao Công lại hỏi:
- Nếu vợ ngươi còn sống sao ngươi không biểu nàng quì trạng mà cáo thế cho ngươi?

Con ma ấy nói:

- *Vợ tôi nay đã bị nó đam về Trịnh Châu đã ba tháng rồi, làm sao mà ra mắt Tướng công cho đặng.*

Bao Công nói:
- *Vậy thì ngươi hãy đi đi, ta chấp đơn cho.*

Nói vừa dứt lời thì con ma ấy liền hóa ra trận gió mà biến mất.

Ngày thứ, Bao Công ra khách, đòi hết quân công bài đến mà nói rằng:
- *Đêm hôm qua có một oan hồn đến mách với ta rằng tại Tào Phủ nơi phía sau vườn dưới giếng quỳnh hoa có mấy lượng vàng ròng tại đó, như ai xuống lấy đặng đem lên, thì ta chia cho phân nửa.*

Vương Hưng và Lý Kiết chịu đi, bèn thòng dây leo xuống; té ra vàng đâu không thấy mà lại mò nhằm một cái thây ma. Hai người thất kinh, lật đật leo lên bẩm với Bao Công. Bao Công nói:
- *Ta chẳng tin đâu, nếu quả có thây ma thì phải vớt lên cho ta xem thử.*

Hai người vâng lịnh xuống giếng vớt thây đam lên. Bao Công liền khiến khiêng thẳng về phủ Khai Phong để nơi phía tây lang, rồi hỏi quân rằng:
- *Tào Quốc Cựu dọn ở tại đâu?*

Quân sĩ bẩm rằng:
- *Đã dời về ở nơi Sư Nhi Cảng.*

Bao Công bèn khiến Trương Thiên và Mã Vạn sắm đồ dê rượu đến mầng nhà mới.

Khi Bao Công đi đến Tào Phủ thì Tào Quốc Cựu còn ở trong trào chưa về. Bà mẹ là Thái Quận Phu Nhơn, quở trách Bao Công đam lễ vật sao không xứng đáng. Bao Công bị quở làm thinh, hối quân khiêng lễ vật đam về; vừa gặp Quốc Cựu dọc đường, thấy Bao Công bèn xuống ngựa chuyện vãn hồi lâu, nhơn hỏi Bao Công đam đồ lễ vật mà đi đâu vậy. Bao Công bèn tỏ việc mình đi cung hạ, song bị

Thái phu nhơn thị nhục[1] nên phải đam về. Quốc Cựu nghe nói bèn ân cần xin lỗi với Bao Công. Rồi đó hai đàng từ biệt nhau ai về phủ nấy. Khi Quốc Cựu về đến phủ rồi, thì buồn bực mà trách mẹ rằng:

- Con đi dọc đàng gặp Bao đại nhơn, người nói với con rằng người đam lễ vật đến đây mà mắng con, sao mẹ lại làm nhục người chi vậy? Vả chăng nay em con nó đã làm điều ngang trái, nếu người biết đặng thì mạng nó ắt chẳng còn, sao mẹ không mua lấy nhơn tình, lại làm cho mích lòng người thể ấy.

Thái phu nhơn cười rằng:
- Con gái ta đang làm Chánh Cung Hoàng Hậu, ta há sợ nó hay sao?

Quốc Cựu nói:
- Dẫu cho Hoàng Thượng có lầm lỗi điều chi thì người cũng còn không sợ, huống chi là Hoàng Hậu, mà người há sợ hay sao? Vậy thì chi bằng nay ta phải viết thơ mà gởi cho nhị đệ, biểu nó phải giết luôn Trương thị đi thì mới khỏi lo hậu hoạn.

Thái Quân Phu Nhơn y theo lời, bèn viết thơ sai người đam đến Trịnh Châu giao cho Nhị Quốc Cựu. Nhị Quốc Cựu đặng thơ, không biết tính làm sao, nên phải khiến sử nữ ép Trương thị uống rượu cho say vùi, rồi xách đao vào phòng mà giết, chẳng dè vào đến nơi xem thấy dung nhan Trương thị, thớ thớ như một đóa mẫu đơn, thì chẳng nỡ giết, bèn trở ra ngoài, vừa gặp Trương Công, thì thuật chuyện ấy lại. Trương Công nói:
- Nếu Quốc Cựu mà giết người đờn bà ấy nữa thì cái oan hồn nó không tan, ắt sanh ra yêu quái mà phá nữa, vậy thì sau vườn ta đây có một cái giếng xưa, sâu không thấy đáy, chi bằng xô hắn xuống đó, thì mới là bình yên vô sự cho.

Quốc Cựu nghe nói cả mừng, liền thưởng Trương Công bạc ròng 10 lượng, lại khiến sử nữ trói Trương thị lại mà giao cho Trương Công. (Nguyên vì Trương Công có ý muốn cứu Trương thị nên mới bày

---

[1] Thị nhục: có lẽ là 羞辱, nghĩa là làm cho xấu hổ, sỉ nhục.

mưu như vậy.) Khi sử nữ trói Trương thị rồi thì Trương công vác ra sau vườn, để xuống mở trói ra rồi chờ cho Trương thị tỉnh dậy.

Trong giây phút Trương thị tỉnh rượu, rõ đặng việc ấy thì khóc lóc và tỏ hết chuyện mình. Trương Công cũng lấy làm thương xót; bèn lén mở cửa sau, lại lấy mười lượng bạc thưởng của mình ra mà cho Trương thị để làm lộ phí, lại biểu phải tuốt đến Đông Kinh vào phủ Bao Công mà cáo. Trương thị lạy lục tạ ơn rồi ra cửa sau vườn mà đi. Song nàng là đờn bà con gái, đường sá lạ lùng làm sao đi đến Đông Kinh cho đặng; bèn than thở một mình, chẳng dè cảm động đến vì sao Thái Bạch Kim Tinh, bèn hóa ra một ông già, chỉ dẫn đường đi mà dắt nàng thẳng đến Đông Kinh, rồi hóa ra một luồng gió mà đi mất. Trương thị thất kinh, chừng đó mới biết ông già ấy là thần, bèn ngó lên trên không vái lạy, chừng day lại nhìn coi, thì thấy mình đang đứng trước cửa tiệm của Huỳnh bà khi trước, bèn cũng vào đó mà ký ngụ. Huỳnh bà còn nhớ, bèn han hỏi lai do, Trương thị than khóc rồi tỏ hết đầu đuôi gốc ngọn. Huỳnh bà nghe nói cũng sa nước mắt, bèn nói với Trương thị rằng:

- *Mai này chừng lối canh năm thì Bao đại nhơn người lên miếu mà hành hương, vậy thì chờ khi người trở về, ra đón đầu ngựa quì đơn mà kêu oan mới đặng.*

Trương thị nghe lời, bèn mướn người làm đơn rồi ra đứng ngoài đường mà đón, xảy thấy một vì quí quan cỡi ngựa đi tới, quân hầu rần rộ rất đông, Trương thị ngỡ là Bao Công, bèn bước ra quì trước đầu ngựa mà kêu oan. Chẳng dè người ấy không phải Bao Công mà lại là Đại Quốc Cựu, xem thấy lá đơn thì thất kinh, bèn cố ý bắt tội vì chận đầu ngựa, rút roi sắt ra đánh Trương thị té xỉu, lại lục soát trong mình có mười lượng bạc cũng đoạt luôn, rồi khiến quân vác thây đam đến chỗ vắng mà bỏ. Huỳnh bà thấy vậy lén theo nom coi, chờ cho quân sĩ đi rồi, mới lại rờ coi thì thấy hơi còn hoi hóp, vội vã bồng đam về tiệm, kiếm thuốc mà cứu, hồi lâu mới tỉnh lại; cách vài ba ngày mới ngồi dậy đặng. May đâu bữa ấy nghe quả Bao Công đi ngang qua đó. Trương thị liền vội vàng ra đón trước đầu ngựa dâng trạng mà kêu oan. Bao Công xem thấy trạng từ, bèn khiến quân sĩ dắt Trương thị về phủ nơi phía tây lang mà nhìn lấy thây chồng, lại cho đòi chủ tiệm là Huỳnh bà đến mà đối chứng. Khi tra hỏi minh bạch rồi, Bao Công bèn khiến Trương thị vào nơi hậu đường mà bậu bạn với Lý phu nhơn, còn Huỳnh bà thì cho về tiệm. Rồi đó Bao Công mới tính bắt Đại Quốc Cựu trước đã rồi sau sẽ hay. Bèn giả đau mà nằm. Vua nghe Bao Công có bịnh, bèn hội nghị đình thần, muốn đến mà thăm. Tào Quốc Cựu nghe nói Bao Công đau, ý cũng muốn đến thăm đặng mà tấn ơn, bèn bước ra quì xuống mà tâu rằng:

- *Xin để cho tôi đến đó mà thăm coi, như quả người đau nặng thì Bệ Hạ sẽ đi thăm cũng chẳng muộn chi.*

Vua y lời.

Qua bữa sau Tào Quốc Cựu ngồi kiệu sang phủ Bao Công. Quân sĩ chạy vào bẩm báo. Bao Công liền dạy trù phòng sắm sửa tiệc rượu, rồi bước ra nghinh tiếp Quốc Cựu, mời thẳng vào hậu đường phân ngôi chủ khách ngồi xong, trà nước chuyện vãn một hồi, kế lấy tiệc rượu dọn ra. Rượu vừa xoàng xoàng, Bao Công bèn đứng dậy mà nói rằng:

- *Hôm qua tôi có tiếp đặng một tờ trạng cáo, của một người đờn bà đến đây mà cáo rằng: "Chồng con đều bị giết hết, còn nàng thì bị người ấy bắt mà hãm hiếp, sau nàng trốn đặng tuốt đến Đông Kinh làm trạng mà cáo, chẳng dè lại dâng trạng lầm nhằm một vị quí quan lại là kẻ thù, cho nên ông quan ấy dùng roi sắt mà đánh chết, may nhờ Huỳnh bà cứu sống, nên nay đến cáo với tôi"; tôi đã chấp đơn của nàng rồi, vừa muốn cho mời Quốc Cựu qua đây mà thương nghị, vì không biết ông quan ấy là ai?*

Quốc Cựu nghe nói sợ đà nhởn gáy; song chưa kịp nói chi, kế lấy Trương thị ở sau bình phuông bước ra và khóc và chỉ Quốc Cựu mà bẩm rằng:

- *Đánh chết tôi hôm nọ là người này đây.*

Quốc Cựu nạt rằng:

- Vô cớ mà phao vu cho người, mi có biết tội chăng?

Bao Công liền hô quân bắt Quốc Cựu lột hết áo mão, rồi trói lại dẫn tuốt vào ngục mà giam; lại e lậu ra mà khó bắt Nhị Quốc Cựu, nên khiến quân đóng cửa, bao nhiêu quân thủ hạ của Đại Quốc Cựu cũng bắt mà giam ráo. Rồi đó Bao Công mới lo kế mà bắt Nhị Quốc Cựu, bèn làm một phong thơ giả, lấy ấn son của Đại Quốc Cựu mà đóng vào, rồi sai người suốt đêm đam ra Trịnh Châu giao cho Nhị Quốc Cựu mà nói rằng Thái Quận Phu Nhơn đau nặng, biểu phải về cho mau. Nhị Quốc Cựu thấy có đồ thơ ấn tín của anh mình, thì tưởng thiệt, liền vội vã trở về Đông Kinh, về chưa đến phủ, xảy gặp Bao Công đón rước vào nha thết đãi, chuyện vãn một hồi, rượu vừa xoàng xoàng; Nhị Quốc Cựu bèn đứng dậy xin kiếu mà rằng:

- Anh tôi gởi thơ nói rằng mẹ tôi đau nặng, vậy xin cho tôi kiếu mà về, bữa khác tôi sẽ qua lãnh giáo.

Nói vừa dứt lời xảy thấy Trương thị ở nơi phía sau bước ra quì xuống và khóc và bẩm hết việc trước. Nhị Quốc Cựu xem thấy Trương thị thì mặt mày tái lét; chưa kịp nói chi, Bao Công bèn hối quân bắt Nhị Quốc Cựu đam giam vào ngục. Quân tùy tùng chạy về phi báo với Thái Quận Phu Nhơn. Thái Quận Phu Nhơn cả kinh, liền lấy cáo văn[1] đam theo, tuốt qua Khai Phong Phủ, lấy cáo văn ra mà nói với Bao Công, có ý xin Bao Công nghĩ tình mà dung chế cho con mình. Chẳng dè bị Bao Công xé nát cáo văn. Thái phu nhơn không biết nói làm sao, nên phải trở về, tuốt vào thâm cung mà nói với Tào Hậu. Tào Hậu lại tâu với vua Nhơn Tôn. Vua Nhơn Tôn chẳng thèm nói tới. Tào Hậu không biết tính làm sao, bèn lén ra khỏi cung, đến phủ Khai Phong ra mắt Bao Công mà nói điều phương tiện[2]. Bao Công nói:

---

[1] Cáo văn (誥文): lời dụ của vua ban; sắc, chiếu chỉ của triều đình ban ra cho dân chúng được biết.

[2] Phương tiện (妨便): trở ngại và thuận tiện, lợi và hại - khác với từ ngữ thông dụng *phương tiện* (方便) là cách thức tiện lợi, như "thuyền bè là *phương tiện* giao thông trên sông nước."

- Nay Quốc Cựu đã phạm nhằm tử tội, còn nương nương thì bỏ cung mà đi, để sáng mai tôi sẽ vào tâu cùng Hoàng Thượng.

Hoàng Hậu nghẹn ngào, phải trở về cung.

Qua bữa sau Thái Quận Phu Nhơn bổn thân vào trào mà tâu với Nhơn Tôn. Vua Nhơn Tôn không biết nói làm sao, cực chẳng đã phải hạ sắc, khiến các quan đại thần đến Khai Phong Phủ mà khuyên giải Bao Công. Bao Công biết trước, bèn làm yết thị khiến quân dán trước nha rằng:

"Các quan nội trào ai có nha nấy, nếu ai láng cháng tới đây, thì cũng đồng tội như Quốc Cựu."

Các quan đại thần thấy vậy thì chẳng dám vào, phải trở về trào mà tâu lại. Nhơn Tôn biết ý Bao Công quyết chẳng dung tình, ngặt bị Thái Quận Phu Nhơn mỗi ngày hằng ở trước ngai mà khóc mãi; cực chẳng đã nên phải truyền bày loan giá, ngự đến phủ Khai Phong. Bao Công ra quì tiếp giá. Nhơn Tôn vào ngồi vừa xong, Bao Công bèn tâu rằng:

- Hôm nay không phải là ngày tế cáo thiên địa, mà cũng chẳng phải là ngày khuyến nông, sao Bệ Hạ lại xuất cung đi đâu như vầy mà làm cho nhơn dân thất vọng?

Nhơn Tôn nói:

- Hôm nay mà trẫm đến đây, là cũng vì việc của hai vị hoàng thân, vậy thì muôn việc cũng xin khanh nghĩ lấy tình trẫm mà tha hai người ấy cho rồi.

Bao Công nói:

- Nếu Bệ Hạ muốn tha cho hai vị hoàng thân, thì một đạo xá văn cũng đủ, lựa phải nhọc lòng ngự giá đến đây; nay Quốc Cựu tội dữ đã dẫy đầy, nếu Bệ Hạ chẳng khứng cho tôi phán lý, thì tôi cũng tình nguyện nạp chức mà qui điền.

Nhơn Tôn nghe nói, bèn di giá hồi cung. Bao Công liền khiến quân đao thủ dẫn Nhị Quốc Cựu ra chốn pháp trường mà xử quyết. Thái Quận Phu Nhơn hay đặng tin ấy vội vã vào trào khóc với Nhơn Tôn, xin hạ xá thơ mà cứu Nhị Quốc Cựu. Vua Nhơn Tôn y lời, liền ban xá văn khiến sứ thần đam đến pháp trường; Bao Công quì mà nghe đọc. Trong ấy ý nói tha hết tội nhơn tại Đông Kinh với hai Quốc Cựu. Bao Công nghe hết đầu đuôi, bèn nói với sứ thần rằng:

- *Tội ác tày trời, tội nào thì tha, chớ Nhị Quốc Cựu khó tha cho đặng.*

Liền hối quân đao thủ chém Nhị Quốc Cựu tức thì, còn Đại Quốc Cựu thì chờ qua giờ Ngọ rồi sẽ khai đao. Thái Quận nghe quân về báo rằng Nhị Quốc Cựu đã bị chém rồi; lại tuốt vào trào mà khóc nữa. Vương Thừa Tướng thấy vậy thì bước ra tâu rằng:

- *Bệ Hạ phải hạ chiếu mà tha hết trong thiên hạ, thì mới cứu Đại Quốc Cựu đặng.*

Nhơn Tôn y theo lời tâu, liền dạy thảo chiếu, ban hành thiên hạ, chẳng luận phạm tội khinh trọng, thảy đều tha hết. Bao Công nghe tha hết các xứ, bèn khiến quân chặt gông mở trói cho Đại Quốc Cựu mà tha về. Quốc Cựu về ra mắt Thái Quận, mẹ con ôm nhau mà khóc một hồi, rồi Quốc Cựu nói rằng:

- *Con bất tiếu làm nhục cho cha mẹ; đã thác rồi mà còn đặng sống, ấy cũng là may. Nay con nghĩ lại, mẹ đã sẵn có người phụng dưỡng, vậy thì xin để cho con nạp chức đặng vào núi mà tu hành.*

Thái Quận cầm lại hết sức cũng không đặng nên phải cho đi. Đến sau Tào Quốc Cựu gặp đặng dị nhơn chỉ dẫn, tu hành đắc đạo mà thành tiên. (*Trong hàng Bát Tiên có tên Tào Quốc Cựu là ông này.*)

Nói về Bao Công phán xử cái án ấy xong rồi, bèn dạy quân đam thây Viên Tú Tài đến chôn nơi chơn núi Nam San; lại xuất bạc kho ra năm chục lượng cho Trương thị ăn đi đường mà trở về quê quán.

Lúc ấy những tội nhơn mà đặng ân xá tha về, thảy đều xưng tụng Bao Công nhơn đức.

Người đời sau ai ai cũng đều khen ngợi Bao Công rằng: "*Giết một vị Quốc Cựu mà sự oan một nhà đặng rõ; tha một vị Quốc Cựu mà tù tội một nước cũng đặng tha*"; ấy cũng tỷ như, rưới một đám mưa nhơn, mà đượm nhuần cho nhơn dân cả nước.

38. Giày Thêu Chôn Bùn

Thuở ấy cách phủ Khai Phong chừng bốn mươi lăm dặm, xứ ấy tên là Cận Giang, có một người tên là Vương Tam Lang, cửa nhà giàu có, mà ở gần mé sông, vẫn là một tay từng trải giang hồ, vợ là Châu thị, đã xinh đẹp mà lại hiền, vợ chồng kính nhau như kính khách[1].

Ngày kia Vương Tam Lang sắm sửa hành lý, ý muốn đi xa mà buôn bán, Châu thị can gián chẳng cho đi. Tam Lang cũng nghe theo lời vợ mà chẳng đi xa, duy cứ lẩn bẩn[2] buôn bán nội trong bổn xứ.

Ngang cửa lại có một người tên là Lý Tân, trước có làm phủ lại[3], sau bị cách chức, tánh tình điêu độc[4], háo sắc tham dâm; nhơn thấy vợ Tam Lang xinh đẹp, ý muốn thông gian mà không đặng.

---

[1] Kính khách: do câu tục ngữ cổ của Trung Hoa "夫婦相敬如賓" (*phu phụ tương kính như tân*, nghĩa là "vợ chồng phải kính trọng nhau như [đối với] khách.")

[2] Lẩn bẩn: luôn ở quanh quẩn gần một bên.

[3] Phủ lại (府吏): cũng như quan lại, nhưng là chức quan nhỏ giữ các việc như coi kho, chuyển văn thơ,...

[4] Điêu độc: có lẽ là 刁毒, nghĩa là gian xảo, dối trá, độc ác.

Ngày kia dậy sớm, thấy Tam Lang đi rồi, Lý Tân bèn ăn mặc tề chỉnh tuốt qua nhà Tam Lang, giả ý kêu lớn mà hỏi rằng:

- *Có Vương huynh ở nhà đó chăng?*

Lúc ấy Châu thị vừa mới thức dậy, nghe hỏi thì đáp lại rằng:

- *Ai hỏi đó, chồng tôi đã đi thăm ruộng rồi.*

Lý Tân chẳng kể phải quấy, cứ đi sấn đại vào mà nói với Châu thị rằng:

- *Tôi có công việc muốn đến cậy ảnh, không biết ảnh đi có mau về chăng?*

Châu thị nhơn thấy Lý Tân là người quen lối xóm cho nên không nghi, bèn nói rằng:

- *Chồng tôi có việc, có khi chiều tối mới về.*

Lý Tân ngó thấy Châu thị mặt trắng môi son, lửa dục lại hừng, liền nắm tay Châu thị kéo lại mà nói rằng:

- *Chị hãy ngồi chung với tôi, đặng tôi nói chuyện, chừng nào Vương huynh có về, nhờ chị làm ơn nói lại.*

Châu thị thấy Lý Tân có ý sanh dạ bất lương, thì nổi giận mà mắng rằng:

- *Người là đường đường nam tử sáu thước thân xu[1], sao chẳng biết phải chăng, đang giữa ban ngày dám đến nhà người mà chọc ghẹo vợ người, thiệt chẳng bằng súc loại[2] đó.*

Và nói và giựt tay chạy tuốt vào trong. Lý Tân mắc cỡ, xẻn lẻn[3] ra về, trong lòng căm giận. Về đến nhà bèn nghĩ thầm rằng: "*Nếu Tam Lang về mà vợ nó học lại thì ắt sanh ra việc oán cừu; chi bằng ta giết phứt nó đi, thì mới đã nư[4] giận.*" Liền giấu đao bén trong

---

[1] Sáu thước thân xu: do thành ngữ 六尺身軀 "*lục xích* (sáu thước) *thân khu* (thân thể)" - chữ *khu* ngày trước quen đọc là *xu*)

[2] Súc loại (畜類): loài thú vật.

[3] Xẻn lẻn: nay thường nói *bẽn lẽn*.

[4] Đã nư giận: *nư* là sự hờn dỗi trong lòng, *đã nư* là thỏa mãn cơn giận, *nư giận* là cơn giận lên đến cao độ.

mình, trở qua nhà Tam Lang, thấy Châu thị đang ngồi tựa lan can, dường như có ý suy nghĩ điều chi trong bụng. Lý Tân bước tới nạt lớn lên rằng:

- *Mi biết Lý mỗ đây chăng?*

Châu thị day lại ngó thấy Lý Tân thì lại mắng rằng:
- *Loài gian tặc, còn đến chi nữa đó?*

Lý Tân liền rút đao ra, nhắm ngay yết hầu mà đâm đại. Châu thị té xỉu xuống đất, máu ra lai láng. Uổng thay cho một người hồng phấn giai nhân, trong một phút mà phủi rồi trần thế. Rồi đó Lý Tân lại lấy đôi giày thêu của Châu thị mà mang vào, xách đao chạy thẳng xuống mé sông, moi bùn lên, và giày và đao thảy đều chôn tại đó.

Thuở ấy Châu thị lại có một người em họ, tên là Châu Niệm Lục, cũng là tay từng trải giang hồ, ngày ấy đi buôn mà về, ghe đậu nơi dưới bến, Niệm Lục bèn bước lên bờ ý muốn ghé thăm Châu thị, trời thì tối, khi bước vào nhà kêu chẳng thấy ai, đi qua phía lan can, đứng ngay cửa phòng mà kêu cũng lặng lẽ chẳng nghe ai trả lời. Niệm Lục lấy làm lạ, bèn trở xuống ghe, nghe dưới chơn giày có hơi ướt ướt, bèn cổi ra để trên lửa mà hơ cho khô, chớ cũng vô ý không hay không biết việc chi hết.

Đêm ấy Vương Tam Lang về nhà, kêu hoài mà không nghe Châu thị lên tiếng, bèn xuống bếp thổi lửa đốt đèn lên thì thấy cửa phòng cũng chưa khóa. Tam Lang sanh nghi xách đèn rọi coi, đi lần tới lan can, thấy có một người bị giết chết nằm tại đó, máu chảy linh láng; xem kỹ lại thì là vợ mình, bèn bồng lên mà coi thì thấy có dấu đao đâm ngay nơi yết hầu. Vương Tam Lang vùng khóc rống lên rằng:
- *Không biết ai mà giết vợ tôi như vầy.*

Lối xóm hay đặng, thảy đều chạy tới xem coi, cũng chẳng biết cớ chi mà bị ai giết vậy. Có kẻ bày rằng:

- *Như có dấu máu thì phải nom theo dấu máu mà tìm thì ra kẻ giết.*

Vương Tam Lang nghe lời, bèn hiệp với mấy người lân lý, do theo dấu máu dưới đất mà tìm lần đến chỗ ghe Niệm Lục thì bặt dấu. Tam Lang liền nhảy xuống thuyền nắm đầu Niệm Lục mà mắng rằng:

- *Ta với ngươi không cừu không oán chi, sao ngươi lại giết vợ ta đi.*

Niệm Lục thất kinh, không hay không biết việc chi hết, bị Tam Lang trói dẫn về nhà, đánh cho đã thèm rồi lại dẫn đến phủ Khai Phong mà cáo. Bao Công bèn đòi hết lối xóm đến mà hỏi tra; ai nấy đều khai rằng thấy dấu máu rõ ràng tự trên nhà Tam Lang thẳng xuống đến thoàn[1] Niệm Lục. Bao Công hỏi lại Niệm Lục thì Niệm Lục khóc mà bẩm rằng:

- *Tôi với Tam Lang vẫn là bà con thân thích, chớ không cừu không oán chi, tối hôm qua tôi có đến nhà ảnh mà thăm, nhơn chẳng thấy ai thì tôi trở xuống thoàn, còn dấu máu ấy tôi thiệt không rõ là ai, mà giết Châu thị thác đó là ai tôi cũng không biết, cúi xin quan lớn minh đoán cho tôi nhờ.*

Bao Công nghe rõ đầu đuôi, trong lòng phát nghi bèn nghĩ thầm rằng: "*Không lẽ Niệm Lục nó đã giết người rồi mà lại còn lột giày đi làm chi, xét trong thoàn nó thì cũng không dao không mác chi cho bén, việc này lý cũng đáng nghi.*" Nghĩ như vậy rồi bèn truyền quân giam Niệm Lục lại đó, rồi sanh ra một kế, dạy làm yết thị dán khắp các nơi mà rao rằng:

> *Châu thị đã bị người ta giết; mà đôi giày thất lạc phương nào, như có ai tìm đặng mà nạp vào, thì ắt ta trọng thưởng.*

Yết thị ra đã hai ngày, mà không nghe tin tức gì cả.

---

[1] Thoàn: thuyền. Vào khoảng vài thập kỷ đầu của thế kỷ XX, báo chí miền Nam (lúc đó là Nam Kỳ thuộc Pháp) gọi máy bay (phi cơ) là "*phi thoàn.*"

Nói về Lý Tân, thường ngày thường vào làng kia mà uống rượu, trong làng ấy lại có một người đờn bà xinh đẹp, nhơn trăng gió với Lý Tân. Nhằm lúc Lý Tân say rượu, bèn nói với người đờn bà ấy rằng:

- Ta cám ơn nàng có lòng yêu mến đến ta, nên nay ta muốn chỉ cho nàng một sự lợi to mà đền ơn cho đó.

Người đờn bà ấy cười rằng:

- Chẳng đủ cho đầy miệng mo, có đâu mà cho bù đày¹, từ ngày chàng lui tới nhà thiếp đến nay, nào thấy chàng đem tới một đồng một chữ² gì, nay có sự lợi to sao không lấy lấy³ mà xài, khéo kiếm chuyện mà gạt ai chi vậy.

Lý Tân nói:

- Ta nói cho nàng biết, nếu lãnh thưởng đặng rồi, chừng ta có đến chơi, thì mựa đừng bợ đỡ.

Người đờn bà ấy nghe nói thì lại hỏi phăng. Lý Tân bèn nói rằng:

- Mới đây vợ Vương Tam Lang đã bị người ta giết, Tam Lang đi cáo, cho nên Niệm Lục đã bị bắt giam, song án còn chưa quyết; nay Bao Thái Doãn lại treo yết thị mà rao rằng: "Ai mà kiếm đặng đôi giày của người đờn bà bị giết ấy, thì đam đến mà nạp cho người, thì người sẽ trọng thưởng"; song ta biết đôi giày ấy hạ lạc tại đâu, để ta chỉ cho nàng, rồi nàng biểu chồng nàng đi lấy đam nạp mà lãnh thưởng.

Người đờn bà ấy nói:

---

¹ Mo là cái bẹ (phần gốc của tàu) lá cây cau, ôm lấy thân cây, có dáng cong cong, giống như bàn tay khum lại; bù đày (đúng ra là bồ đài) là đồ đựng chất lỏng, làm bằng mo cau hay lá chuối kết lại. Ý cả câu "không đủ cho miệng mo, có đâu cho bồ đài" là có quá ít, không đầy nổi cái miệng của mo cau, thì còn dư đâu mà rót vào bồ đài.

² Chữ: đồng tiền. Việt Nam Tự Điển ghi là "tiền điếu xưa, tiền bạc" - tiền điếu, hay đồng điếu, là đồng tiền đúc bằng đồng. Chữ này (字) trong Đại Nam Quấc Âm Tự Vị lại ghi là trự ("không còn một trự.")

³ Lấy lấy: chữ lấy đầu là cầm, nắm, nhận về phần của mình (take), chữ lấy sau là tự mình (self), như trong "tôi tự làm lấy, không ai giúp."

- *Giày ấy ở đâu, sao chàng biết đặng?*

Lý Tân nói:

- *Ngày kia ta xuống mé sông, nhơn thấy chỗ ấy dường như có ai chôn vật chi tại đó, ta bèn móc lên mà coi thì là một đôi giày đờn bà và một ngọn đao đều vùi bùn một chỗ; nay thấy yết thị thì tưởng chắc đôi giày ấy là của người đờn bà bị giết.*

Nói rồi từ giã ra về. Khi Lý Tân về rồi thì người đờn bà ấy chờ chồng về mà nói nhỏ và chỉ chỗ cho chồng đào. Người chồng nghe nói liền đến mé sông, moi bùn lên thì quả thấy có một đôi giày đờn bà và một ngọn đao rất bén, bèn lấy đam về mà nói cho vợ hay. Người vợ liền hối chồng mau mau đam đến phủ Bao Công mà nạp. Bao Công liền cật hỏi người ấy rằng:

- *Giày này ở đâu mà mi kiếm đặng?*

Người ấy cũng khai thiệt rằng mình đào đặng nơi dưới mé sông. Bao Công lại hỏi:

- *Ai chỉ cho mi mà mi biết đặng?*

Người ấy cũng không dám chối, cứ khai thiệt rằng nhờ vợ mình chỉ. Bao Công nghe nói thì nghĩ thầm rằng: "*Người đờn bà này cũng có duyên cớ chi đây.*" Bèn giả ý mỉn cười mà nói với tên dân ấy rằng:

- *Nếu vậy thì tiền thưởng ấy về phần mi rồi.*

Liền khiến quân mở kho lấy ra năm chục quan tiền mà thưởng cho tên dân ấy. Tên dân ấy đặng tiền mằng rỡ lạy tạ ra về. Bao Công liền kêu quân công bài là Trương Long Triệu Hổ vào mà dặn kín rằng:

- *Hai đứa bây phải nom theo tên dân ấy cho tới nhà nó rồi dọ coi cho khéo, đừng cho ai biết, hễ thấy vợ nó, mà có ăn uống với người nào, thì bắt hết cả hai đam về cho ta.*

Trương Long, Triệu Hổ lãnh mạng đi liền.

Nói về tên dân ấy lãnh đặng tiền thưởng rồi, vội vã vác về nói cho vợ hay. Người vợ mằng rỡ chẳng xiết; bèn nói với chồng rằng:

- Nay mà mình đặng tiền thưởng này đây, cũng là nhờ ơn của Lý Đại Lang, vậy thì phải mời người qua đây mà chia cho người chút đỉnh mới phải.

Người chồng cũng lấy làm phải, liền đi mời Lý Tân đến. Người vợ thấy Lý Tân đến thì chúm chím miệng cười, tỏ dấu kính yêu, lại lấy mắt đưa tình trừng qua liếc lại, rồi mới thẳng vào phòng, dọn bày tiệc rượu, ba người ngồi lại ăn uống với nhau. Người đờn bà nói:
- Nhờ có Đại Lang chỉ biểu mới đặng lãnh thưởng tiền, nên nay mời người qua đặng chia nhau mà hưởng dụng.

Lý Tân cười rằng:
- Vậy thì để dành đó, mua rượu mà dùng, lựa phải chia chác làm chi cho mất công.

Người đờn bà nghe nói cười xòa. Thình lình hai tên công bài lướt vào thộp ngực Lý Tân với người đờn bà ấy trói lại dẫn tuốt về nha mà nạp cho Bao Công, và bẩm hết các lời của Lý Tân với người đờn bà ấy nói chuyện với nhau lúc đang ăn tiệc. Bao Công liền khiến khảo người đờn bà ấy coi, vì làm sao mà nó biết chỗ chôn đôi giày ấy. Người đờn bà ấy sợ sệt run rẩy lập cập mà bẩm thiệt rằng Lý Tân chỉ chỗ cho mình. Bao Công hỏi lại Lý Tân, ban đầu hắn còn cãi chối, sau bị đánh khảo, đau thét chịu không nổi, nên phải khai thiệt hết vụ giết Châu thị đầu đuôi gốc ngọn chẳng sót một điều. Bao Công lại dạy khảo người đờn bà ấy mà hỏi nó coi, vì làm sao mà Lý Tân hay lui tới nhà nó? Người đờn bà ấy bị đòn đau quá, chịu cũng không nổi, nên cũng khai thiệt rằng mình với Lý Tân tư thông với nhau mà làm cuộc gió trăng cho nên Lý Tân thường hay qua lại.

Bao Công tra hỏi rõ ràng, liền kết án xử tử Lý Tân; còn người đờn bà ấy có chồng mà lại lấy trai, thì lại đày đi xứ xa mà trừng phạt loài dâm phụ. Còn Niệm Lục thì tha ngay. Từ ấy Niệm Lục mới khỏi bị hàm oan, mừng rỡ lạy tạ Bao Công mà về. Thiên hạ hay đặng án ấy, ai nấy cũng đều vỗ tay khen ngợi.

39. Chịu Án Oan

Tại phủ Dương Châu cách thành chừng năm dặm, chỗ ấy gọi là Kiết An Võ, có một người họ Tạ tên Cảnh, nhà làm nghề ruộng, cũng có vốn ít hơi, có nuôi một đứa con nuôi tên Tạ Ấu An, cưới con gái của Tô Minh là người ở trong thành ấy. Tô thị là gái hiền huệ, về làm dâu họ Tạ, rất đẹp ý mẹ chồng.

Ngày kia có một người cháu họ của Tô thị tên là Tô Nghi đến thăm. Song Tạ Ấu An biết nó là quân vô lại, nên cũng có ý để duôi, chẳng màng ngó đến. Tô Nghi oán hận trong lòng, bèn bỏ ra về. Cách chừng nửa tháng, Ấu An mắc đi coi ruộng, đường xa về không kịp.

Đêm ấy có thằng ăn trộm tên là Lý Cường, nhơn biết Ấu An đi khỏi, bèn thừa lúc đầu hôm lén ẩn bóng đèn tuốt vào phòng Tô thị, núp đó mà chờ. Qua đến nửa đêm, lén lấy hết đồ nữ trang của Tô thị, vừa muốn mở cửa phòng mà ra, bị Tô thị hay đặng la lên. Lý Cường sợ chúng hay mà bắt đặng mình, liền rút ra một con dao rất nhọn, đâm Tô thị một mũi ngã xuống chết tươi, rồi bỏ đó lỏn ra đi mất, chẳng ai hay biết chi cả.

Trời vừa sáng ra, vợ chồng Tạ Cảnh thức dậy, thấy cửa phòng của dâu mình mở hoác, bèn hỏi rằng:
- *Hôm nay sao mà phòng trong mở sớm lắm vậy?*

Kêu hỏi mấy lần, mà không nghe lên tiếng. Mẹ chồng sanh nghi, liền bước vào phòng mà kêu, thì thấy dâu mình nằm chết dưới đất, máu vấy đầy mình; bèn tri hô lên rằng:
- *Quân trộm nào vào đây giết dâu tôi và lấy hết đồ nữ trang mà đi rồi.*

Tạ Cảnh cũng sửng sờ, chưa biết tính làm sao. Kế lấy Ấu An vừa về thấy vợ như vậy thì than khóc om sòm. Cách mấy ngày mà cũng không nghe tin tức chi, xóm giềng cũng đều nghi hoặc. Bên nhà họ Tô cũng không biết nói làm sao; cứ nghi cho rể mình hoặc có duyên cớ chi đó rồi dối rằng bị ăn trộm cho lấp miệng người. Duy có Tô Nghi, bình nhựt đã bị Ấu An khi dể, trong lòng cừu oán đã thâm, bèn tuốt đến nhà Lưu Thái Doãn mà cáo rằng:

- *Tạ Cảnh bụng muốn lấy dâu, mà nàng dâu không chịu, nên sợ xấu hổ mà giết đi cho tuyệt khẩu.*

Lưu Doãn liền đòi Tạ Cảnh đến nha mà tra thì Tạ Cảnh cũng cứ thiệt mà khai rằng dâu mình bị ăn trộm vào phòng giết thác và lấy đồ nữ trang mà đi. Lưu Thái Doãn hỏi tra lối xóm, thì ai nấy cũng đều bán tín bán nghi. Lưu Thái Doãn bèn nói với Tạ Cảnh rằng:

- *Không lẽ ăn trộm vào phòng giựt đồ giết người, mà dâu ngươi không giãy giụa la lối chi hết, để cho nó giết đặng mà đi êm, không có một người hay biết, đây chắc là ngươi giết dâu ngươi, sao không khai phứt cho rồi, còn muốn để mà liên lụy cho người khác nữa sao?*

Tạ Cảnh không biết làm sao mà đối nại, duy cứ kêu oan hoài mà thôi. Lưu Thái Doãn liền khiến quân đóng gông Tạ Cảnh đam giam vào ngục, mỗi ngày mỗi khảo mỗi tra. Tạ Cảnh chịu đòn không nổi, nên phải chịu án. Lúc ấy án đã kết rồi, song quan Thượng Ty hãy còn chưa quyết.

Gần đặng trót năm, nhằm lúc Bao Công đi tuần án các nơi, vừa ra tới Dương Châu mà thẩm quyết các án. Tạ Ấu An bèn làm trạng mà kêu oan cho cha mình. Bao Công chấp trạng tra hỏi, Ấu An bẩm hết đầu đuôi, phù hạp với mấy cái khai trước không sai một mảy. Bao Công biết việc ấy ắt chẳng phân minh, bèn dặn quân giữ ngục phải nới lỏng cho Tạ Cảnh thong thả một chút chẳng nên giam nhặt lắm, để năm ba ngày thẩm lại sẽ hay.

Nói về Lý Cường, từ ngày giết dâu họ Tạ lấy đặng đồ nữ trang đam về nhà đào đất chôn giấu có nơi không ai hay biết chi hết, nhưng mà lòng dữ cũng chẳng chừa. Tại trong thành có một người họ Giang tên Tá, nhà giàu có lớn, con trai tên là Giang Vinh, vừa mới cưới vợ, Lý Cường trà trộn lỏn vào đặng phòng của hai vợ chồng mới, núp ẩn dưới giường, chờ cho đêm vắng canh khuya mà trộm của. Chẳng dè trong phòng đèn đuốc sáng trưng từ đầu hôm chong cho tới sáng; luôn luôn như vậy đã trọn ba đêm. Lý Cường làm chi không đặng, phần thì đói khát chịu không nổi, tính thế không xong, chờ tối lại đặng có thoát ra mà về. Chẳng dè bị bọn đầy tớ bắt đặng, đánh đà nhử tử, lại tính sáng ra giải đến Lưu Thái Doãn mà nạp nó cho rồi. Lý Cường bèn năn nỉ rằng:

- Tôi thiệt có tội, song chưa hề lấy đặng món chi của anh hết thảy, như anh tha tôi thì cả hai đàng đều vô sự, bằng anh giải tôi đến quan, thì tôi cũng sẽ có lời mà nói cho anh mang tiếng.

Họ Giang không tin mà lại chẳng giải đến cho Lưu Thái Doãn cứ giải tuốt đến nha Bao Công. Bao Công tra hỏi, thì Lý Cường khai rằng:

- Tôi không phải là ăn trộm, thiệt tôi là thầy thuốc, mà bị chúng nó vu oan bắt tôi đến đây ức quá.

Bao Công hỏi:

- Mi không phải kẻ trộm, sao lại vào phòng người ta làm chi?

Lý Cường nói:

- Vì nàng dâu mới ấy có cái tật kín, nên khiến tôi theo gần một bên mình, đặng mà làm thuốc thường thường cho dễ.

Bao Công bèn nghĩ thầm rằng: "Đứa con gái ấy mới về nhà chồng, dẫu có tật kín chi, cũng phải giấu giếm ít ngày rồi sau mới nói cho chồng hay, đặng rước thầy về mà trị, có đâu mới về nhà chồng lại dắt thầy theo mà uống thuốc, tình lý đáng nghi, vả lại thằng này mặt mày hung ác, chắc là quân ăn trộm." Nghĩ rồi thì lại tra hỏi Lý Cường; Lý Cường cũng cứ chối cãi hoài, lại đam hết mọi việc cùng đồ đạc nhà họ Giang mà kể hết ra rồi nói rằng:

- Bởi tôi có ở trong nhà mà làm thuốc đã lâu, nên tôi mới biết đặng gia sự của va.

Bao Công bèn dạy giam Lý Cường lại đó, rồi lén đi một mình qua nhà họ Giang mà coi hết đồ đạc trong ngoài y như Lý Cường đã nói, không sai một mảy.

Bèn trở về nha mà nghĩ rằng: "*Nếu nói nó là ăn trộm, thì không lẽ mới vào mà thuộc hết gia sự của họ Giang; còn như nói nó là thầy thuốc của nàng dâu đam theo, thì cũng không lẽ mà họ Giang bắt nó mà vu oan cho nó.*" Suy tới nghĩ lui hoài, rồi lại nghĩ như vầy: "*Đây chắc là nó lẩn bóng vào phòng, ở đó đã lâu, cho nên những lời gì của hai vợ chồng mới chuyện vãn với nhau trong phòng nó đều thuộc ráo hết, nên ghi nhớ trong lòng đặng đến đây mà cường biện như vầy.*" Nghĩ rồi bèn sanh ra một kế, sai một tên quân kỳ bài đi mướn một con điếm cho xinh đẹp, đam về nha cho mặc đồ trang sức, sắm sửa cho giống nàng dâu của họ Giang.

Qua bữa sau Bao Công dạy để con điếm ấy đứng giữa công đàng, rồi giả ý đòi Lý Cường vào mà đối chứng. Lý Cường vào thấy con điếm đứng đó, thì đề quyết là dâu họ Giang; bèn kêu tên mà nói rằng:

- Mi đã đam ta theo mà trị bịnh cho mi, sao nay mi lại để cho nhà chồng mi vu cho ta là ăn trộm.

Con điếm ấy cứ việc làm thinh. Còn những công lại thì đều che miệng mà cười. Bao Công cũng cười mà nói rằng:

- Loài gian tặc, mi nói mi theo làm thuốc cho dâu họ Giang vẫn đã lâu rồi, sao quen biết đã lâu mà không biết mặt, lại nhận con điếm mà nói rằng dâu họ Giang; thằng này diện mạo hung ác mà lại xảo trá dị thường, ta đoán chắc rằng năm rồi đây mà giết dâu họ Tạ ấy cũng là mi chớ không ai.

Nói rồi liền khiến quân công bài đến xét nhà Lý Cường. Quân công bài vâng lịnh đến nơi, ngó thấy dưới giường có dấu đất mới đào, bèn moi phứt lên, thì thấy đồ nữ trang một hộp, liền lấy hết đam về mà nạp cho Bao Công. Bao Công bèn đòi Tạ Ấu An đến mà nhìn đồ ấy. Tạ Ấu An vâng lịnh đến nhìn, thì quả là đồ của Tô thị là vợ mình ngày trước. Bao Công liền day lại mà nạt Lý Cường. Lý Cường thất kinh, không phương chối cãi; bèn khai thiệt ra từ ngày giết thác Tô thị, đến khi lỏn bóng vào nhà họ Giang, bị nghệt trong phòng ba đêm ba ngày, khi muốn thoát ra lại bị bắt đặng, đầu đuôi gốc ngọn khai hết rõ ràng. Bao Công thẩm đặng phân minh, bèn làm án trảm quyết Lý Cường; còn Tô Nghi về tội phao vu, đánh ba chục hèo và phạt tù sáu tháng; còn Tạ Cảnh thì đặng tha về thong thả. Bá tánh nghe rõ án ấy, ai nấy thảy đều khoái chí.

40. Đầy Tớ Phản Chủ

Tại Tây Kinh cách thành chừng năm dặm, chỗ ấy kêu là Vĩnh An Trấn, có một người tên là Trương Thoại, cửa nhà giàu có, vợ là Dương thị hiền huệ vô song, trị nhà có phép, lớn nhỏ đều tuân theo lời sai khiến, sanh đặng một đứa con gái tên là Diêu Nương, đã thông minh mà lại đẹp đẽ, thêu tỉu vá may[1] nghề nào cũng giỏi. Vợ chồng Trương Thoại câng[2] lắm, thường nói với nhau rằng:
- *Như con gái ta đây phải chọn một thằng rể cho thiệt hiền thì mới nên gả.*

Bởi cớ ấy cho nên Diêu Nương đã mười lăm tuổi rồi, mà còn chưa hứa với ai hết. Nhà Trương Thoại có hai đứa tớ trai, một đứa họ Viên, một đứa họ Ung, Thằng Ung thì tánh tình trung hậu mà lại siêng năng; còn thằng Viên thì tánh xảo trá mà hay gạt chủ. Ngày

---

[1] Thêu tỉu vá may: bản gốc in là "thêu *kiểu* vá may", nghĩ là sai. *Tỉu* là tô vẽ nhiều màu sắc - thành ngữ *thêu tỉu vá may* chỉ chung công việc thêu thùa khéo léo.
[2] Câng: nay viết là *cưng*.

kia thằng Viên bị chủ giận mà đuổi đi; ra khỏi nhà rồi nó lại nghi cho thằng Ung giềm dua với chủ nhà mà kẻ[1] cho nó bị đuổi; căm căm trong lòng chờ ngày mà tẩy hận.

Ngày kia Trương Thoại, ở trên trại ruộng mà về, nhơn cảm phong sương mà đau rất nặng; uống thuốc hơn mười mấy ngày mà không thấy giảm, Trương Thoại liệu biết trong mình không lẽ sống đặng, bèn kêu vợ là Dương thị mà trối rằng:

- *Tôi không có con trai, duy có một đứa con gái mà thôi; mà nay nó đã khôn lớn rồi, như tôi có nhắm mắt đi rồi, thì phải kiếm chỗ mà gả nó đi, chớ để nó ở vậy hoài một mình cũng tội nghiệp; còn thằng Ung là một đứa đày tớ rất nên trung tín, lại siêng năng cẩn thận, việc nhà phú thác cho nó cũng nên.*

Nói dứt lời thì nhắm mắt mà qua đời. Dương thị than khóc chẳng xiết chi, rồi lo chôn cất xong xuôi, mới tính với một người đờn bà lối xóm đặng lo đôi lứa cho con. Diêu Nương nghe đặng bèn ôm mẹ mà khóc rằng:

- *Cha con mới mất chưa đặng bao lâu, phần thì anh em không có, nếu gả con đi rồi, thì mẹ nương dựa với ai, vậy xin để con ở nhà mà phụng sự mẹ một đôi năm, chừng ấy mẹ có muốn gả con cũng chẳng muộn.*

Dương thị nghe con nói vậy thì cũng động lòng, bèn đình việc ấy lại, không nói tới nữa.

Lần hồi ngày tháng như thoi, tang phục đã mãn, trong nhà sự vụ nhứt nhứt điều chi, cho đến ruộng lúa thâu vào phát ra cũng có một tay thằng Ung quản lý; tuy vậy mà thằng Ung cũng giữ lòng trung tín, hết dạ nhiệt thành, chẳng hề dám phụ lời của chủ phú thác nơi lúc lâm chung; còn Dương thị cũng hết lòng tin cậy, chẳng hề chút nghi hiềm chi hết.

---

[1] Kẻ: méc, học lại, kể lại với người trên, như trong *kẻ với chủ*.

Vừa lúc đến kỳ thuế ruộng, thằng Ung bèn thưa cho chủ mẫu hay, đặng có cân bạc sẵn sàng đam vào thành mà đóng thuế. Dương thị bèn lấy ra một cái rương nhỏ tiền bạc đựng sẵn mà giao cho thằng Ung. Thằng Ung lãnh rồi, tính để mai sáng sẽ đi. Kế lấy có người thân thích đến mời Dương thị. Dương thị bèn dắt Diêu Nương, cả hai mẹ con đều đi ăn tiệc.

Nói về thằng Viên, khi thấy Dương thị đi khỏi nhà rồi, bèn chờ đến chiều tối, lén tuốt vào nhà, quyết ăn trộm đồ cho bõ ghét. Té ra, khi vào đến trong phòng thì thấy thằng Ung đang ngồi đếm xỉa[1] bạc tiền và tính sổ thâu xuất chi đó. Thằng Viên cừu hận đã sẵn, nay thấy vậy lại càng nổi xung, bèn chỉ thằng Ung mà nói rằng:

- Mi kiếm lời giềm siểm mà kẻ cho chủ đuổi ta ra, đặng để cho mi quản suất gia tài một mình cho sướng.

Và nói và rút dao nhọn ra, xốc tới đâm nhầu. Thằng Ung trở tay không kịp, bị một dao trúng ngay ba sườn nhào xuống chết tươi. Thằng Viên bèn lấy hết tiền bạc trong cái rương nhỏ đó, rồi lẻn ra tuốt về không ai hay biết chi hết.

Khi Dương thị ăn tiệc mà về, vào nhà kêu thằng Ung không thấy, đi thẳng vào trong mới hay thằng Ung đã bị ai giết nằm chết ngay dưới đất. Dương thị bèn khóc rống lên rằng:

- Cửa họ Trương này sao mà rủi ro lắm vậy, chồng tôi mới mất, đến nay thằng Ung lại bị người giết nữa, tôi biết làm sao bây giờ.

---

[1] Đếm xỉa: nghĩa đen, đếm tiền thì phải *xỉa* (bày ra, xếp ra, chìa ra) vào doi (thành hàng, thành dãy), vừa *đếm* vừa *xỉa* - nay thường chỉ dùng với nghĩa bóng là "kể tới", trong thể phủ định (*không đếm xỉa tới* là không thèm để ý, không coi ra gì.)

Diêu Nương cũng than khóc om sòm. Lối xóm hay đặng việc ấy, cũng lấy làm nghi, không rõ cho minh bạch. Duy có một người tên là Uông Mỗ, vẫn có cừu oán với Trương gia. Bèn ra thủ cáo với Hồng Tri Huyện. Quan Huyện liền cho bắt hết cả mẹ con Dương thị và tôi trai tớ gái hơn vài mươi người đến mà thẩm vấn. Dương thị khóc bẩm rằng mình không biết ai giết. Uông Mỗ lại nài rằng:

- Ấy là tại mẹ con hắn thông gian với trai, thằng Ung không chịu mà cản trở, nên bị đứa gian phu nó giết.

Hồng Tri Huyện tin theo lời ấy, bèn ép Dương thị mà biểu phải chiêu khai. Dương thị không chịu, cho nên cả nhà đều bị giam và tra tấn trót năm, bị bịnh mà chết hết vài người, còn mẹ con Dương thị bị tra khảo, trong mình không còn một miếng da mẹ đẻ; nhà cửa điêu tàn. Ngày kia Diêu Nương chịu đòn không nổi nữa bèn than với mẹ rằng:

- Sớm tối đây ắt con phải chết, không ai phụng thị mẹ già, còn cái oan khuất này cũng không biết ai mà tố cáo, vậy khi con chết xuống rồi, thì con phải đi tìm thần mà cáo tố; mẹ chớ nên sợ đòn, chịu án bất tử mà làm hư danh tiết.

Nói dứt lời tức tưởi khóc chẳng ra hơi, sáng ra bữa sau Diêu Nương đã thác. Dương thị thương xót khóc than, muốn tự tận mà chết luôn trong ngục, ai nấy xúm lại cản trở và khuyên giải hết sức mới khỏi chết.

Qua năm sau, Hồng Tri Huyện bị đổi đi chỗ khác, lại nhằm lúc Bao Công đi tuần án Tây Kinh. Dương thị hay đặng, liền lo lót với ngục quan mà ra đặng, rồi tuốt đến Bao Công mà kêu oan. Bao Công liền đòi lân lý đến mà tra hỏi, mấy bọn lân lý đều nói:

- Thằng Ung mà chết đó không biết ai giết, song mẹ con Dương thị ở đây thuở nay nết na tử tế lắm, không lẽ mà có điều nào.

Bao Công nghe nói cũng nghi, sáng ra bữa sau Bao Công bèn trai giới lên miếu Thành Hoàng mà vái rằng:

- Nay có cái án của Dương thị trệ đã hai năm mà chưa quyết đặng, như có oan tình xin hãy ứng mộng cho ta quyết lý.

Vái rồi bèn trở về nhà, chong đèn mà ngồi nơi tẩm thất. Vừa lúc canh ba, bỗng có một trận gió ù ù thổi đến, đèn đuốc tối tăm. Bao Công đứng dậy ngó ra, thấy phưởng phất trước song có một con vượn đứng đó. Bao Công bèn hỏi rằng:

- *Ai đứng đó?*

Con vượn liền lên tiếng mà đáp rằng:

- *Tôi đến đây đặng làm chứng cái án của Dương thị.*

Bao Công liền mở song ra xem, thì bốn phía im lìm, không nghe tiếng người, mà con vượn ở đâu cũng không thấy. Bao Công ngẫm nghĩ một hồi, rồi đi nghỉ.

Sáng ra bữa sau Bao Công ra khách, rồi đòi hết bọn Dương thị nội vụ đến mà hỏi rằng:

- *Nội trong nhà mi, những bạn bè tôi tớ, có đứa nào mà tên Viên hay họ Viên chi chăng?*

Dương thị bẩm rằng:

- *Lúc chồng tôi còn sanh tiền thì có một đứa tớ họ Viên, song chồng tôi đuổi nó đã lâu rồi, chớ hiện bây giờ đây những kẻ ở trong nhà tôi chẳng có ai là họ Viên hết thảy.*

Bao Công liền sai công bài đi bắt thằng Viên đến nha tra hỏi. Thằng Viên không chịu khai. Bao Công bèn giam lại đó, rồi sai quân đến xét nhà thằng Viên. Xét đặng một cái rương nhỏ, trong ấy còn dư đặng mấy quan tiền; quân công bài xách rương và tiền đam về dâng cho Bao Công. Bao Công liền đòi Dương thị lên mà nhìn. Dương thị nhìn coi rõ ràng là cái rương và tiền của mình đã giao cho thằng Ung đam đi đóng thuế lúc nọ. Bao Công liền khiến dẫn thằng Viên ra tấn khảo một hồi, thằng Viên phần thì tang tích rõ ràng, phần thì chịu đòn không nổi nên phải khai rõ đầu đuôi. Bao Công bèn lên án trảm quyết thằng Viên, còn Uông Mỗ vu hãm người lành, đánh năm chục hèo rồi đày đi xứ xa mà ở lính. Còn bọn Dương thị thầy tớ mấy người đều tha về hết.

41. Đờn Bà Áo Đỏ

Tại thành Giang Châu có hai người buôn muối, một người họ Bào tên Thuận, một người họ Giang tên Ngọc; hai người tuy có giao hảo với nhau, song Giang Ngọc thì xảo trá, còn Bào Thuận thì thuần hậu. Bào Thuận bởi nhờ có hãng muối bảo bọc, cho nên buôn bán mấy năm làm giàu có lớn, cưới con gái họ Huỳnh làm vợ, sanh đặng một đứa con trai, tên là Bào Thành, ham chơi bời săn bắn, cha mẹ ngăn cấm không đặng.

Ngày kia Bào Thành dắt theo một tên gia đồng là Vạn An đi săn bắn mà chơi, nhơn thấy trong vườn của Phan trưởng giả, có một con chim huỳnh oanh đang đậu trên nhành cây liễu, Bào Thành bèn bắn một mũi, con chim té xuống trong vườn. Lúc ấy có một bọn cháu gái của Phan trưởng giả đang chơi trong vườn; Bào Thành sai Vạn An vào vườn mà lượm con chim huỳnh oanh. Vạn An vừa bước vào vườn thấy có người ta thì chẳng dám vào. Bào Thành hỏi:
- *Sao mi không lượm con chim cho ta?*

Vạn An nói:
- *Ở trong vườn có một đám con gái, tôi lẽ đâu dám vào, để cho bọn con gái ấy về rồi đã, thì mới dám vào đó mà lượm.*

Bào Thành bèn ngồi lối đó mà chờ. Khi bọn con gái ấy về hết rồi, thì Vạn An mới trèo tường vào kiếm con chim huỳnh oanh. Té ra không thấy chi hết, bèn trở ra mà nói với Bào Thành rằng:
- *Con chim oanh đâu mất, hay là đám con gái ấy nó đã lượm rồi, cũng chưa biết chừng.*

Bào Thành nổi giận, thoi ngay vào mặt Vạn An. Vạn An bị một thoi rất nặng mũi miệng gì máu ra lai láng, vậy mà Bào Thành những còn mắng chửi om sòm; Vạn An làm thinh mà chịu, chẳng dám nói rằng chi hết. Khi về đến nhà, Vạn An cũng chẳng học cho chủ hay, duy có Huỳnh thị ngó thấy Vạn An nơi mũi còn sưng và có dấu máu, thì hỏi rằng:

- Bữa nay ta dặn mi theo chủ mi mà lên trại ruộng, sao mà chưa đi?

Vạn An làm thinh. Huỳnh thị gạn hỏi đôi ba phen; Vạn An phải đem việc đi bắn chim mà thuật lại một hồi. Huỳnh thị nghe nói nổi giận mà nói rằng:

- Người ta nuôi con, thì ai cũng muốn cho con ăn học, mai sau may đặng cậy nhờ, chớ như cái thằng bất tiếu ấy nó chỉ lo chơi bời du đãng mà thôi, lại còn hành hung mà đánh khảo đứa ở trong nhà.

Nói rồi bèn khiến đập chết con chó săn đi, những cung tên cùng đồ khí nghệ thảy đều bẻ nát mà bỏ hết; rồi đuổi Bào Thành lên ở nơi trại ruộng, chẳng cho về nhà. Bào Thành lại tưởng rằng Vạn An méc mình, cho nên trong lòng cừu hận, muốn làm thế nào mà trả oán cho đặng mới nghe, song chưa có cơ hội; nên phải ẩn nhẫn mà chờ ngày.

Nói về Giang Ngọc, tuy cũng là tay buôn muối, song bị lỗ lã mà nghèo, nhơn thấy Bào Thuận giàu có hơn mình, nên muốn bày mưu mà đoạt của. Ngày kia Giang Ngọc tính ra một kế bèn đến nhà Bào Thuận mà kêu rằng:

- Có Bào huynh ở nhà đó chăng?

Nhằm lúc Bào Thuận đi đâu mới về, thấy Giang Ngọc thì mầng vui chẳng xiết; bèn hối vợ là Huỳnh thị dọn bày rượu thịt mà đãi đẳng. Hai người ăn uống chuyện vãn với nhau, nhơn nói qua việc buôn bán, Giang Ngọc bèn cười mà nói rằng:

- Có một cuộc thiệt là lợi to, ngặt vì tôi vốn liếng không đủ, nên phải đến thương nghị cùng anh, song phải sắm vốn cho nhiều mà đi mau thì mới đặng lợi.

Bào Thuận hỏi:

- Việc chi mà lợi vậy?

Giang Ngọc nói:

- Nay có một người buôn lớn ở Tô Châu, còn hơn một trăm rương gấm vóc, chẳng gặp giá mà bán; nay gấp việc nhà, nên muốn bán rẻ

mà về; nếu anh có vốn thì đam theo trăm lượng vàng ròng, ắt mua
đặng hết hàng ấy, rồi chờ giá mà bán lại thì lợi sanh bá bội.

Bào Thuận nghe nói có lợi thì cũng có ý tham, bèn hứa với Giang
Ngọc chịu đi một lượt; hẹn hò ngày mai hội nhau nơi vàm sông.
Giang Ngọc ăn uống rồi từ giã ra về. Bào Thuận bèn nói việc ấy lại
cho vợ là Huỳnh thị nghe. Huỳnh thị trong lòng chẳng vui, ý không
muốn cho chồng đi, ngặt vì Bào Thuận ý đã quyết rồi, khó mà cản
trở. Ngày ấy Bào Thuận góp nhóp vàng ròng trăm lượng, dặn dò
Vạn An gánh đồ hành lý đi sau, còn mình thì lấy vàng lộn lưng đi
trước. Khi ra đến vàm sông thì trời vừa hừng sáng. Còn Giang Ngọc
với tên đầy tớ là Châu Phú và hai đứa cháu, ba người sắm sẵn rượu
thịt mướn đò ở tại vàm sông mà đợi. Khi thấy Bào Thuận đến thì
vội vã lên rước xuống đò. Giang Ngọc nói:
- *Mặt trời chưa mọc, mù sương còn nhiều lạnh lẽo quá, vậy thì tôi*
với anh, uống ít chén chơi cho ấm, rồi sẽ ra ghe.

Bào Thuận y lời, uống một hơi mười mấy chén, ý đã muốn say.
Giang Ngọc cứ theo ép hoài, Bào Thuận nói:
- *Sớm mai không nên uống nhiều.*

Giang Ngọc nổi giận nói:
- *Tôi có ý tốt đãi anh, sao anh từ chối như vậy?*

Và nói và thò tay trong túi lấy trái cân ra liệng Bào Thuận trúng
nhằm con mắt; Bào Thuận té ngửa ra dưới đò, hai đứa cháu nhảy ra
tiếp tay giết luôn Bào Thuận, lấy hết vàng bạc, quăng thây xuống
sông, rồi chèo ghe về mất. Khi Vạn An gánh đồ hành lý tới đó; thì
không thấy chủ mình ở đâu, chờ đến trưa, hỏi thăm lại thì ai nấy
cũng nói không thấy đến đó. Vạn An bèn trở về nói với Huỳnh thị
rằng:
- *Không biết chủ tôi đi ngả nào tôi kiếm hết sức không đặng nên tôi*
phải trở về đây.

Huỳnh thị nghe nói trong lòng áy náy lo hoài. Cách ba bốn ngày, nghe nói Giang Ngọc đã về. Huỳnh thị sai người qua hỏi thăm tin chồng. Giang Ngọc nói:

- *Ngày ấy tôi đợi anh hết sức mà không thấy đến, nên tôi đi có một mình tôi.*

Huỳnh thị nghe vậy, trong lòng thất kinh, bèn khiến người tìm kiếm bốn phía mà không nghe tin tức chi hết. Bào Thành ở trên trại ruộng mà về, thấy vậy thì nói rằng:

- *Việc này chắc là Vạn An nó giết cha ta rồi nó gánh đồ trở về mà gạt mẹ ta đây.*

Bèn làm trạng tới nha Vương Tri Châu mà cáo. Tri Châu cho bắt Vạn An đến nha tra hỏi. Vạn An khóc hoài và nói rằng mình không giết; còn Bào Thành thì cứ kêu nài hoài, một hai cũng quyết rằng Vạn An giết mà thôi. Vương Tri Châu tin theo, bèn dùng nghiêm hình đánh khảo, Vạn An chịu không nổi, nên phải chịu nhận rằng mình có giết. Tri Châu bèn khiến quân đam Vạn An giam vào ngục, rồi làm án dâng lên cho Thượng Ty.

Lúc ấy nhằm lúc vua Nhơn Tông khiến Bao Công thẩm quyết những án xử tử các xứ. Vạn An cũng ở trong số tội xử tử, nên cũng có giải theo về Đông Kinh. Bao Công thẩm dượt các án, khi coi qua đến án Vạn An thì phát nghi, bèn kêu Vạn An đến mà hỏi. Vạn An khóc lóc kêu oan, và bẩm hết đầu đuôi các việc. Bao Công bèn nghĩ thầm rằng: "*Không lẽ giết người ta bằng ngày*[1] *mà không ai hay, còn như vì tham tiền bạc của chủ mà giết chủ, lấy đặng tiền bạc rồi thì trốn đi phương xa, lẽ nào còn trở về nhà làm chi nữa.*" Nghĩ như vậy rồi kêu chủ ngục mà dặn giam Vạn An cho thong thả, đừng có giam nhặt lắm; rồi kêu quân công bài là Lý Kiết mà dặn rằng:

- *Ngươi hãy đến Giang Châu lối nhà họ Bào mà phỏng sát việc ấy, như có ai hỏi thăm Vạn An thể nào, thì ngươi cứ nói đã xử chém rồi.*

---

[1] Bằng ngày: viết theo lối nói chuyện bình dân, đúng ra là *ban ngày*.

Nói về Giang Ngọc từ ngày lấy đặng vàng bạc của Bào Thuận rồi, lấy đó làm vốn buôn bán mấy năm, trở nên giàu có lớn; khi nghe Vạn An chịu án thì trong lòng cũng áy náy chẳng yên.

Đêm kia Giang Ngọc nằm chiêm bao thấy một vị thần nhơn đến mách bảo rằng:

- *Ngươi lấy tiền của Bào Thuận mà làm giàu, để cho tên đày tớ của nó bị oan mà chịu án; ngày sau đây có một người đờn bà mặc áo đỏ sẽ làm cho phát lộ việc ấy ra, ngươi phải cẩn thận lấy.*

Giang Ngọc thức dậy ghi nhớ vào lòng.

Cách chừng một tháng quả có một người đờn bà áo đỏ, đến mà mua muối. Giang Ngọc ân cần nghinh tiếp, lễ đãi rất hậu. Người đờn bà ấy nói:

- *Tôi với ông chưa từng quen biết lần nào, sao mà ông kính trọng tôi chi quá lắm vậy?*

Giang Ngọc nói:

- *Không mấy thuở mà đặng quí nương tử đến đây, như dùng muối bao nhiêu, thì tôi biểu trẻ nó lựa thứ tốt mà cân cho, cần chi phải dụng tiền bạc mà mua chác làm gì.*

Người đờn bà ấy nói:

- *Chồng tôi ở tại vàm sông lưới cá mà xẻ khô, nên muốn đến đây làm quen với ông mà mua muối tốt, nếu ông để giá nhẹ thì tôi mua thường lắm.*

Giang Ngọc lúc này, người đờn bà ấy nói chi mà dám chẳng nghe; mỗi mỗi đều tuân theo mà làm cho vừa y. Người đờn bà ấy vừa muốn từ giã ra đi, rủi đâu có tên bạn[1] của Giang Ngọc là Châu Phú bưng thùng nước dơ mà đi đổ, đi ngang qua đó trật tay làm đổ nước dơ nhằm cái áo đỏ của người đờn bà ấy dơ hết. Người đờn bà nổi giận. Giang Ngọc cứ theo năn nỉ xin lỗi hoài và nói rằng:

---

[1] Bạn: dùng ở đây, là người làm công, làm thuê, làm mướn - *ở bạn* là làm người ở, người làm mướn; *bạn tàu* là người làm thuê dưới tàu, ghe.

- Thằng bạn tôi nó vô ý, rủi tay trật đổ bồn nước mà làm cho dơ áo của cô, vậy xin cô rộng lòng miễn chấp, để tôi bắt nó giặt sạch cho cô, lại phải thường tiền thêm cho cô nữa.

Người đờn bà ấy ra về mà hơi giận vẫn còn căm căm. Giang Ngọc giận quá bắt Châu Phú trói lại mà đánh, trách nó sao có làm mất lòng người đờn bà áo đỏ ấy; đánh cho đã thèm rồi mới mở trói mà thả ra. Châu Phú oán hận trong lòng, bèn tuốt đến nhà họ Bào ra mắt Huỳnh thị; thuật hết đầu đuôi về sự Giang Ngọc giết họ Bào ngày trước. Huỳnh thị giận lắm, vừa muốn làm trạng đi cáo, kế có Lý Kiết bước vào, xưng mình là người ở Đông Kinh mà đến, nhơn hụt tiền phí lộ, nên phải vào đây mà tạm đỡ ít hơi. Huỳnh thị nghe nói liền hỏi rằng:

- Chú ở Đông Kinh, vậy chớ chú có nghe cái án của Vạn An thể nào chăng?

Lý Kiết nói:

- Đã xử chém rồi còn gì?

Huỳnh thị nghe nói thì khóc ròng. Lý Kiết hỏi:
- Vì sao mà cô lại khóc?

Huỳnh thị nói:

- Nay đứa giết chồng tôi đã trổ ra rõ ràng rồi, còn Vạn An không tội mà bị oan thì tội nghiệp quá.

Lý Kiết bèn nói thiệt rằng:
- Vạn An còn sống; cũng vì vụ ấy mà Bao đại nhơn ngài sai tôi ra đây đặng phỏng sát cho thiệt tích.

Huỳnh thị bèn lấy ra mười lượng bạc giao cho Lý Kiết đặng dắt luôn Châu Phú về Đông Kinh mà cáo với Bao Công. Bao Công tra hỏi rõ ràng rồi sai quân đến Giang Châu bắt hết cả nhà Giang Ngọc đóng gông và còng lại giải về Đông Kinh giam hết vào ngục.

Qua bữa sau Bao Công dạy quân dẫn Giang Ngọc ra mà tra. Giang Ngọc ban đầu còn chối, sau thấy có Châu Phú làm chứng, phần thì chịu khảo không nổi nên phải khai ngay. Bao Công liền kết án xử tử ba chú cháu Giang Ngọc mà thường mạng cho Bào Thuận, còn nhà cửa thì tịch hết, nửa thì trả lại cho Huỳnh thị mà thường số bạc của Giang Ngọc đã giết chồng mà đoạt đi lúc nọ, còn phân nửa thì ban cho Châu Phú mà thưởng công cáo thú; còn Vạn An thì tha về. Huỳnh thị thấy Vạn An có nghĩa, bèn đam hết số bạc của Bao Công mới giao đó mà cho Vạn An.

42. Xử Một Án Sanh Hai

Nói về Bao Công, lúc ở tại Đông Kinh, địa phận chỗ người cai trị thì đâu đó đều ninh tịnh, trộm cướp cũng vắng hơi, người thường hay lấy sự phán đoán các án mà để vào lòng, cho nên chẳng hề lưu trệ.

Ngày kia nhằm ngày rằm tháng Giêng, Bao Công dắt một vài tên quân và tên thơ lại, đi đến miếu Thành Hoàng mà dâng hương. Khi ra về đi ngang qua một cái nhà kia, nghe có tiếng đờn bà khóc chồng; song cái giọng khóc ấy nghe ra tuồng như nửa khóc mà nửa mừng. Bao Công ghi nhớ vào lòng, về tới nha, kêu quân công sai là Trịnh Cường mà hỏi rằng:
- Nơi chỗ cái đường hẻm kia gần bên cái bạch tháp, có một người đờn bà khóc chồng ấy là người chi vậy?

Trịnh Cường thưa rằng:

- Ấy là đường hẻm của Tạ gia, có tên Lưu Thập Nhị mới chết hôm trước đây, vợ va là A Ngô, hổm nay than khóc om sòm.

Bao Công nghe nói thì nghĩ thầm rằng: "*Người ấy ắt là chết oan, hay là con mẹ A Ngô này nó giết chồng nó đây chăng? Chớ sao mà cái giọng khóc lại nửa buồn nửa mầng cũng lạ.*" Nghĩ như vậy rồi bèn sai người đi đòi A Ngô đến mà hỏi rằng:
- *Chồng mi đau sao mà chết?*

A Ngô bẩm rằng:
- *Chồng tôi là Lưu Thập Nhị, bán rau bán cải mà độ nhựt, mới hôm tháng trước đây nhơn bị chứng phong mà chết, chôn nơi phía ngoài cửa Nam môn cách chừng năm dặm; nay tôi ở nhà còn một đứa con thơ, không biết ai mà nương dựa, nên tôi tủi phận mà khóc lóc mỗi ngày.*

Bao Công và nghe và xem, thấy nơi mặt A Ngô dồi phấn rõ ràng, thì lại nghĩ rằng: "*Nó đã có tang chồng, sao lại trau dồi như thế.*" Bèn kêu Trần Thượng là người liệm thây Lưu Thập Nhị mà chôn ngày trước, dạy đi với A Ngô, ra đào mả chồng hắn lên mà coi có vít tích chi chăng, rồi phải trở về mà báo bẩm cho mau. Trần Thượng vâng lời, khiến A Ngô dắt đi chỉ mả chồng. Trần Thượng đào lên, mở hòm ra mà khám khắp cả thân thây, chẳng có vít tích chi hết, phần thì da thịt rã rời khó biện cho đặng; bèn về mà bẩm lại rằng:
- *Lưu Thập Nhị thiệt đau mà chết.*

Bao Công nổi giận vỗ ghế nạt rằng:
- *Mi muốn giấu che cho nó, nên mi về đây mà bẩm dối với ta; nay ta hạn cho mi ba ngày, nếu mi tra xét không ra thì ta không thứ.*

Trần Thượng về nhà, lo rầu dã dượi, ngồi đứng chẳng yên. Người vợ là A Dương, thấy vậy thì hỏi chồng vì cớ chi mà lo rầu như vậy. Trần Thượng bèn đam việc ấy mà nói lại cho A Dương nghe. A Dương hỏi:
- *Vậy chớ anh có coi kỹ trong lỗ mũi người chết ấy chăng?*

Trần Thượng nói:

- Người ấy chết thì tay ta liệm nó chớ ai, song trong lỗ mũi thì ta chưa hề coi tới.

A Dương nói:
- Tôi nghe nói hễ muốn giết ai mà cho khỏi tang tích, thì có người lấy đinh mà họ đóng thấu vào lỗ mũi, sao anh không coi lại lỗ mũi thử coi.

Trần Thượng nghe nói cũng phát nghi bèn nghe theo lời vợ, ra coi lại, quả thấy Lưu Thập Nhị hai bên lỗ mũi có hai cây đinh đóng lút thấu tới trên óc, bèn lấy đinh ấy ra đam về bẩm với Bao Công. Bao Công liền dạy đam A Ngô mà tấn. Ban đầu A Ngô còn chối, sau bị tấn khảo đau đớn chịu không nổi, nên phải ngay rằng: *"Mình có thông gian với Trương Đồ, e chồng hay đặng, nên hiệp mưu với nhau mà giết chồng cho tuyệt hậu hoạn."* Bao Công lấy lời khai rồi, bèn lên án xử tử A Ngô, dẫn đam ra chợ mà xử trảm. Còn Trương Đồ nhơn lấy vợ người mà làm cho người bị chết, bèn làm án chung thân mà đày đi xứ khác.

Khi xử vụ ấy xong rồi, Bao Công liền day lại mà nói với Trần Thượng rằng:
- Ai mà bày cái cách tra xét cho người đó, thiệt là có trí lắm, ta cũng khá khen.

Trần Thượng bèn bẩm thiệt rằng:
- Bữa nọ tôi vâng lời lão gia, đi xét tra cái thây của Lưu Thập Nhị, thiệt không thấy vít tích chi, song lão gia lại hạn cho tôi ba ngày phải tra cứu cho ra, tôi về nhà lo sợ dàu dàu. Chẳng dè mà vợ tôi cũng có kiến thức, nên nó dạy tôi cái cách tra xét tử thây như vậy, tôi nghe lời nó mà xét mới ra minh bạch.

Trần Thượng nói vừa dứt lời, bọn thơ lại trong phủ bèn bước ra bẩm rằng:
- Vợ của Trần Thượng mà có kiến thức như vậy, thì không phải là người đờn bà tầm thường; lão gia cũng nên xuất tiền kho ra mà thưởng người mới đáng.

Bao Công nói:

- *Lời các ngươi nói đó rất hay.*

Liền cho đòi A Dương đến mà lãnh thưởng. Giây phút A Dương đến, Bao Công thưởng năm quan tiền và một bình rượu. A Dương mừng rỡ, lạy tạ ra về; vừa ra khỏi cửa nha, Bao Công bèn kêu lại mà hỏi rằng:

- *Mi với Trần Thượng là vợ chồng kèo cột đầu ấp tay gối, tự nhỏ đến giờ, hay là vợ chồng chắp nối[1]?*

A Dương bẩm rằng:

- *Chồng trước tôi bất hạnh, mất sớm, sau đây tôi mới lấy Trần Thượng.*

Bao Công hỏi:

- *Chồng trước mi tên gì?*

A Dương đáp rằng:

- *Chồng trước tôi tên Mai Tiểu Cửu.*

Bao Công lại hỏi:

- *Chồng mi nó đau bịnh chi mà chết?*

A Dương thấy Bao Công hỏi phăng tới mãi, trong lòng sanh lo, mặt nàng tái lét, bèn gắng gượng mà đáp rằng:

- *Chồng tôi bị nhiễm chứng phong điên đau trong giây phút mà bỏ mình, chôn nơi ngoài cửa Nam môn, chỗ đám mả đông.*

Bao Công nói:

- *Nếu vậy thì chồng trước mi chết đó cũng chẳng minh bạch.*

Liền kêu Vương Lượng dẫn A Dương đi ra nơi chỗ mả chồng nó đào lên mà nghiệm xét. Lúc đang đi thì A Dương mới tính trong bụng rằng:

---

[1] *Chắp nối* là hai người lấy nhau để lập gia đình mới sau khi gia đình cũ tan rã, trái với *một kèo một cột* là hai người đều lập gia đình lần đầu, ở với nhau đến nay.

- Chỗ ấy biết bao nhiêu mồ mả, không lẽ mà mỗi cái thây đều bị đóng đinh vào mũi hết thảy; thôi, để ra đến đó ta chỉ bậy mả khác cho hắn đào, thì ắt ta vô sự.

Khi ra đến nơi A Dương bèn chỉ tránh mả khác cho Vương Lượng đào lên chẳng thấy chi hết, trong lỗ mũi cũng không có đinh. A Dương đắc ý lại trách rằng:

- Người ta đồn Bao Công phân đoán tỏ rõ như trăng thu, nay rõ việc này đây, thiệt là người muốn hiếp bức người ta mà xô vào nơi tử địa.

Vương Lượng còn chưa biết tính làm sao. Xảy thấy có một ông già hơn bảy mươi tuổi, chống gậy đi đến, hỏi Vương Lượng đến đó làm chi? Vương Lượng nói hết đầu đuôi. Ông già bèn chỉ A Dương mà nói rằng:

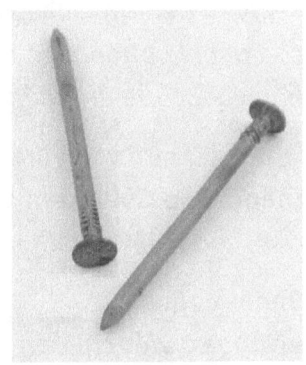

- Sao mi chỉ bậy, làm cho quân lính đào mả người vô can, mà làm cho hài cốt của người ta bộc lộ như vậy?

Nói rồi bèn kêu Vương Lượng mà chỉ rằng:
- Cái mả kia cà, mới phải là mả của Mai Tiểu Cửu.

Nói dứt lời vùng hóa trận thanh phong mà đi mất. Vương Lượng tuân theo đào mả ấy lên, dở hòm ra coi kỹ, thiệt quả có hai cây đinh ở trong lỗ mũi. Vương Lượng bèn dẫn A Dương về mà bẩm với Bao Công. Bao Công liền dạy đam A Dương ra tra tấn một hồi, té ra A Dương thiệt quả cũng dùng môn đinh đó mà giết oan chồng trước. Bao Công tra đã rõ ràng, bèn lên án đam A Dương ra chợ mà xử trảm. Thiên hạ nghe vậy thảy đều xưng[1] khoái.

---

[1] Xưng: tỏ ra, nói ra, khen ngợi, ca tụng.

43. Thuốc Độc Giết Người

Ngày kia Bao Công vâng chỉ ra tại Trần Châu mà chẩn bần; khi chẩn tế xong rồi, thì lại đi khắp nha môn các tỉnh mà thẩm sát ngục án. Lúc đang tra thẩm án tử, bỗng có quân coi cửa chạy vào báo rằng:

- Ở ngoài trước cửa nha có một người đờn bà, tay trái bồng con, tay mặt cầm đơn trạng, khóc lóc kêu oan, ý muốn vào đây mà cáo.

Bao Công nói:

- Nay ta đến đây, chẳng phải là lo có một việc chẩn tế mà thôi đâu, còn phải lo phỏng sát dân tình những điều oan khúc, vậy thì hãy cho hắn vào, chớ nên ngăn trở.

Quân giữ cửa vâng lịnh ra dắt người đờn bà ấy vào quì nơi trước thềm. Bao Công xem lại người đờn bà ấy, mặt tuy sầu thảm mặc dầu, chớ thiệt là một người rất nên xinh đẹp.

Bèn hỏi rằng:

- Nàng có việc chi đến cáo.

Người đờn bà ấy bẩm rằng:

- Nhà tôi ở cách xa thành này chừng năm dặm, chỗ ấy gọi là Liên Đường; tôi là họ Ngô, chồng tôi là họ Trương, vẫn là con nhà thi lễ; nhơn có kết bạn với Tôn Ngưỡng là con quan Tôn Đô Giám thành này, tới lui chơi bời, gọi là tình tri kỷ; ngày kia chồng tôi mắc đi thăm bà con nơi xứ xa; Tôn Ngưỡng tới nhà, tôi nghĩ vì va là bạn thiết của chồng tôi, nên phải ra mà tiếp đãi; chẳng dè va có ý bất lương, kiếm lời bỡn trợn[1] chọc ghẹo tôi hoài, bị tôi mắng đuổi va đi; cách ít ngày chồng tôi về, tôi thuật lại cho chồng tôi nghe, mà xin tuyệt giao với va, đừng thèm lui tới chi nữa. Chồng tôi nghe nói nổi giận, muốn kiếm Tôn Ngưỡng mà trách móc một vài lời. Tôi lại can chồng tôi, vì biết va là con quan, dầu có bề nào, cũng không làm chi va đặng; chi bằng tuyệt nghĩa anh em, đừng thèm tới lui với nhau

---

[1] Bỡn trợn: (nguyên tác viết là *bửng* trợn) chọc ghẹo, đùa giỡn.

nữa thì hay hơn. Chồng tôi nghe lời, từ đó không thèm tới lui qua lại với va nữa. Gần hơn một tháng, nhằm tiết Trùng Dương (mồng chín tháng Chín), Tôn Ngưỡng lại sai gia nhơn đến thỉnh chồng tôi vào nơi chùa Khai Nguơn mà uống rượu, dối rằng có việc mà thương nghị với chồng tôi. Chồng tôi tin lòng mà đi, qua đến chiều tối mới về; vừa vào tới cửa thì la đau bụng, tôi vịn chồng tôi vào phòng, mặt mày xanh lét, bảy lỗ đều ra máu; lúc ấy chồng tôi có trối rằng: "Tôn Ngưỡng nó mời ta bữa nay ắt là nó thuốc ta." Tôi chạy thuốc hết phương, qua đến canh ba thì chồng tôi đã thác. Chưa đầy một tháng thì Tôn Ngưỡng lại cậy mai đam tiền bạc đến đút nhét với người chú tôi, muốn cưới hiếp tôi cho đặng. Lúc ấy tôi muốn vào phủ mà cáo, bị nó ngăn đón bốn phía vào không thấu phủ, nó lại hăm rằng: "Nếu tôi không chịu lấy nó làm chồng thì một ngày kia nó sẽ giết tôi." Mới hôm qua đây, tôi có nghe rằng có đại nhơn ra đây chẩn tế, nên phải đến mà kêu oan, xin đại nhơn minh đoán.

Bao Công nghe rõ đầu đuôi rồi hỏi rằng:
- Nhà nàng còn có ai nữa hay chăng?

Ngô thị bẩm rằng:
- Nhà tôi còn một mẹ chồng đã bảy mươi hai tuổi, và đứa con tôi bồng đây mới có ba tuổi mà thôi.

Bao Công bèn thâu đơn, rồi dạy Ngô thị lui về mà chờ ít ngày sẽ tra thẩm. Rồi đó Bao Công bèn đòi làng xã đến mà hỏi kín rằng:
- Tôn Đô Giám ở đây làm người ra thể nào?

Làng xã bẩm rằng:
- Đại nhơn chẳng hỏi, thì làng xã chúng tôi dám đâu nhiều chuyện, nay đại nhơn hỏi đến, thì chúng tôi phải cứ bẩm ngay; Tôn Đô Giám ở đây chỉ chuyên có một việc hại người, hễ vợ ai mà va muốn thì va ắt đoạt liền; quan Phủ sở tại cũng phải kiêng va.

Bao Công lại hỏi:
- Còn con trai hắn tánh hạnh thể nào?

Làng xã bẩm rằng:

- *Cha chả! Còn nói chi tới cậu đó, ỷ lấy thế cha mà dọc ngang quá lẽ, mới đây nó đã chiếm đoạt một khoảnh ruộng tốt của chùa Khai Nguơn; lại thường thường đam đĩ đến chùa mà ca xang yến ẩm, muốn lấy vợ ai thì lấy, muốn làm ngang nào đặng ngang nấy, chẳng ai dám nói tới nó, lúc này đây bọn sãi nơi chùa Khai Nguơn, giận thấu tới xương, song biết chẳng làm chi đặng nên phải làm thinh mà chịu.*

Bao Công nghe nói than thở một hồi, rồi lui lại hậu đường tính ra một kế. Sáng ra bữa sau Bao Công bèn thay đổi y phục, giả hình như một gã công sai, lén ra cửa sau, tuốt lên chùa Khai Nguơn giả ý đi chơi. Vừa đi đến chỗ phương trượng, bỗng thấy một người chạy vào báo rằng:

- *Tôn công tử muốn đến uống rượu, ai nấy phải hồi tị[1] trước đi.*

Bao Công nghe vậy thì mầng thầm bèn nói rằng:

- *Ta vừa muốn tra xét những việc của nó, mà nó lại tìm đến đây, thôi, sẵn dịp ta cũng rán coi nó làm việc chi cho biết.*

Bèn ra núp phía sau Phật điện; ở đó có song, ở trong dòm ra thì thấy Tôn Ngưỡng cỡi con bạch mã, dắt theo mười mấy tên quân, hai con điếm có danh hơn hết, lại có một tên đầu bếp tin cậy cũng có dắt theo. Vào đến phương trượng, ngồi nơi viên ỷ[2]; trong chùa mấy sãi già đều ra lạy mầng. Giây phút quân sĩ khiêng đến một tiệc; dọn ra đồ ăn rất quí; hai con điếm thì ngồi hai bên, và ca và dâng rượu, Tôn Ngưỡng lấy làm đắc ý, coi ra hình nội đất Tây Kinh có một mình va mà thôi, chẳng kiêng dè ai hết. Bao Công thấy vậy giận lắm, bỗng có một tên sãi già đi ngang qua đó, thấy Bao Công đứng sau Phật điện thì hỏi rằng:

---

[1] Hồi tị (迴避): lánh đi, tránh đi, không dự vào - *hồi* là quay lại, như trong *luân hồi* (輪迴), *tị* là tránh xa, như trong *tị nạn* (避難).

[2] Viên ỷ (圓椅): cái ghế tròn có lưng dựa. *Viên* ở đây có nghĩa là hoàn bị, tròn đầy, thường dùng trong Phật giáo (như *viên âm* - tiếng tròn đầy, tức lời Phật dạy, *viên giác* - hoàn toàn giác ngộ, *viên tịch* - chết, vì đã hoàn thành việc tu tập.)

- Ông là người chi?

Bao Công nói:

- Tôi là lính hầu của quan Phủ sở tại; ngày mai này quan Phủ muốn mời Bao Đại Doãn đến dinh dùng cơm, cho nên quan Phủ sai tôi đi kêu tên đầu bếp đến phủ mà nấu ăn, ngặt tôi không biết họ tên, mà cũng chẳng biết nhà nó ở đâu mà kiếm.

Ông sãi nói:

- Tên đầu bếp ấy họ Tạ, nhà ở ngang trước cửa quan Tôn Đô Giám; nếu nay trong phủ muốn kêu người ấy nấu ăn, thì rõ ràng không hiểu chi hết.

Bao Công hỏi:

- Vậy chớ tên đầu bếp ấy nó có duyên cớ chi sao?

Ông sãi nói:

- Nếu tôi không nói ra, thì làm sao mà ông biết đặng; nguyên ngày trước Tôn công tử có mời Trương Tú Tài đến tại chùa này mà uống rượu; cũng là tay đầu bếp ấy dọn đãi, khi ăn uống rồi ai về nhà nấy, sáng ra bữa sau, thì nghe nói Trương Tú Tài đã chết rồi; nay Bao lão gia là một ông quan rất tốt, nếu kêu thằng ấy đến mà dọn đãi, thoảng như nó quen theo thói cũ, rủi có bề nào thì quan Phủ mới tính làm sao?

Bao Công nghe nói làm thinh, rồi bước rảo ra ngoài đi tuốt về nha.

Qua bữa sau Bao Công bèn sai Lý Hổ đến ngang trước cửa Tôn Đô Giám, bắt Tạ trù tử (*đầu bếp họ Tạ*) đam về. Bao Công bèn hỏi rằng:

- *Có người cáo ngươi, nói rằng ngươi dùng thuốc độc mà thuốc Trương Tú Tài, vậy thì ngươi phải khai thiệt, ta giảm tội cho ngươi, nếu ngươi chối thì ta không thứ.*

Tạ trù tử ban đầu còn chẳng chịu khai, sau bị lớp thì mang gông nặng quá, lớp thì tra tấn mỗi ngày chịu không nổi, phần thì nghĩ vì tội ấy không phải mình làm, mà dại gì lại để chịu đòn một mình cũng ức, chi bằng khai phứt cho bớt tội mình. Bèn khai thiệt ra rằng mình có dùng thuốc độc mà hại Trương Tú Tài, ấy cũng tại Tôn Ngưỡng khiến biểu. Bao Công tra đã rõ ràng rồi, liền sai một người đam thiệp đi mời Tôn công tử đến ăn tiệc; lại dặn dò hai mươi bốn tên quân vô tình[1] sắp đặt sẵn những đồ hình cụ cho nghiêm chỉnh mà chờ.

Chẳng bao lâu Tôn công tử vừa đến, Bao Công ra rước vào nơi hậu đường phân ngôi chủ khách mà ngồi, kế lấy tiệc rượu dọn ra. Tôn Ngưỡng bèn nói rằng:

- *Quan Thái Doãn đến đây, cha tôi chưa kịp đến mằng, mà hôm nay ngài lại hậu đãi tôi như vầy thì lấy làm nhột nhạt quá.*

Bao Công cười rằng:

- *Ấy là tôi không có ý chi, nhơn muốn quyết đoán với công tử một việc đó mà thôi.*

Rượu vừa vài tuần, Bao Công thò vào tay áo lấy ra một tờ trạng cáo, trao cho Tôn Ngưỡng và hỏi rằng:

- *Hạ quan mới đến nhậm tại đây, chẳng hay công tử quả có làm việc ấy hay chăng?*

---

[1] Quân vô tình là quân không có riêng vạy với ai, không biết vị tình ai, cứ phép mà làm thôi. *[chú thích của dịch giả]*

Tôn Ngưỡng xem tờ trạng cáo ấy rồi thì mới hay là Ngô thị cáo mình thuốc chết chồng nó, mặt mày biến sắc, bước ra khỏi tiệc mà nói lớn rằng:

- *Có lý nào, mưu hại người ta mà há không chứng cớ hay sao?*

Bao Công nói:
- *Chứng cớ đã có sẵn rồi.*

Liền khiến quân vào ngục, dẫn Tạ trù tử ra, để quì trước đó. Tôn Ngưỡng lúc chưa thấy Tạ trù tử thì còn cường biện, đến khi thấy Tạ trù tử rồi, thì phát lãnh cả mình, nghẹn họng cứng hầu, không còn nói chi đặng nữa. Bao Công bèn khiến ty lại lấy lá khai của Tạ trù mà đọc hết cho Tôn Ngưỡng nghe. Tôn Ngưỡng nghe hết đầu đuôi rồi năn nỉ rằng:

- *Kẻ học sanh tuy là có tội, song xin ngài hãy nghĩ chút tình cha tôi mà dung thứ một phen.*

Bao Công nói:
- *Cha con bây thường ỷ thế mà hại dân, nay ta cứ theo pháp độ của trào đình, tha ngươi sao đặng.*

Nói rồi liền kêu hai mươi bốn tên quân vô tình, bắt Tôn Ngưỡng lột hết áo mão, đè xuống trước sân đánh năm chục roi. Tôn Ngưỡng chịu không nổi, nên đã bỏ mình. Bao Công bèn dạy đam thây ra khỏi nha mà bỏ, rồi lục hết án tờ gởi về trào tâu với Nhơn Tôn. Vua Nhơn Tôn liền hạ chỉ ra rằng:

"*Tôn Đô Giám tàn ngược bá tánh, ở ăn bất pháp, nay phải cách chức mà đuổi về dân; còn Tạ trù nghe lời người ta mướn, dùng thuốc độc mà hại người, nay phải đày ra nơi ác địa mà làm lính; Ngô thị có lòng thân oan cho chồng, đã đặng minh bạch, vậy thì quan Hữu Ty xứ ấy, mỗi năm phải ban cấp bạc tiền mà triêm dưỡng[1] nhà ấy; Bao Chuẩn chẩn tế có công, thẩm đoán án tử công đạo; nay đặng lãnh chức Tây Kinh, Hà Nam Phủ Phán.*"

---

[1] Triêm dưỡng (沾養): trợ cấp - *triêm* là thấm nhuần, hưởng nhờ, *dưỡng* là nuôi nắng, săn sóc.

Long Đồ Công Án

Sắc chỉ ra rồi Bao Công cứ tuân theo đó mà làm. Từ đó những quan ỷ thế thảy đều lạnh mình mà sửa tánh.

44. Bán Giày Bắt Bợm

Lúc Bao Công còn làm Phủ Doãn tại phủ Khai Phong, nhơn đi xét tra các án và xem phong tục dân gian. Khi đến phủ Tế Nam vào phủ ngồi giữa công đường, bọn ty lại đam hết án tờ mà dâng cho Bao Công thẩm đoán; trong ấy những việc nhẹ nhàng thì người tha hết, dạy về phải an vui nghiệp nghệ mà làm ăn. Còn đang phân đoán, bỗng thấy trước sân có một luồng gió trốt, bụi cát mịt mù, bọn công lại đứng hầu hai bên, đều mở mắt ra đà không đặng. Khi luồng gió trốt qua rồi, thì không có điều chi lạ, duy có trên bàn án của Bao Công, có một lá cây lớn bằng bàn tay, bay nằm tại đó; không biết là lá cây gì. Bao Công cầm lên mà coi hồi lâu, rồi trao chuyền cho những kẻ tả hữu mà hỏi rằng:

- Lá này tên là lá chi?

Trong đám công lại có tên Liễu Tân nhìn biết đặng lá ấy, bèn bước đến mà bẩm rằng:

- Trong thành này, các xứ đều chẳng có cây ấy, cũng chẳng biết cây ấy tên gì; song cách thành đây chừng hai mươi lăm dặm, có một cảnh chùa gọi là chùa Bạch Hạc, trước cửa chùa có hai cây ấy; cao lớn dị thường, nhành lá rất nên thạnh mậu[1]; cái lá này đây là lá cây ở nơi chùa Bạch Hạc mà bay đến.

Bao Công nói:

- Ngươi nhìn có chắc thiệt hay không?

---

[1] Thạnh mậu (盛茂): cao lớn, xum xuê, tươi tốt, um tùm.

Liễu Tân nói:

- *Nhà tôi ở gần chùa ấy, sớm tối tôi vẫn thấy thường, có lý nào tôi dám nhìn sái.*

Bao Công bèn nghĩ thầm rằng:

- *Cũng có sự oan ức chi đây.*

Bèn ngồi kiệu giả đi hành hương, đặng thử coi có động tịnh chi chăng. Khi đến nơi, bọn sãi vội vã ra rước vào nơi phương trượng mời ngồi, trà nước vừa xong, bỗng thấy trước sân có gió, Bao Công nhớ lại gió trốt hôm qua, liền khiến Liễu Tân đi theo mà coi. Liễu Tân vâng mạng ra coi, té ra cũng là gió trốt vần vần tới chỗ gốc cây mà lặn mất. Liễu Tân trở lại bẩm với Bao Công. Bao Công nói:

- *Chỗ ấy ắt có duyên cớ chi đó.*

Bèn khiến Liễu Tân lấy cuốc xuổng đào lên mà coi, thấy có một chiếc chiếu rách, bó một cái thây con gái chừng mười tám, mười chín tuổi mà chôn tại đó; xem khắp châu thân thì chẳng có vít tích chi cả, duy có da môi nứt nở, con mắt có hơi lòi, cạy miệng hả ra mà coi thì thấy có một cây tiêm[1] bằng tre đâm thấu yết hầu. Xem kỹ rồi chôn lại chỗ cũ, trở vào phương trượng, đòi hết bọn sãi trong chùa mà hỏi. Bọn sãi đều nói chẳng biết. Bao Công liệu hỏi gấp không đặng, bèn làm thinh giả ý bỏ qua mà trở về phủ; rồi vào tư nha chong đèn mà ngồi, suy nghĩ một mình rằng: "*Nơi trước cửa chùa, sao lại có tử thây của đờn bà nào mà chôn tại đó; dẫu cho người ngoài mà có giết bỏ chi nhau thì cũng chôn chỗ khác, không lẽ đam tới đó mà chôn; hay là trong bọn sãi này có đứa bất lương nó mưu hại người con gái ấy rồi không biết giấu đâu, nên chôn dưới gốc cây cho nhẹm.*" Suy nghĩ hồi lâu, qua tới canh hai, trong mình mỏi mệt, bèn nằm nơi ghế mà nghỉ; lúc đang mơ màng vùng chiêm bao thấy có một người con gái còn tơ đến khóc lạy mà bẩm rằng:

---

[1] Tiêm: cây que nhỏ, đầu nhọn, như trong *kim tiêm* (từ đó có động từ *tiêm* thuốc, nghĩa là dùng kim *tiêm* để chích thuốc.)

- Tôi ở nơi phía ngoài thành cách chừng năm dặm, cha tôi họ Sách tên Long, vẫn có làm ngục tốt tại phủ này, tôi tên là Vân Nương, nhơn vì năm nay ngày rằm tháng Giêng, đi với kẻ gia nhơn vào thành mà coi lễ đèn; vừa lúc canh khuya, vùng lạc nhau không biết đâu mà kiếm, tôi vừa đi ngang qua Tây Kiều, gặp một gã trai tơ, xưng rằng ở một làng với tôi, chỉ dẫn cho tôi đi với nó; đi đến nửa đường gặp một người nữa, mà lại là một tên sãi trọc; nơi dưới bóng trăng tôi xem thấy rõ ràng, vừa muốn chạy trở lại trong thành, vùng bị tên trai tơ lấy thuốc độc ra, nhét đại vào miệng tôi, làm cho tôi á khẩu, chẳng nói năng chi đặng hết; bị hai đứa nó khiêng tôi, đam thẳng về chùa, tôi biết chắc sao chúng nó cũng quyết ô nhục thân tôi, tịnh không kế chi mà thoát thân cho đặng, vừa thấy trên hàng rào có một cây tiêm bằng tre, tôi nhổ đại xuống đâm ngay vào họng mà chết. Chúng nó lột đồ nữ trang rồi đam thây tôi mà vùi dưới gốc cây ấy, đến nay oan hồn chưa tan, xin đại nhơn minh đoán cho tôi nhờ.

Nói dứt lời rồi xung xăng đi mất. Bao Công vừa muốn hỏi tên họ đứa hung; vùng giựt mình thức dậy, đèn đuốc vẫn còn, bồi hồi nằm không an giấc, bèn rảo bước ngoài song, thấy có một chiếc giày màu xám còn mới bỏ nằm tại đó. Bao Công đã hiểu lai lịch rồi, bèn sanh ra một kế, chẳng cho ai hay, lén kêu tên quân tâm phúc là Huỳnh Thắng mà dặn nhỏ rằng:
- Ngươi hãy giả làm một tên thợ đóng giày, gánh đồ nghề theo cho đủ, rồi cũng bỏ chiếc giày này vào gánh đam theo, lên nơi chùa Bạch Hạc, rảo theo các sở tăng phòng rao bán; như có ai nhìn chiếc giày này thì ngươi phải mau mau trở về mà báo lại cho ta hay, chớ nên sơ lậu.

Huỳnh Thắng vâng lời, giả dạng gánh đồ tới chùa mà bán, rao bán những giày thầy chùa. Nhằm lúc thầy chùa ngày ấy ở không, nên xúm lại lựa mua xăng xít. Trong bọn ấy có một tên sãi tơ, cầm lấy chiếc giày mới mà nhìn rồi nói rằng:

- Giày này ta mới đặt cho thợ đóng đây, ta cất để trong phòng, mi làm sao mà ăn cắp đặng, lại đam đến đây mà bán.

Huỳnh Thắng lúc đầu còn cường biện, sau thấy tên sãi tơ ấy vào lấy ra một chiếc nữa, giống in một kiểu, quả thiệt một đôi. Huỳnh Thắng cũng cố ý cãi lẫy on sòm, bị bọn thầy chùa giựt lấy đôi giày đam vào mà cất. Huỳnh Thắng giả ý nhịn thua, cất gánh lên vai, ra khỏi cửa chùa chạy tuốt về nha báo bẩm. Bao Công liền ra lịnh cho quan  binh, đến vây chùa Bạch Hạc, bắt hết bọn thầy chùa chẳng sót một người; dẫn về đến nha, bèn bắt tên sãi nhìn giày ra mà tra trước, lúc ấy nơi trước công đường những hình cụ đã bày sẵn ra rồi, xem rất oai nghiêm. Tên sãi ấy đã khiếp vía kinh hồn, chưa kịp tấn khảo, mà nó đã đam tình do về vụ hiếp bức nàng Sách thị, nhứt nhứt chiêu khai ra hết. Bao Công lấy theo lời khai ấy mà kết án ra, thì hai tên sãi tơ đồng mưu mà bức sát Sách thị ấy, thảy đều xử trảm, còn bao nhiêu tăng chúng vẫn ở một chùa, đã rõ biết mà giấu nhẹm cho nhau, thì cũng là đồng lõa; phải bắt hết đày ra Ác Châu mà sung bổ vào cơ lính. Khi phán đoán xong rồi, Bao Công bèn về kinh mà tâu lại cho Nhơn Tôn nghe, và xin phong vinh cho nàng Sách thị. Nhơn Tôn y lời, liền hạ sắc cho quan Hữu Ty, xây mồ đắp mả sanh biểu cho Sách Vân Nương mà nêu gương liệt nữ.

45. Lấy Đầy Tớ Mà Giết Chồng

Tại phủ Khai Phong, có một người nhà giàu, tên là Ngô Thập Nhị; tánh ưa kết bạn với mấy tay danh sĩ, vợ là Tạ thị, dung nhan đẹp đẽ, mà có tánh phong tình. Ngô Thập Nhị có một người anh em tri kỷ, tên là Hàng Mãng, vẫn là một đấng trượng phu, đường đường chánh chánh, hay tới lui chơi bời với Ngô Thập Nhị. Tạ thị thường kiếm lời trêu ghẹo luôn luôn. Còn Hàng Mãng thì nghĩ vì giao hậu với anh Ngô, cho nên kính Tạ thị cũng như chị dâu mình vậy, chẳng hề sanh nhứt điểm tà tâm.

Ngày kia nhằm cuối tiết đông, tuyết bay lải rải[1], Hàng Mãng bèn đến rủ Ngô Thập Nhị dạo chơi mà thưởng tuyết, rủi vì Ngô Thập Nhị lên ruộng chưa về. Tạ thị nghe Hàng Mãng đến nhà, vội vã ra chào, miệng cười chúm chím, lại rước vào trong nhắc ghế mời ngồi, rồi quày xuống bếp, sắm đồ uống rượu bưng lên, thết đãi Hàng Mãng, rồi lại ngồi ngang mà cầm khách. Rượu vừa xoàng xoàng, Tạ thị bèn ỡm ờ hỏi ghẹo rằng:

- *Hôm nay khí trời lạnh lẽo, không biết thím nó ở nhà có đợi chú về mà vầy chung tiệc rượu hay chăng?*

Hàng Mãng nói:
- *Nhà em nghèo nàn, tuy có rượu uống mặc dầu, song chẳng hề sắm nổi đồ ăn ngon béo như vầy.*

Tạ thị cố ý ép Hàng Mãng uống hoài cho say; lúc ấy dâm tình đà phát động, liền đứng dậy rót thêm một chén rượu đầy, bước qua tay thì choàng ngang vai, còn tay thì đưa chén rượu ngay miệng Hàng Mãng mà đổ vào và nói rằng:
- *Chú nó hãy uống thử một hớp cho biết thú vị thể nào.*

Hàng Mãng thất kinh mà nói rằng:
- *Xin hiền tẩu chớ làm như vậy, thoảng như trẻ ở trong nhà mà hay đặng, thì cái tình nghĩa anh em ắt phải tuyệt rồi, từ rày sắp lên xin hãy bỏ cái thói ấy đi.*

---

[1] Lải rải: thưa thớt không liên tiếp - hai chữ này không biết viết sao cho đúng (*lải rải, lãi rãi, lải rãi,...*), mỗi sách mỗi khác, có sách bỏ qua, nên giữ theo bản gốc.

Nói rồi xô ghế đứng dậy, chạy tuốt ra ngoài. Xảy gặp Ngô Thập Nhị trên ruộng vừa về, muốn cầm Hàng Mãng ở lại. Hàng Mãng bèn nói rằng:

- Hôm nay chuyện vãn với anh không đặng.

Nói rồi từ giã quảy quả đi liền. Ngô Thập Nhị vào nhà trách vợ mình rằng:

- Nay có chú Hàng qua đây, sao không cầm chú lại mà đãi đằng chi hết?

Tạ thị nổi giận mà mắng ngược lại chồng rằng:

- Mi tưởng anh em của mi tốt lắm hay sao? Hôm nay nó biết mi đi khỏi, nó lại cố ý tới đây, ta cũng nghĩ nó là bạn thiết của mi, nên ta sắm đồ uống rượu mà đãi nó; ai ngờ nó ăn uống cho no say, rồi lại chọc ghẹo ta hoài, bị ta mắng nhiếc mắc cỡ mà về rồi, còn hỏi tới nó làm chi?

(Loài dâm phụ cái lưỡi nó độc quá.)

Ngô Thập Nhị nghe nói bán tín bán nghi, song chẳng dám mở miệng mà nói điều chi hết.

Cách ít ngày, tuyết tạnh gió êm, khí trời mát mẻ, Hàng Mãng vào thành, xảy gặp Ngô Thập Nhị giữa đường. Hàng Mãng bước tới nắm tay mời vào quán rượu, hai người ngồi lại ăn uống với nhau; Hàng Mãng bèn nói rằng:

- Chị ở nhà thiệt là một người đờn bà bất lương, từ này về sau, tôi ắt chẳng dám đến nhà anh nữa, sợ e mang tiếng thị phi.

Ngô Thập Nhị nói:

- Sao hiền đệ lại nói chi lời ấy, dẫu cho chị em nó có lầm lỗi điều chi, thì em cũng nghĩ lấy tình anh, mựa đừng chấp trách.

Hàng Mãng nói:

- Nơi nhà anh, phòng the cửa nẻo, phải rán mà giữ gìn cho cẩn mật, tôi chỉ dặn anh một điều đó mà thôi, chớ còn việc gì khác nữa thì không cần nói đến.

Nói rồi phân tay ai về nhà nấy.

Qua năm sau, Hàng Mãng đặng thơ của người cậu là Ngô Lang, ở buôn bán tại Tô Châu gởi về kêu Hàng Mãng qua đó mà buôn bán, Hàng Mãng muốn kiếm Ngô Thập Nhị đặng từ giã mà đi, song không gặp đặng, nên phải bỏ ra mà đi. Chừng Ngô Thập Nhị hay đặng, thì Hàng Mãng đi đã bốn ngày rồi.

Nói về Ngô Thập Nhị, ở trong nhà có một đứa gia nhơn (*bạn bè*[1]) tên là Uông Kiết, thằng ấy hình dung tuấn tú, ăn nói khôn ngoan, Tạ thị ưa lắm, bèn thông gian với nó, hai đàng tình ý mê nhau quá; mà Thập Nhị không hay biết chi hết.

Ngày kia Ngô Thập Nhị biểu Uông Kiết sắm sửa đi thâu lúa ruộng với mình, song Uông Kiết mắc mê luyến Tạ thị quá, nên kiếm chuyện chối từ ý chẳng muốn đi, bị Ngô Thập Nhị la rầy, cực chẳng đã nên phải sắm sửa đồ đạc, khi gần lên đường, bèn lỏn vào phòng mà thở than với Tạ thị. Tạ thị nói:
- *Việc này có khó chi, song mi phải tìm đặng cái mưu nào mà giết phứt nó đi, rồi về đây ta sẽ tính.*

   (*Loài dâm phụ thiệt là ác, thiệt là bất nhơn.*)

Uông Kiết rất mầng, bèn xách đồ hành lý theo chủ ra đi.

Đi đặng mấy ngày, vừa đến Cửu Giang Trấn, bèn tìm người quen là Lý Nhị Xao mướn thuyền đưa qua Hắc Long Đàm. Qua chiều tối thuyền đến miếu Long Vương, ghé lại đó, đam nhang đèn cùng đồ tam sênh[2] mà cúng; rồi ăn uống với nhau. Ngô Thập Nhị uống đã say mèm bèn bỏ đi ngủ, bọn Lý Nhị Xao cũng đều ngủ hết.

---

[1] Bạn bè: chữ *bạn* có ba nghĩa chánh: (1) người không ruột thịt nhưng quen biết và thân thiết, vì cùng chỗ làm, cùng ý thích, cùng quê hương, (2) người trong cùng một ban, một đoàn, như *bạn hàng, bạn hát*, (3) người làm công, làm mướn, như *ở bạn* là đi ở mướn - ở đây dùng với nghĩa thứ 3.

[2] Tam sênh: dùng khi nói về việc cúng tế - đúng ra là *tam sanh* (*sinh*), tức ba món, tượng trưng cho ba loài (1) thú sống trên đất như heo, bò..., (2) chim, hoặc có cánh bay được như gà, vịt..., và (3) cá, hoặc sống dưới nước như tôm, cua,....

Qua đến nửa đêm, Ngô Thập Nhị muốn đi tiểu tiện, Uông Kiết phò ra trước mũi thuyền, rồi thừa lúc Ngô Thập Nhị còn say, đạp cho một đạp, văng tuốt xuống sông chìm mất, rồi giả ý thất kinh mà la lên rằng:

- *Trời đất ôi! Chủ tôi té xuống sông rồi!*

Bọn Lý Nhị Xao giựt mình thức dậy, sông thì sâu thăm thẳm, phần thì ban đêm trời tối mịt mù, làm sao mà cứu cho đặng. Trời sáng ra Uông Kiết bèn nói với Lý Nhị Xao rằng:

- *Việc như vầy biết tính làm sao, phải trở về mà cho ở nhà hay, chớ đi đâu nữa mà làm gì.*

Lý Nhị Xao trong lòng sanh nghi, biết Ngô Thập Nhị chết đó, chắc là chết không minh bạch; bèn quày thuyền trở lại. Uông Kiết trả tiền ghe rồi, quảy gói chạy tuốt về nhà, nói nhỏ việc ấy cho Tạ thị hay. Tạ thị cả mầng, song cũng làm bộ lập bàn thờ ra cho có chừng, rồi ngày đêm ăn uống chơi bời ràng rịt với Uông Kiết không rời nhau một bước. Xóm giềng thảy đều biết hết, song chẳng ai thèm nói đến làm chi. (*Lời xưa có nói: nhà có vợ dâm đãng, chồng chẳng đặng thiện chung¹. Lời ấy quả không lầm.*)

Nói về Hàng Mãng, ở tại Tô Châu, nhằm tiết Mộ Xuân², trời chiều mát mẻ, bèn rảo bước dạo chơi, đi lần lần đến chỗ Lâm Giang Đình, xa xa ngó thấy Ngô Thập Nhị ở đầu kia đi lại. Hàng Mãng mầng rỡ, mau chơn bước tới nắm tay mà hỏi rằng:

- *Anh có việc chi mà qua đến đây?*

Ngô Thập Nhị mặt buồn dàu dàu, nói với Hàng Mãng rằng:

- *Từ em đi rồi, anh trông nhớ hằng ngày, nay anh có một việc, tìm đến đây mà cậy em, xin em đừng từ chối.*

---

¹ Thiện chung (善終): kết cuộc tốt - chết một cách yên ổn, an lành.
² Mộ Xuân: tên một tiết trong năm, vào cuối mùa xuân. Một năm âm lịch chia làm 24 tiết, dài ngắn khác nhau nhưng đều khoảng 2 tuần lễ, thí dụ như Lập Xuân, Xuân Phân, Hạ Chí, Thu Phân, Sương Giáng, Lập Đông,...

Long Đồ Công Án

Hàng Mãng nói:

- Phía trước kia nơi chỗ đình thượng có chỗ ngồi, vậy thì anh em ta đến đó ngồi nghỉ rồi sẽ chuyện vãn với nhau.

Nói rồi hai người dắt nhau tới trước, ngồi trên bực đá. Hàng Mãng bèn nói rằng:

- Lúc trước tôi đặng thơ cậu tôi gấp quá, không kịp từ anh mà đi, nay may mà gặp nhau đây, sao coi ý anh buồn rầu dã dượi, là cớ chi vậy?

Ngô Thập Nhị khóc rằng:

- Ngày trước bởi anh chẳng nghe lời em, cho nên phải chịu biệt nhau đời đời.

Hàng Mãng không dè Ngô Thập Nhị đã chết rồi, bèn nói rằng:

- Anh là đường đường một đấng trượng phu, sao lại nói như vậy?

Ngô Thập Nhị nói:

- Anh nói ra xin em chớ sợ, vì anh mà nói chuyện với em đây vốn là hồn ma.

Bèn đam hết đầu đuôi các việc mà thuật lại cho Hàng Mãng nghe. Hàng Mãng nghe nói rởn ốc cả mình, song nghĩ vì anh em tri kỷ với nhau nên cũng bớt sợ, rồi lại ôm Ngô Thập Nhị mà khóc và nói rằng:

- Như quả thiệt vậy thì tôi chẳng hề phụ nghĩa mà bỏ qua; song chẳng biết lúc nó xô anh xuống sông ấy, có ai hay biết chi chăng?

Ngô Thập Nhị nói:

- Lý Nhị Xao ở tại Trấn Giang Khẩu, người ấy vẫn biết cái sự oan khuất của anh, nay anh nói cũng đã hết lời, vì đường u minh cách trở, từ đây về sau đã đành vĩnh biệt, khó mà gặp mặt nhau đặng nữa.

Nói vừa dứt lời Hàng Mãng vùng té xỉu, hôn mê một hồi rồi mới tỉnh dậy, kiếm lại cố nhân thì đã đi đâu mất. Hàng Mãng liền trở về tiệm nói dối với người cậu rằng có đặng tin nhà gấp lắm, nên xin cho về, chừng xong việc rồi sẽ trở qua. Ngô Lang chẳng cầm để cho Hàng Mãng đi về. Hàng Mãng về đến nơi, hỏi thăm lối xóm thì họ nói Ngô Thập Nhị chết đã hơn sáu mươi ngày rồi. Hàng Mãng bèn sắm nhang đèn giấy mớ [1], đam qua để trước linh sàng lạy khóc vái van. Tạ thị nhơn ghét Hàng Mãng chẳng thèm ra mắt; duy có người vợ bé của Ngô Thập Nhị là Trần thị, bước ra tiếp đãi, than khóc một hồi, lại tỏ cái sự oan của chồng cho Hàng Mãng nghe. Hàng Mãng an ủi một hồi, rồi mới từ giã ra về. Tính muốn đến quan mà đầu cáo, ngặt vì tiền bạc không ngơ [2], nên phải trở qua Tô Châu mà nói với người cậu. Người cậu ấy tên là Ngô Lang, nghe Hàng Mãng nói thì trả lời rằng:

- Việc ấy chứng cớ không có, vả lại việc của người ta, chớ nên sanh sự mà liên lụy đến mình.

Hàng Mãng khóc mà nói rằng:

- Cháu với Ngô hữu, đã kết bạn sanh tử với nhau, ngặt vì con đờn bà bất lương ấy, cho nên anh em phải xa cách nhau. Mới đây ảnh

---

[1] Giấy mớ: có lẽ là *giấy mã* (từ 馬紙), chỉ chung giấy tiền vàng bạc cúng đốt cho người chết - *mã* sau trở thành tiếng để chỉ hàng giả, hàng xấu.
[2] Không ngơ: không có chi cả, không làm chi cả.

lại hiện hồn về mà phú thác việc ấy cho cháu, nay cháu há đi phụ rảy[1] sao đành.

Nói rồi lại khóc oà. Ngô Lang nói:
- Nếu quả vậy, thì sẵn có Bao Thái Doãn người đi thưởng quân mới về Đông Kinh mấy bữa rày đây; vậy thì cháu hãy làm trạng mau mau đến đó mà cáo về vụ đầy tớ lấy chủ nhà, thì cái oan của cố nhân ắt rõ.

Hàng Mãng y theo lời, làm trạng xong rồi, suốt đến Đông Kinh, vào phủ Bao Công mà quì trạng. Bao Công gạn hỏi đầu đuôi rồi sai quân công bài đi bắt Uông Kiết với Tạ thị đam về tra hỏi. Uông Kiết già hàm, cứ tranh biện hoài không chịu án. Bao Công bèn dạy đam hết cả hai mà giam vào ngục, tra hỏi mấy ngày mà chưa quyết định. Bao Công bèn nghĩ rằng:
- Việc thông gian giết chủ mà không có chứng thì làm sao cho nó chịu khai.

Bèn lén đòi Hàng Mãng đến mà hỏi rằng:
- Người cố nhân của ngươi đã nói việc ấy với ngươi, mà nó có nói người chủ đò tên chi cùng ở đâu hay chăng?

Hàng Mãng nói:
- Người chủ đò ấy ở tại Trấn Giang Khẩu, tên là Lý Nhị Xao.

Bao Công gật đầu. Qua bữa sau, Bao Công bèn sai Huỳnh Hưng đến Trấn Giang Khẩu đòi Lý Nhị Xao đến nha, rồi hỏi qua việc ấy. Lý Nhị Xao nói:
- Đêm ấy trời đã khuya rồi, tôi thì mắc ngủ không hay chi hết, khi nghe Uông Kiết tri hô, vội vàng thức dậy, song cứu không kịp, y đã chìm trôi đâu mất đi rồi.

---

[1] Phụ rảy: bỏ rơi, trốn tránh bổn phận bảo bọc - rảy ở đây chỉ là tiếng đôi để đệm cho phụ, khác với rẫy nghĩa là xua đuổi, khinh miệt, như trong ruồng rẫy.

Bao Công bèn dạy dẫn Uông Kiết và Tạ thị ra, Uông Kiết ra đến giữa công đàng, thấy có Lý Nhị Xao tại đó, thì đã thất kinh, chưa kịp dụng hình tra khảo chi mà nó đà khai ra hết.

Bao Công kết án xong rồi, liền dạy quân đao thủ dẫn Tạ thị với Uông Kiết ra chốn pháp trường chém hết cả hai, rồi bêu đầu ba ngày mà nêu gương cho thiên hạ biết cái tội đờn bà tham điều dâm dục, đã lấy đầy tớ rồi lại giết chồng. *(Đáng kiếp cho cái loài dâm phụ, mà cũng đáng kiếp cho những quân phản chủ.)*

Rồi đó Bao Công liền dạy ty lại xuất bạc kho ra thưởng Lý Nhị Xao mà cho về. Còn Hàng Mãng có nghĩa, biết vì bạn hữu mà thân oan, thiệt đáng khen ngợi, lại nghe rằng Ngô Thập Nhị có đứa con gái mười bốn tuổi, đáng gả cho con trai Hàng Mãng đặng phòng giữ gìn gia nghiệp cho họ Ngô, cùng nối giữ hương khói cho hai nhà đời đời chẳng dứt.

46. Tờ Di Chúc

Tại kinh thành có một ông trưởng giả, họ Ông tên Kiến, cửa nhà phú hậu mà hay làm phước làm doan[1], xóm giềng bà con đều nhờ ơn châu cấp; mỗi khi ra đường gặp ai gây lộn đánh lộn với nhau thì lại khuyên can cho êm, hoặc thấy ai thưa kiện với nhau, thì lại giải huề cho thuận, thiên hạ thảy đều ái mộ; đã bảy mươi tám tuổi mà không có con trai, duy có một đứa con gái tên là Thoại Nương gả cho một người rể kia tên là Dương Khánh. Song Dương Khánh là kẻ tham lam, thấy cha vợ không có con trai, thì trong lòng hầm hầm,

---

[1] Làm phước làm doan: nay thường viết *làm phước làm duyên*, nghĩa là bố thí, thi ơn rộng rãi để cho mình hay con cháu mình ngày sau được nhờ.

Long Đồ Công Án

chắc sao của ấy cũng về tay mình. Mỗi khi ăn tiệc, thường nói với người ta rằng:

- *Từ xưa đến nay, hễ có con trai, thì của về con trai; mà không có con trai, thì của phải về con gái; cha vợ ta đã già rồi, chắc là không có con trai, sao ổng không giao phứt gia nghiệp cho ta chưởng quản cho rồi, còn để làm chi không biết.*

Ông Kiến hay đặng lời ấy, thì lấy làm bất bình, song nghĩ vì mình không có con trai, duy có một đứa con gái là vợ của nó đó mà thôi, phần thì bà con thân thích cũng không, nên cũng phải dần lòng mà chịu. Trong xóm thấy Ông Kiến là người trung hậu, mà lại chẳng có con trai, ai nấy cũng đều than rằng:

- *Ông lão nhược vô tự, Thiên công chơn bất từ (Ông lão mà không con trai, ông Trời thiệt chẳng lành.)*

Cách vài năm sau Ông Kiến tuổi tám mươi chẳn, mới cưới vợ bé là nàng Lâm thị, may sanh đặng một đứa con trai, đặt tên là Ông Long. Xóm giềng và bà con trong họ, đều đến chúc mừng, duy có Dương Khánh trong lòng chẳng đẹp, tuy bề ngoài làm bộ vui cười, chớ trong lòng rất nên đố ky. Còn Ông Kiến cũng biết ý rể mình, nên lo thầm rằng: "*Cha thì già con thì muộn, nay ta đã gần đất xa trời, chết sống nay mai không biết, nếu rủi mà ta nhắm mắt đi rồi; thì đứa con ta đây cũng như cá nằm trong chảo, chắc sao cũng chẳng khỏi tay thằng rể dữ; nhưng mà ta nghĩ lại thì nó chỉ có tham lợi về sự nghiệp của ta đây mà thôi, nếu ta giao hết cho nó thì nó ắt vui lòng, còn có dạ nào mà lo hại con ta nữa đặng; ấy là: nó muốn lấy đi, thì ta cũng cho đi, như vậy mới lưỡng toàn cho.*"

Cách ba tháng sau, Ông Kiến đau nặng, biết mình không lẽ sống; bèn kêu rể là Dương Khánh vào, khóc mà nói rằng:

- Cha chỉ có hai đứa con mà thôi; trai cũng là con, mà gái cũng là con, song cha muốn có con trai cho đủ với đời đó mà thôi; chớ xét lại cái gương mặt nó đó không làm chi cho nên việc đặng; sao cho bằng con gái, lại thêm con đây là rể rất khôn ngoan; vậy thì nay cha giao hết gia nghiệp cho con quản suất, rán mà gìn giữ lấy cho lâu dài.

Nói rồi liền lấy tờ di chúc ra mà giao cho Dương Khánh, lại đọc cho Dương Khánh nghe. Tờ di chúc viết luông tuồng, không có chấm câu, song ổng phân câu miệng mà đọc rằng:

"Bát thập lão ông sanh nhứt tử, nhơn ngôn phi thị ngô tử giả, gia sản điền viên tận phó dữ nữ tế, ngoại nhơn bất đắc tranh chấp."

Dương Khánh nghe đọc rồi thì mừng vui chẳng xiết; liền lãnh tờ di chúc đam về cấp ca cấp củm giấu để trong hộp, cất kín lắm, chẳng cho ai hay; rồi cứ lo điểm dượt gia tài mà quản nghiệp.

Cách ít ngày Ông Kiến qua đời; chôn cất xong xuôi, Dương Khánh lãnh đặng gia nghiệp, lấy làm đắc chí.

Lần hồi ngày tháng như thoi, thấm thoát hai mươi năm ngoài, Ông Long đã lớn khôn, am hiểu việc đời, bèn nghĩ rằng:
- Cơ nghiệp của cha ta, rể quản suất đặng, còn ta là con trai, lại quản suất không đặng hay sao?

Nhơn cậy thân thích đến nói với anh rể. Dương Khánh giận lắm mà nói rằng:
- Gia nghiệp này của cha vợ ta giao hết cho ta, vả lại cha vợ ta vẫn đã có nói rằng thằng ấy không phải là con, nay nó lại dám đèo bòng mà tranh sự nghiệp với ta nữa sao?

Ông Long thấy vậy nên phải đi kiện, song quan nào cũng cứ theo tờ di chúc ấy mà xử cho Dương Khánh đặng. Ông Long chẳng phục. Lúc ấy Bao Công ở tại kinh thành; Ông Long bèn làm đơn trạng lén đến nha Bao Công mà đầu cáo. Bao Công chấp đơn, rồi cho đòi Dương Khánh đến mà hỏi rằng:

- *Ngươi chiếm đoạt gia nghiệp của Ông Long đã lâu rồi, sao đến nay còn chưa chịu giao lại?*

Dương Khánh nói:

- *Gia nghiệp ấy thì là của cha vợ tôi đã giao cho tôi, có can thiệp chi với Ông Long?*

Bao Công nói:

- *Ông Long là con trai, mà không can thiệp, còn như mi thì có nửa con[1], sao lại đặng chiếm đoạt?*

Dương Khánh nói:

- *Cha vợ tôi đã có nói rõ ràng nó không đặng tranh chấp, sẵn có tờ di chúc đây cũng đủ mà làm chứng.*

Và nói và lấy tờ di chúc dâng lên. Bao Công đọc rồi cười rằng:

- *Tại mi hiểu sái chớ, tờ di chúc này rõ ràng cha vợ mi muốn giao hết gia nghiệp cho con trai, chớ mi là rể vốn là người ngoài không đặng tranh chấp.*

Dương Khánh lại cãi rằng:

- *Cha vợ tôi đã viết trong ấy có câu rằng: "phi thị ngô tử giả, gia sản điền viên tận phó dữ nữ tế, ngoại nhơn bất đắc tranh chấp", ấy có phải là người nói Ông Long chẳng phải là con của người, cho nên gia sản điền viên đều giao hết cho tôi là rể, người ngoài không đặng tranh chấp hay sao?*

Bao Công lại cười rằng:

- *Ấy là cha vợ mi gạt mi đó, cho nên người viết rồi mà cố ý để luông tuồng không chịu chấm câu, chớ con trai ruột của người ta sờ sờ*

---

[1] Nửa con là rể (bán tử.)   *[chú thích của dịch giả]*

mà nói là ngoại nhơn không cho tranh chấp hay sao; thôi, để ta chấm câu lại cho rành mà đọc cho mi nghe.

Nói rồi liền đọc lại như vầy:

"Bát thập lão ông sanh nhứt tử, nhơn ngôn phi; thị ngô tử giả, gia sản điền viên tận phó dữ, nữ tế ngoại nhơn bất đắc tranh chấp."
nghĩa là

"Ông già tám mươi sanh một đứa con, người nói chẳng phải, chớ thiệt là con ta đó, gia sản điền viên cho hết nó; rể là người ngoài, không đặng tranh chấp."

Dương Khánh thấy Bao Công giải nghe có lý, thì nghẹn ngào không nói chi đặng hết, nên phải đam văn khế gia tài sự sản nhứt nhứt đều giao lại hết cho Ông Long quản nghiệp. Ai nấy nghe đặng vụ này thảy đều khen ngợi Bao Công rằng thần đoán.

Đinh Mão Niên, Mạnh Thu (1927)
Nguyễn Chánh Sắt, tự Bá Nghiêm
Tân Châu

Phụ Lục

Trong phần chánh, những từ ngữ không quen thuộc được chú thích ngay lúc xuất hiện lần đầu tiên. Vì những từ ngữ này có thể xuất hiện ở nhiều án khác nhau, nên chúng tôi gom các chú thích thiết yếu để in lại ở đây, sắp theo thứ tự như trong một từ điển. Như vậy, bạn đọc không bắt buộc phải đọc hết mọi án theo đúng thứ tự, mà vẫn có thể tìm hiểu các từ ngữ này - mỗi khi gặp chúng - bằng cách tham khảo phần Phụ Lục này.

Âm chất: làm việc phước đức nhưng không ai biết - làm việc thiện bây giờ để con cháu về sau được hưởng sự lành thì gọi là "để âm chất lại cho con cháu."

Bá láp: từ tiếng Pháp palabre, nghĩa là nói chuyện lằng nhằng, dai dẳng mà vô bổ, không có lợi ích gì.

Bạn: dùng ở đây, là người làm công, làm thuê, làm mướn - ở bạn là làm người ở, người làm mướn; bạn tàu là người làm thuê dưới tàu, ghe.

Bạn bè: chữ bạn có ba nghĩa chánh: (1) người không ruột thịt nhưng quen biết và thân thiết, vì cùng chỗ làm, cùng ý thích, cùng quê hương, (2) người trong cùng một ban, một đoàn, như bạn hàng, bạn hát, (3) người làm công, làm mướn, như ở bạn là đi ở mướn - ở đây dùng với nghĩa thứ 3.

Bàng cận, kế cận: bàng cận là ở gần bên, như các nhà xung quanh, kế cận là ở sát bên, như nhà chung vách - kế gần hơn bàng.

Bằng ngày: viết theo lối nói chuyện bình dân, đúng ra là ban ngày.

Bất tiếu: hoang đàng hung dữ không tưởng cha mẹ.

Bom: dỗ, nói ngọt, nịnh hót (có lẽ từ tiếng Pháp pomper - nay viết là bơm)

Bợm bãi: người xảo quyệt, chuyên môn lường gạt, lừa bịp người khác.

Bỡn trợn: (nguyên tác viết là bững trợn) chọc ghẹo, đùa giỡn.

Bươn chải: tranh đua, cố gắng làm việc - bươn là mau lẹ, lật đật, chải là chạy nhảy vội vã, hấp tấp.

Cách khoa (革科): tước bỏ bằng cấp đã đậu, coi như thi rớt, hoặc chưa thi - thi đậu thì gọi là đăng khoa (登科)

Canh giờ: cũng như canh giữ, nghĩa là xem xét, canh chừng, coi giữ.

Cáo văn (誥文): lời dụ của vua ban; sắc, chiếu chỉ của triều đình ban ra cho dân chúng được biết.

Cạo heo: chỉ chung công việc làm thịt heo (còn gọi hàng heo), bao gồm thọc huyết để giết heo, đổ nước sôi lên mình heo, rồi dùng dao cạo lông cho sạch.

Có tay hường nhan: đắt vợ, có vẻ lịch sự, hay làm cho đờn bà phải lòng - chữ hường ngày nay thường viết hồng.

Cô ni: là phụ nữ mà xuất gia tu theo đạo Phật - ngày nay thường viết là ni cô.

Công thính (公廳): chỗ quan ngồi làm việc, nhà khách công cộng - chữ 廳 (thính) thường đọc là sảnh.

Cốt chỉ: có lẽ là cốt tủy (xương và tủy), do chữ tủy (髓) có phát âm giọng Quảng giống như "chủy".

Cột xách: dụ dỗ, giao kết (thường dùng với nghĩa xấu) - cột ở đây có nghĩa là làm mai, ghép cặp trai gái.

Cơ cầu (箕裘): cơ là cái thúng, cái rổ, cầu (hay cừu) là áo lông, hai chữ này có nghĩa như "con nhà tông chẳng giống lông cũng giống cánh" - theo Đào Duy Anh, do ý: con thợ làm cung, nếu không làm nổi cung thì cũng học được cách uốn tre của cha mà làm được cái thúng; con thợ hàn, nếu không hàn được thì cũng học được cách chắp vá của cha mà kết các mảnh da làm nên chiếc áo cừu.

Cung giám (宮監): người coi sóc công việc trong cung điện vua.

Cung hạ (恭賀): cung kính chúc mừng.

Cùng kinh khắp quyện: tất cả kinh sách - quyện nay thường viết là quyển.

Cứu vấn (究問): tìm hiểu tra hỏi.

Chạng vạng: lúc trời sẩm tối.

Cháy sám: đúng ra là cháy sém (cháy phớt bên ngoài vỏ, cháy nám mặt ngoài.)

Chẳm: đầm, hồ, chỗ trũng rộng ngập nước, nhiều lau sậy.

Chắp nối: hai người lấy nhau để lập gia đình mới sau khi gia đình cũ tan rã, trái với một kèo một cột là hai người đều lập gia đình lần đầu, ở với nhau đến nay.

Chấp (執): cầm, nắm, giữ, làm - như chấp chánh (lên nắm chánh quyền), chấp đơn (thâu nhận đơn), chấp pháp (thi hành luật pháp.)

Chỉ phúc giao hôn (指腹交婚): là làm sui với nhau khi con hãy còn trong bụng. Còn gọi là chỉ phúc vi hôn (為婚) / vi thân (為親) / thành thân (成親).

Chỉn: vốn thiệt, vẫn.

Chình: cũng viết là chĩnh, là vật để đựng gạo, tương, mắm, ..., giống như cái hũ, nhưng rộng bụng và rộng miệng hơn.

Chung thỉ: từ đầu đến cuối, thường viết là chung thủy.

Chữ: đồng tiền. Việt Nam Tự Điển ghi là "tiền điếu xưa, tiền bạc" - tiền điếu, hay đồng điếu, là đồng tiền đúc bằng đồng. Chữ này (字) trong Đại Nam Quấc Âm Tự Vị lại ghi là trự ("không còn một trự.")

Chương (獐) là con cheo, đồng âm với Trương (張), tên họ người , lộc (鹿) là con nai, đồng âm với Lộc (逯), tên họ người - vậy cheo với nai ám chỉ Trương Lộc.

Dã hiệp: lấy nhau, ăn ở với nhau một cách lén lút.

Dã tăng (野僧): nhà sư man trá, ác độc, không thật sự là kẻ tu hành.

Dải: một vật chạy dài, như dải đất, dải núi - đừng lầm với dãy, là nhiều vật liên tiếp nhau, như dãy nhà, dãy tiệm.

Dể duôi: xem thường, coi khinh, không để ý đến, coi là việc không đáng chú ý.

Di ỷ ỷ đồng, đồng ngoạn nguyệt (移椅倚桐同玩月): dời ghế dựa cây (ngô đồng), cùng ngắm trăng.

Diêm dà: xanh tươi, rậm rạp, thường dùng để nói về cây cối.

Doi: làm theo, bắt chước, dùng như noi - chẳng hạn doi theo là noi theo.

Dời dạc: tiếng cổ, nay không dùng nữa, nghĩa là đem đi, đổi chỗ.

Dùng mình: cũng viết là rùng mình.

Dửng: rởn, nổi dựng lên, như trong dửng tóc gáy - cũng có nghĩa nổi lên như cuồng, vui ngất, như trong dửng mỡ (thường viết sai thành rửng mỡ.)

Dương ngôn (揚言): nói lên cho mọi người biết, phao tin đồn lên.

Đã nư giận: nư là sự hờn dỗi trong lòng, đã nư là thỏa mãn cơn giận, nư giận là cơn giận lên đến cao độ.

Đại phóng huê đăng (大放花燈): trưng bày, đốt đèn hoa rất rầm rộ.

Đại tịch (大辟): tội xử tử, hình phạt tử hình (capital punishment.)

Đàn tràng: lễ cúng vong người chết, thường có tụng kinh Phật.

Đau chơn hả miệng: thành ngữ, nghĩa là khi đến đường cùng, dầu tốn hao bao nhiêu để có lối ra cũng phải chịu, hoặc gặp lúc nguy nan thì việc thoát hiểm dù khó mấy cũng phải làm.

Đằm đằm: lằm lỳ, mặt giận ngó xuống, không nhìn đến ai, không nói gì với ai.

Đất bằng sấm dậy: do thành ngữ bình địa thanh lôi (平地聲雷), chỉ một sự việc xảy ra cách bất ngờ, đột ngột. Thành ngữ tương tự là bình địa ba đào (平地波濤), tức đất bằng sóng dậy, chỉ tai họa xảy ra ở một nơi hay vào một lúc không ngờ.

Đếm xỉa: nghĩa đen, đếm tiền thì phải xỉa (bày ra, xếp ra, chìa ra) vào doi (thành hàng, thành dãy), vừa đếm vừa xỉa - nay thường chỉ dùng với nghĩa bóng là "kể tới", trong thể phủ định (không đếm xỉa tới là không thèm để ý, không coi ra gì.)

Đi vãng: đi tuần (thường nói đi tuần vãng, và chỉ dành khi nói về quan chức); vãng ở đây dùng với nghĩa đi qua đi lại, như vãng lai (lui tới), quá vãng (đã chết.)

Điểm đăng đăng các, các công thơ (點燈登閣各攻書): thắp đèn lên gác, (mọi người) đều xem sách.

Điêu độc: có lẽ là 刁毒, nghĩa là gian xảo, dối trá, độc ác.

Điều hộ: không rõ là gì; điều là làm cho vừa, cho yên ổn, hộ là giúp đỡ, binh vực.

Đinh chúc (叮囑): dặn đi dặn lại, phó thác việc gì thật kỹ.

Đính: vàng hay bạc đúc thành thẻ, một đính (thẻ) thường cân nặng một lượng.

Đon: cặn kẻ, mau lẹ, lăng xăng, như hỏi đon là hỏi han lăng xăng, đon đả là chào hỏi sốt sắng.

Đòn bọng: đánh để trừng phạt, như trong "rầy la đủ rồi, cần gì đòn bọng."

Độ điệp (度牒): giấy chứng nhận, văn bằng, do nhà chùa cấp cho giáo dân - độ là đưa qua (bên kia bờ), điệp là giấy tờ.

Đông lang (東廊): hành lang, chái nhà, hiên nhà, ở phía Đông.

Gạy: gợi, khêu ra, nhắc một cách khéo léo, như "gạy chuyện", "gạy cho nó nói".

Gặc đầu: cúi đầu một hoặc nhiều lần, ngày nay thường nói và viết sai thành gật đầu - chữ gật chỉ đúng trong gật gù (cúi xuống và ngẩng lên nhiều lần.)

Guộn: vo, cuốn lên, cũng gần nghĩa như cuộn (quấn từ ngoài vào trong.)

Giặc: tiếng đệm, cũng có thể viết là vạc, hay giác, hoặc vác.

Giai tiết (佳節): ngày tốt đẹp, dịp lễ Tết vui vẻ.

Giang hà xã tắc: chỉ đất nước, quốc gia - đúng ra phải là san hà xã tắc (山河社稷) trong đó san hà là núi sông, còn xã tắc nguyên thủy là chỗ đất cao để thờ thần đất và thần lúa, về sau dùng để chỉ đất nước.

Giấy mớ: có lẽ là giấy mã (từ 馬紙), chỉ chung giấy tiền vàng bạc cúng đốt cho người chết - mã sau trở thành tiếng để chỉ hàng giả, hàng xấu.

Giếng loạn: giếng bỏ hoang - loạn ở đây nghĩa là bỏ mặc, đầy cỏ rác.

Giởn ốc: nổi da gà (nổi gai trên da) do sợ hay lạnh - nay thường viết là rờn ốc.

Giương: mở rộng, căng thẳng lên, thường dùng cho các vật cụ thể, như giương buồm, giương dù - khác với dương là phô bày, mở rộng, cất lên, thường dùng cho những hình ảnh trừu tượng như tuyên dương, diệu võ dương oai.

Há: lẽ đâu, chẳng có lý nào mà...

Hạ lạc (下落): rớt, rơi xuống, hay đi tới nơi nào, hướng về.

Hành hương: đi cúng chùa, tới chùa thắp hương (nhang) lạy Phật.

Hí hước (戲謔): nói đùa, giỡn cợt.

Hình (刑): hình phạt, pháp luật, khác với hình (型) là khuôn mẫu. Vậy ở đây là điển hình (典刑), impose punishment, tức thi hành hình phạt, khác điển hình (典型), typical, là tiêu biểu, đặc trưng, phép tắc có từ xưa.

Hình cụ: vật dùng trừng phạt người có tội (cùm, gông, máy chém) hay vật dùng tra tấn khi điều tra (kềm, kẹp, máy điện,...)

Hóa trai lương: hóa trai là (nói về các nhà sư) đi xin cơm ăn mỗi ngày, lương (糧) là thức ăn khi đi đường, như trong lương thực, với thực (食) là thức ăn khi ở nhà.

Hoành tai (宏災): đại nạn, thiên tai lớn lao - ở đây hoành có nghĩa là to lớn, như trong hoành tráng.

Hồ: tiền mừng đám cưới - dùng với "đi", như trong "đây là tiền bà con đi hồ."

Hổ vệ (虎衛): một đội quân có thể lực dũng mãnh.

Hồi tị (迴避): lánh đi, tránh đi, không dự vào - hồi là quay lại, như trong luân hồi (輪迴), tị là tránh xa, như trong tị nạn (避難).

Hốt: cây thẻ bằng ngà để che mặt tâu bày nói chuyện.

Hở mai: có lẽ là do thành ngữ hàm mai, nghĩa là ngậm tăm, trong đó mai là cái thẻ, cái tăm, hàm mai là ngậm miệng để giữ im không nói.

Huyền vọng (懸望): ước mong, trông đợi, luôn luôn nghĩ đến.

Ít hơi: một chút, chút ít, chút đỉnh.

Kẻ: méc, học lại, kể lại với người trên, như trong kẻ với chủ.

Kiến: đúng ra là kính, như dùng trong kiến biểu, trượng kiến ("kính trọng".)

Kim kiến đại: không rõ là gì, đoán là 金鏡袋 (kim kính đại - bọc bằng vàng để đựng gương), trong đó đại là cái bao, cái túi đựng, kính là gương (kiếng) soi.

Kim phấn hạp (金粉匣): cái hộp bằng vàng, dùng đựng son, phấn (hạp là cái hộp, cái tráp.)

Kim xoa (金釵): trâm cài đầu, bằng vàng - cũng đọc là kim thoa.

Kinh Khôi (經魁): người đậu đầu (khôi, như trong khôi nguyên, hoa khôi) một cuộc thi ngày xưa, theo đó thi cả năm quyển kinh (ngũ kinh: Thi, Thư, Lễ, Nhạc, Xuân Thu), người nào đứng đầu một kinh thì gọi là Kinh Khôi, năm người đứng đầu gọi chung là Ngũ Khôi.

Kính khách: do câu tục ngữ cổ của Trung Hoa "夫婦相敬如賓" (phu phụ tương kính như tân, nghĩa là "vợ chồng phải kính trọng nhau như [đối với] khách.")

Kính quỉ thần nhi viễn chi (敬鬼神而遠之): kính trọng quỉ thần nhưng nên tránh xa quỉ thần, thường nói gọn lại thành "kính nhi viễn chi".

Kỳ khả úy tai (其可畏哉): thật là đáng sợ (với nghĩa vô cùng uy dũng) thay!

Khấu ó: đúng ra là gấu ó (con gấu và con ó, hai loài có tiếng kêu to) nghĩa là gây gổ, mắng mỏ nhau một cách ồn ào.

Khoái tử (劊死): chặt đầu, chém cho chết - ở đây chỉ quân chuyên giết người.

Khoái tử thủ (劊死手): người chém đầu tội nhơn, ta thường gọi là đao phủ (nghĩa từng chữ: đao là dao, phủ là búa.)

Không ngơ: không có chi cả, không làm chi cả.

Khống cáo (控告): kiện cáo, tố cáo, thưa ra tòa, kết tội.

Khuyên dức: can ngăn ôn tồn nhưng cương quyết và luôn luôn theo dõi để sự can ngăn có hiệu quả.

La dức: la rầy, quở trách, thường chỉ dùng trong "cha mẹ la dức con cái".

Lạc: chuyện vui vẻ, sung sướng.

Lải rải: thưa thớt không liên tiếp - hai chữ này không biết viết sao cho đúng (lài rải, lãi rãi, lải rãi,...), mỗi sách mỗi khác, có sách bỏ qua, nên giữ theo bản gốc.

Làm phước làm doan: nay thường viết làm phước làm duyên, nghĩa là bố thí, thi ơn rộng rãi để cho mình hay con cháu mình ngày sau được nhờ.

Lan can côn (欄杆棍): gậy gỗ hay sắt để đánh tội nhơn, giống như cột dùng làm hàng rào (lan can.)

Lang dâm: nhiều tình dục và ham thích việc trai gái, cũng viết là lang vân (狼雲), trong đó lang là bừa bãi, vân là việc ngoại tình.

Lăng trì: hình phạt giăng tay chơn, rồi vặn cái mặt ra sau lưng.

Lấn lối: ở đây có nghĩa là ỷ thế, muốn hơn người khác, xấc xược, khinh người - nói lấn lối là nói như người trên kẻ cả - ngày nay thường viết lớn lối.

Lẩn bẩn: luôn ở quanh quẩn gần một bên.

Liên: tiếp theo, kế tiếp, liền với.

Linh điệp (靈牒): tờ trình thuộc về tâm linh, sớ đốt cúng thần để cầu xin việc gì.

Linh sàng (靈牀): giường thờ, cái bàn nhỏ thờ người chết (thường chưa chôn.)

Lục soạn: một thứ hàng lụa mỏng.

Luy tiết (縲絏): nghĩa đen là dây thừng, dây cương để buộc ngựa, thường dùng để chỉ xiềng xích, tù tội - theo chữ trong Luận Ngữ "tuy tại luy tiết chi trung, phi kỳ tội dã" (雖在縲絏之中非其罪也).

Lưu ly (琉璃, lapis): tên một thứ ngọc (đá quí) trong suốt, màu lam - giếng lưu ly có thể đoán là giếng mà thành hay miệng giếng được làm bằng đá lưu ly.

Lý ngư (鯉魚): cá chép.

Mắc sông: muốn đi tiêu (đại tiện.) Ngày trước đi tiêu thường phải xuống bờ sông... nên gọi là đi sông - cũng nói là đi cầu vì ngồi trên cầu ở trên sông...

Mắt: giá cao hơn giá phải chăng, thường viết sai thành mắc.

Miệng mo, bù đày: mo là cái bẹ (phần gốc của tàu) lá cây cau, ôm lấy thân cây, có dáng cong cong, giống như bàn tay khum lại; bù đày (đúng ra là bồ đài) là đồ đựng chất lỏng, làm bằng mo cau hay lá chuối kết lại. Ý cả câu "không đủ cho miệng mo, có đâu cho bồ đài" là có quá ít, không đầy nổi cái miệng của mo cau, thì còn dư đâu mà rót vào bồ đài.

Miếu: tất cả các bản in gốc đều dùng chữ miễu. Tuy nhiên, (1) về nghĩa chữ, miếu là đền đài, nơi thờ cúng tôn nghiêm, rộng lớn, còn miễu là cái miếu nhỏ, chỉ đủ để đồ thờ, không có chỗ cho người ra vào, và (2) về nghĩa văn, chỗ nào cũng tả một miếu đường rộng rãi, có người lui tới, trú ngụ, nên sửa tất cả lại là miếu.

Mỉn cười: cũng viết là mỉm cười, hơi hé môi để cười (không thành tiếng.)

Minh linh: con nuôi, cháu nuôi.

Mộ Xuân: tên một tiết trong năm, vào cuối mùa xuân. Một năm âm lịch chia làm 24 tiết, dài ngắn khác nhau nhưng đều khoảng 2 tuần lễ, thí dụ như Lập Xuân, Xuân Phân, Hạ Chí, Thu Phân, Sương Giáng, Lập Đông,...

Mối manh: mối là vật từ đó mà ra, manh là mầm mống, chỗ bắt đầu phát sanh - bản gốc luôn viết sai manh thành mang, có lẽ do cách phát âm không rõ.

Mông ơn (蒙恩): chịu ơn.

Muôn thác: muôn là mười ngàn, thường dùng làm tiếng phụ với nghĩa "nhiều lắm", thác là chết - muôn thác là "nhiều lần đáng chết", có lẽ dịch từ thành ngữ Hán "vạn tử" (萬死)

Muông săn: muông là tiếng chỉ chung loài thú, nhưng thường hiểu là loài chó, vậy muông săn là chó săn.

Mưa dào: mưa lớn, dào nghĩa là nhiều, tràn trề, như trong dào dạt, dồi dào - ngày nay thường viết sai thành mưa rào.

Nang thác (囊橐): bao, túi, nói chung là vật đựng hành lý mang đi đường.

Nạp thể: thường gọi là nạp thái (納菜), nghi lễ đầu tiên của sáu lễ trong hôn nhơn ngày trước, theo đó nhà trai đem con nhạn (có lẽ là con ngỗng) đến nhà gái tỏ ý nhận làm sui.

Nửa con: con rể (bán tử.)

Nươm: dầm dề, có nhiều, luôn luôn - như tiền nươm trong túi, hay khách nươm (khách đầy nhà) - có lẽ nườm nượp (đông đảo, rộn rịp) là từ chữ nươm mà ra.

Ngao, cò: do câu tục ngữ "ngao, cò tranh nhau, ngư ông được lợi."

Ngỏa nguê: thỏa thích, đầy đủ sung túc, dồi dào chẳng thiếu thức gì.

Ngồi pháp: ngồi theo một trong những cách thức tu tập thiền học.

Ngu lỗ (愚魯): ngu dốt đần độn, không được sáng suốt lanh lợi.

Ngũ thường (năm hằng): nhơn, nghĩa, lễ, trí, tín.

Ngục tốt (獄卒): người coi tù, lính canh gác trong nhà giam.

Nguơn Tiêu (元宵): lễ lớn ở Trung Hoa, vào đêm rằm tháng Giêng âm lịch, nay thường viết Nguyên Tiêu.

Ngư lam (魚籃): cái giỏ, cái làn (có quai xách) để đựng cá - ngày nay chữ lam (籃) còn dùng chỉ cái rổ trong môn bóng rổ.

Nhà trù: nhà bếp, chỗ nấu ăn.

Nhặt: gắt gao, gấp rút - ngày nay thường nói ngặt nghèo, nghĩa là hiểm nguy, cùng đường, trong đó nghèo là khó khăn, nguy hiểm.

Nhiêu dung (饒容): tha thứ, cho phép.

Nhiễu: bản gốc viết sai thành diễu, có lẽ do cách phát âm không rõ.

Ô quan: quan tham, hay lạm thực, ăn tiền của dân

Ôm hót bững trợn: đúng ra là ôm hót bởn trợn, trong đó ôm hót là ôm choàng lấy cổ, bởn trợn là đùa cợt chơi giỡn.

Ông cô: cha mẹ chồng.

Phò Mã (駙馬): con rể hay anh, em rể của nhà vua. Còn đọc là phụ mã, có nghĩa là con ngựa đi bên cạnh xe chính hoặc đóng vào chiếc xe phụ đi kèm bên xe chính của nhà vua. Quan trông coi các xe ngựa phụ này gọi là Phụ Mã Đô Úy, và thường thì con rể hay anh, em rể của nhà vua được giữ chức này.

Phú quyến: chữ nhà Phật - phú quyến còn gọi là hóa duyên (化緣), nghĩa là nói lời đạo nghĩa để khiến cho người sinh lòng từ thiện mà giúp cho.

Phủ lại (府吏): cũng như quan lại, nhưng là chức quan nhỏ giữ các việc như coi kho, chuyển văn thơ,...

Phụ: có lẽ là 輔, dùng như danh từ, chỉ người phụ giúp, người theo bên cạnh.

Phụ rảy: bỏ rơi, trốn tránh bổn phận bảo bọc - rảy ở đây chỉ là tiếng đôi để đệm cho phụ, khác với rẫy nghĩa là xua đuổi, khinh miệt, như trong ruồng rẫy.

Phương tiện (妨便): trở ngại và thuận tiện, lợi và hại - khác với từ ngữ thông dụng phương tiện (方便) là cách thức tiện lợi, như "thuyền bè là phương tiện giao thông trên sông nước."

Quan mộc (棺木): cả hai chữ đều có nghĩa là quan tài, cái hòm.

Quân vô tình: quân không có riêng vạy với ai, không biết vị tình ai, cứ phép mà làm thôi.

Quốc cựu (國舅): cha vợ của vua, hoặc anh, em trai của vợ vua - do cựu (cũng đọc là cữu, Việt hóa thành cậu) là cha chồng, hoặc anh, em trai của mẹ - mà đàn ông Trung Hoa thường dùng để gọi anh em trai của vợ mình.

Quyệt kế (譎): mưu kế lừa lọc, xảo trá. Quyệt ít dùng một mình, thường đi chung với quỉ (詭 - dối trá) như "quỉ quyệt" (khôn ngoan gian xảo.)

Rẽ bâu: chia tay - rẽ là tách rời, bâu là cổ áo.

Róc rách: còn gọi rỏ rẽ hay ròng rọc.

Rứt: lấy ra, móc ra.

Sanh phương: buôn bán, làm ăn, nói chung là làm việc gì, nghề gì để kiếm sống.

Sánh tắc vi thê, bôn tắc vi thiếp (聘則為妻奔則為妾): có cưới hỏi (sánh, hay sính) thì làm vợ chánh, trốn theo (bôn) thì làm vợ lẽ (thiếp - nàng hầu)

Sáu thước thân xu: do thành ngữ 六尺身軀 "lục xích (sáu thước) thân khu (thân thể)" - chữ khu ngày trước quen đọc là xu)

Săn: chăm chú, mau lẹ, như trong "làm việc rất săn" - cũng có thể là xăng (mau lên, chóng lên, vẻ lật đật), như trong "xăng xái" hay "đi xăng lên".

Sầm khuất: rậm rạp, có nhiều cây, tàn cây che tối - cũng viết sầm uất, nhưng sầm uất còn một nghĩa khác nữa là nhà cửa đông đúc, buôn bán nhộn nhịp.

Son túy: không rõ son gì, đoán từ nguyên là túy - 睟 (trong sáng, mượt mà.)

Sô mi: đúng ra là trứu mi (皺眉), nghĩa là cau có, nhăn nhó mặt mày.

Sớm nhiễu tối sa: chỉ lo ăn mặc phù phiếm (nhiễu, sa là tên hai loại tơ lụa.)

Súc loại (畜類): loài thú vật.

Sử nữ (使女): người hầu gái, tỳ nữ, do sử là sai khiến, như trong sử dụng (使用) nghĩa là dùng - đừng lầm với xử nữ (處女) là con gái, thiếu nữ chưa có chồng, do xử là ở ẩn, chưa ra đời, còn ở trong nhà.

Tả (寫): viết, bản gốc in sai thành tỏa, có lẽ do cách phát âm không rõ.

Tài đa lụy thân: nguyên câu lấy từ Đạo Đức Kinh "dục đa thương thần, tài đa lụy thân - 慾多傷神財多累身", nghĩa là ham muốn nhiều thì hại tâm, tiền của nhiều thì hại thân.

Tam Bửu: còn gọi Tam Bảo, là ba giềng mối chánh của đạo Phật: Phật, Pháp, và Tăng - khác với ý niệm Tam Bửu của đạo Cao Đài, là Tinh, Khí, và Thân, tượng trưng bằng hoa, trà, và rượu.

Tam cương (ba giềng): vua tôi, cha con, vợ chồng.

Tam sênh: dùng khi nói về việc cúng tế - đúng ra là tam sanh (sinh), tức ba món, tượng trưng cho ba loài (1) thú sống trên đất như heo, bò..., (2) chim, hoặc có cánh bay được như gà, vịt..., và (3) cá, hoặc sống dưới nước như tôm, cua,....

Tàng tụ: hội họp, tụ tập cách bí mật.

Tân nhơn: vợ mới cưới, người mới.

Tiêm: cây que nhỏ, đầu nhọn, như trong kim tiêm (từ đó có động từ tiêm thuốc, nghĩa là dùng kim tiêm để chích thuốc.)

Tiểu nhị (小貳): trẻ nhỏ giúp việc. - thường dùng hơn với nghĩa "người trẻ phục vụ trong nhà hàng hay quán rượu ngày xưa."

Toại chí (遂志): thỏa lòng mong ước - bản gốc viết sai thành thoại chí, có lẽ do cách phát âm không rõ.

Tội hữu sở qui (罪有所歸): tội nào cũng có đúng nơi đúng chỗ để qui về, để kết buộc - cũng gần như tội ai nấy chịu.

Tú sĩ (秀士): tú là xuất sắc, sĩ là học trò, tú sĩ là học sinh giỏi.

Tuần thất thất (thất là 7): theo phong tục, người mới chết thì cúng 7 ngày một lần, gọi là cúng thất, hay làm tuần - cúng 7 lần thì dứt - lần thứ 7 gọi là thất thất.

Tùng khoan (從寬): mở lượng khoan hồng, xử dễ dãi mà dung thứ, (tùng là theo, khoan là rộng rãi, tha thứ.)

Tứ đức (bốn đước): công, dung, ngôn, hạnh.

Tử ư phi mạng (死於非命): chết oan - tử là chết, ư là tiếng đệm như ở, cho, lúc, tại, v.v. ..., phi mạng là không phải số mạng của mình - ý nói chết một cái chết oan uổng, không đáng chết mà lại chết.

Tự ái: (自縊): tự thắt cổ mình mà chết - ái là treo cổ, thắt cổ cho chết, thường viết và đọc là ải.

Từng tự: không rõ là gì. Có thể là tuần tự (旬祀), đoán là cúng giỗ đều đặn.

Thanh chánh: thanh liêm và chánh trực.

Thanh trược: trong hay đục - ngày nay viết là thanh trọc.

Thanh y tiểu mạo (青衣小帽): áo xanh nón nhỏ, chỉ quần áo mặc thường ngày, không phải quần áo mặc trong các buổi lễ hay làm việc quan.

Thạnh mậu (盛茂): cao lớn, xum xuê, tươi tốt, um tùm.

Tháu: viết lệ và dối, khó đọc - do chữ thảo (草), cách viết buông thả để viết cho mau - từ đó có thêm lối cuồng thảo (狂草), rất mau và rất phóng túng.

Thăm lom: thăm viếng, đến viếng, đến gặp để thăm chừng sức khỏe hay việc làm ăn - nay viết là thăm nom.

Thẩm (審): xét hỏi, xét đoán, nghiên cứu kỹ lưỡng, tỉ mỉ, như trong thẩm xét, thẩm tra, thẩm phán (n. judge), bồi thẩm (n. juror)

Thần minh cảm cách (神明感激): làm các vị thần linh cũng cảm động - cảm cách nay thường viết và đọc là cảm kích.

Thất thanh: có thể đoán là 失清 (mất sự yên tịnh, an bình), nhưng ít thấy dùng với nghĩa này. Thường dùng hơn là thất sắc (失色 - mất màu, ý nói sợ xanh mặt.)

Thế một miếng ruộng: thế là "cầm", nghĩa vay tiền có để đồ có giá trị lại làm vật bảo chứng (collateral), vậy thế miếng ruộng là "cầm" miếng ruộng để vay tiền.

Thể nữ: có thể là "婇女", cung nữ, người hầu trong cung điện vua, hoặc "彩女", nàng hầu, đày tớ gái ngày xưa nói chung.

Thêu tiu vá may: bản gốc in là "thêu kiểu vá may", nghĩ là sai. Tiu là tô vẽ nhiều màu sắc - thành ngữ thêu tiu vá may chỉ chung công việc thêu thùa khéo léo.

Thị nhục: có lẽ là 耆辱, nghĩa là làm cho xấu hổ, sỉ nhục.

Thiên Trước (天竺): tên cổ của nước mà ngày nay là Ấn Độ hay Nepal, nơi phát xuất Phật giáo.

Thiện chung (善終): kết cuộc tốt - chết một cách yên ổn, an lành.

Thiết đãi (設待): trong tiếng Việt, biến đổi thành thết đãi.

Thoàn: thuyền. Vào khoảng vài thập kỷ đầu của thế kỷ XX, báo chí miền Nam (lúc đó là Nam Kỳ thuộc Pháp) gọi máy bay (phi cơ) là "phi thoàn."

Tràng phan (長幡): cờ, phướn dài, thường chỉ để treo trong chùa.

Tri thù: con nhện.

Triêm dưỡng (沾養): trợ cấp - triêm là thấm nhuần, hưởng nhờ, dưỡng là nuôi nấng, săn sóc.

Trính: đúng ra là trếnh, là những thanh gỗ lớn bắc ngang trên đầu các cây cột cả trong nhà, giữ cho sườn nhà vững chắc.

Vắng bọc: không rõ là gì, đoán là vắng bặt, do phát âm không rõ nên viết sai.

Viên ngoại (員外): tiếng dùng để gọi những người giàu có (phú hào) mà không có chức vị gì.

Viên ỷ (圓椅): cái ghế tròn có lưng dựa. Viên ở đây có nghĩa là hoàn bị, tròn đầy, thường dùng trong Phật giáo (như viên âm - tiếng tròn đầy, tức lời Phật dạy, viên giác - hoàn toàn giác ngộ, viên tịch - chết, vì đã hoàn thành việc tu tập.)

Vịm: đồ đựng bằng sành hay đất nung, như cái chậu, nhưng cạn, miệng rộng, không nắp.

Vô tình hớn (無情漢): người tàn nhẫn, lạnh lùng, không để lộ tình cảm.

Vượt vồng: không theo thứ tự trên dưới, không hỏi ý kiến người trên, tự ý làm - ở đây ý nói làm cho bằng được, bất chấp mọi thứ.

Xai ba: theo mạch văn, nghĩa là *xa hoa* (奢華), sang trọng - đoán là 侈吧 (*xỉ ba*, lãng phí, phù phiếm) - do 侈 (*xỉ*) cũng đọc là "xai", và 葩 (*hoa*) cũng đọc là "ba".

Xây vần: day trở qua lại, xoay vòng quanh - xây cũng viết là xoay.

Xẻn lẻn: nay thường nói bẽn lẽn.

Xế: sướt, trầy, rách một đường dài mà cạn - xế mặt là rách da mặt.

Xích Khước (赤腳): thường viết và đọc là Xích Cước, tên một vị tiên, chơn không mang giày dép (xích là trần trụi, trống không; cước là bàn chơn.)

Xoang: chạm phải, đụng nhằm - xoang qua là đi gần một bên, đi phớt qua.

Xoang nhành quế: xoang là đụng nhằm - ở đây có lẽ dựa theo thành ngữ phan quế (攀桂), nghĩa là nắm, vịn cành quế, thường dùng chỉ sự thi đậu.

Xoàng xoàng: chếnh choáng, hơi say, cùng nghĩa với xình xoàng. Xoàng xoàng còn có nghĩa khác là hơi "xoàng", với xoàng là tầm thường, không đáng kể.

Xòe: mở ra, giương ra - khác với sè là ngửa (bàn tay) ra.

Xóm giềng: những nhà ở xung quanh - đúng ra nên viết là xóm diềng (cũng như láng diềng), do diềng là chữ diên (延), nghĩa là "kéo dài", đọc trại ra (theo Lê Gia, Tiếng Nói Nôm Na.) Một thuyết khác (theo Nguyễn Hy Vọng, Từ Điển Nguồn Gốc Tiếng Việt) cho rằng giềng là tiếng mượn của Thái, Lào, có nghĩa là "ở gần".

Xụ xợp: nói về mái tóc, để lùi xùi, lù xù, không chải gỡ cho vén khéo.

Xưng: tỏ ra, nói ra, khen ngợi, ca tụng.

Xừng: phùng ra, dửng lên, tỏ vẻ hăng hái muốn đánh nhau, như gà xừng lông.

Yếm: tiền đàng trai trao cho đàng gái trong đám hỏi, thay thế cho các của lễ không sắm được - đi yếm là trao số tiền này trong lễ hỏi.

Yết (謁): gặp mặt, đến thăm, ra mắt, như trong yết kiến, bái yết.

Ngoài phần chú thích các từ ngữ chánh, ở đây chúng tôi xin ghi thêm một số từ ngữ có cách viết thông dụng thời đó tại miền Nam, mà ngày nay hầu hết đã đổi khác. Việc thay đổi này có thể do (1) cách phát âm miền Nam mà ngày nay không còn truyền lại, (2) kiêng húy tên các vị vua hay hoàng thân, quốc thích triều Nguyễn, hoặc (3) cách phát âm sai ở các nơi khác, lâu ngày trở thành ý kiến đa số.

Vân ang ▶ ênh, ương: mạng (mệnh), đàng (đường), cang (cương)

Vân anh ▶ inh: chánh (chính), sanh (sinh), tánh (tính)

Vân âng ▶ ưng: câng (cưng), mầng (mừng), tầng (từng)

Vân iêng ▶ anh, inh: kiểng (cảnh), kiếng (kính), miêng (minh)

Vân inh ▶ anh, ênh: thinh (thanh), bịnh (bệnh), lịnh (lệnh)

Vân ơn ▶ ân: chơn (chân) như chơn chất, nhơn (nhân)

Vân ưn ▶ ân: chưn (chân)

Vân ưng ▶ âng: dưng (dâng), từng (tầng) như từng lầu

Vân ước ▶ oc, uc, ưc: trược (trọc) , phước (phúc), đước (đức)

Vân ươn ▶ oan, uyên: huỡn (hoãn) như huỡn đãi, huờn (hoàn) như hạ thủ bất huờn, dươn (duyên), nguơn (nguyên) [khi viết *ươn* theo tiếng miền Nam, nhiều người ngày nay lại viết sai lạc thành *ưởn*, như Tết *Nguơn* Đán lại viết sai thành Tết *Người* Đán, huỡn lại viết thành h**ưỡn**, hay *quởn*]

Vân ương ▶ ang, ong: đương (đang), trượng (trọng)

D ▶ r: dun rủi (~~run~~ rủi) mưa dào (mưa ~~rào~~), dừng mỡ (~~rừng~~ mỡ)